സമതലങ്ങൾക്കപ്പുറം

samathalangalkkappuram
novel

•

dr. george onakkoor

•

first chintha edition
january 2016

•

second edition
april 2018

•

typesetting
amruthakumari

•

printed
Repro India Ltd, Mumbai.

•

cover
ambeesh

•

വിതരണം

ദേശാഭിമാനി ബുക്ക് ഹൗസ്

H O തിരുവനന്തപുരം-695 035
phone: 0471-2303026, 6063026
www.chinthapublishers.com
chinthapublishers@gmail.com

ബ്രാഞ്ചുകൾ

ഹെഡ്ഡാഫീസ് ബ്രാഞ്ച് കുന്നുകുഴി • സ്റ്റാച്യു തിരുവനന്തപുരം • കെ എസ് ആർ ടി സി ബസ് സ്റ്റേഷൻ ആലപ്പുഴ • കെ എസ് ആർ ടി സി ബസ് സ്റ്റേഷൻ എറണാകുളം • മച്ചിങ്ങൽ ലെയിൻ തൃശൂർ • ഐ ജി റോഡ് കോഴിക്കോട് • മാവൂർ റോഡ് കോഴിക്കോട് • എൻ ജി ഒ യൂണിയൻ ബിൽഡിങ് കണ്ണൂർ • സെൻട്രൽ ബസ് ടെർമിനൽ കോംപ്ലക്സ് താവക്കര കണ്ണൂർ

CR - 1855 / 4638
ISBN - 978-93-85045-33-2

സമതലങ്ങൾക്കപ്പുറം

(നോവൽ)

ഡോ. ജോർജ് ഓണക്കൂർ

ചിന്ത പബ്ലിഷേഴ്സ്
തിരുവനന്തപുരം-695 035

ഡോ. ജോർജ് ഓണക്കൂർ

നോവലിസ്റ്റ്, കഥാകാരൻ, സാഹിത്യ വിമർശകൻ, തിരക്കഥാകൃത്ത്, സഞ്ചാരസാഹിത്യകാരൻ എന്നീ നിലകളിൽ പ്രശസ്തൻ. *ബാലകൈരളി വിജ്ഞാനകോശ*ത്തിന്റെ ശില്പി. ബാലസാഹിത്യ ഇൻസ്റ്റിറ്റ്യൂട്ട് ഡയറക്ടറായി അഞ്ചുവർഷം നിസ്തുല സേവനമർപ്പിച്ചതിന് ജവഹർലാൽ നെഹ്റു അവാർഡ്. മികച്ച കലാസാഹിത്യ ഗവേഷണ പ്രബന്ധത്തിനുള്ള പുരസ്കാരം. ഡൽഹി മലങ്കര അസോസിയേഷന്റെ ദ്വാദശ ദേശീയ ബഹുമതി. മികച്ച ഇന്ത്യൻ എഴുത്തുകാരനുള്ള യൂറോ-അമേരിക്കൻ പ്രഥമ പ്രവാസി പുരസ്കാരം, സാഹിത്യ അക്കാദമി അവാർഡുകൾ (നോവലിനും യാത്രാവിവരണത്തിനും), മദർ തെരേസ അവാർഡ്, കേരളശ്രീ അവാർഡ്, കേശവദേവ് ജന്മശതാബ്ദി പുരസ്കാരം, തകഴി അവാർഡ്, ദർശന അവാർഡ്, കെ സി ബി സി അവാർഡ്, സഹോദരൻ അയ്യപ്പൻ അവാർഡ്. സാഹിത്യ അക്കാദമി, കേരള, കൊച്ചി സർവ്വകലാശാല സെനറ്റ്, ഫിലിം സെൻസർ ബോർഡ്, രാജാറാംമോഹൻ റായ് ലൈബ്രറി ഫൗണ്ടേഷൻ തുടങ്ങിയവയിൽ അംഗത്വം. സി വി രാമൻപിള്ള നാഷണൽ ഫൗണ്ടേഷൻ പ്രസിഡന്റ്. *ഗ്രന്ഥാലോകം* പത്രാധിപരായി മൂന്നുവർഷം. ഫ്രാൻസ്, ഇറ്റലി, ജർമ്മനി, ബെൽജിയം, കാനഡ, അമേരിക്കൻ ഐക്യനാടുകൾ, ഈജിപ്ത്, ഇസ്രയേൽ, യു എ ഇ, ബഹ്റിൻ, ഒമാൻ എന്നീ രാജ്യങ്ങൾ സന്ദർശിച്ചു. മാർ ഇവാനിയോസ് കോളേജ് മലയാളം വകുപ്പ് മേധാവി, സാക്ഷരതാസമിതി ഡയറക്ടർ, സംസ്ഥാന ബാലസാഹിത്യ ഇൻസ്റ്റിറ്റ്യൂട്ട് ഡയറക്ടർ, സർവ്വവിജ്ഞാനകോശം ഇൻസ്റ്റിറ്റ്യൂട്ട് ഡയറക്ടർ, സ്റ്റേറ്റ് റിസോഴ്സ് സെന്റർ ചെയർമാൻ എന്നീ നിലകളിൽ പ്രവർത്തിച്ചു. *ഇല്ലം, ഉൾക്കടൽ, കൽത്താമര, കാമന, ഞാൻ കാത്തിരിക്കുന്നു, അകലെ ആകാശം, എഴുതാപ്പുറങ്ങൾ, ഉഴവുചാലുകൾ, ഹൃദയത്തിൽ ഒരു വാൾ, പർവ്വതങ്ങളിലെ കാറ്റ്* (നോവലുകൾ) *നാലു പൂച്ചക്കുട്ടികൾ, നാടുനീങ്ങുന്നനേരം, ഞാൻ ഒരു കൈയൊപ്പുമാത്രം, സമയസൂചികൾ, നിശ്ചലം* (കഥകൾ) *നായകസങ്കല്പം മലയാളനോവലിൽ* (ഗവേഷണ പ്രബന്ധം), *ഒലിവുമരങ്ങളുടെ നാട്ടിൽ, മരുഭൂമിയുടെ ഹൃദയം തേടി, അടരുന്ന ആകാശം* (യാത്രാനുഭവങ്ങൾ), *മാർ ഇവാനിയോസ്: ആർഷജ്ഞാനത്തിന്റെ പ്രവാചകൻ, എം പി പോൾ: കലാപത്തിന്റെ തിരുശേഷിപ്പുകൾ* (ജീവചരിത്രപഠനം), *കേരളഭാഷാഗംഗ, ഇതിഹാസപുഷ്പങ്ങൾ, യുഗപ്രതിഭ, സാഹിത്യസമീപനം* (സാഹിത്യവിമർശനങ്ങൾ), *രചനയുടെ രഹസ്യം, മഹാത്മാഗാന്ധി, മരിയ ഗൊരേത്തി, തപോവനത്തിലെ സൂര്യൻ* (ബാലസാഹിത്യം) എന്നിവ കൃതികൾ. *കാമന, കൽത്താമര, ഹൃദയത്തിൽ ഒരു വാൾ, പർവ്വതങ്ങളിലെ കാറ്റ്* എന്നിവ ഇംഗ്ലീഷിൽ പരിഭാഷപ്പെടുത്തി. *ഇല്ലത്തി*ന് പഞ്ചാബി പരിഭാഷ. *കൽത്താമര (Orchid)* അമേരിക്കയിലെ ക്ലർക്ക് അറ്റ്ലാന്റാ സർവ്വകലാശാലയിൽ പഠനഗ്രന്ഥം. *ഉൾക്കടൽ, എന്റെ നീലാകാശം, യമനം* എന്നിവ ചലച്ചിത്രങ്ങൾ. *യമന*ത്തിന്റെ കഥാകൃത്തെന്ന നിലയിൽ പുരസ്കാരം.

വിലാസം : 'സുദർശന', നാലാഞ്ചിറ,
തിരുവനന്തപുരം – 695 015
e-mail : georgeonakkoor@rediffmail.com

പ്രസാധകക്കുറിപ്പ്

ഭാവഗാനങ്ങൾപോലെ പ്രിയതരമാണ് മലയാളവായനക്കാർക്ക് ജോർജ് ഓണക്കൂറിന്റെ കൃതികൾ. സാമൂഹ്യയാഥാർത്ഥ്യങ്ങൾക്കു മുന്നിൽ മുഖം തിരിക്കാത്ത സത്യത്തിന്റെ ആന്തരിക ബലം അദ്ദേഹത്തിന്റെ കൃതികൾക്കുണ്ട്. കലാലയാദ്ധ്യാപകനായി തുടങ്ങി അവിടെത്തന്നെ പൂർത്തിയാക്കുന്ന രാജീവന്റെ ജീവിതം പക്ഷേ, കൊടുങ്കാറ്റുകളെ അതിജീവിച്ചാണ് മുന്നോട്ടു നീങ്ങിയത്. പ്രണയം, പ്രണയവിവാഹം, ജീവിത പോരാട്ടങ്ങൾ, ധർമ്മസങ്കടങ്ങൾ ഇതിലൂടെയെല്ലാം കടന്നുപോകുമ്പോഴും രാജീവൻ എന്ന കവി ജീവിതത്തെ അതിന്റെ സമഗ്രതയിൽത്തന്നെ കണ്ടു. പ്രണയിച്ചു കൊതി തീരുംമുമ്പെ വിടപറഞ്ഞുപോയ നീലിമ. അപ്രതീക്ഷിതമായി ജീവിത പങ്കാളിയായ മാലിനി. മതപൗരോഹിത്യത്തിന്റെ തീട്ടൂരങ്ങൾക്കെതിരെ നടത്തേണ്ടിവന്ന പോരാട്ടങ്ങൾ. രാജീവൻ എന്ന കവിയുടെ, അദ്ധ്യാപകന്റെ, ഉദയാസ്തമയങ്ങൾ അതിനെ ദീപ്തിയോടെ ചിത്രീകരിച്ച നോവലിന്റെ രണ്ടാം ചിന്താപതിപ്പ് വായനക്കാർക്കു മുന്നിൽ അവതരിപ്പിക്കുന്നു.

ചിന്ത പബ്ലിഷേഴ്സ്

I will lift up eyes unto the hills
from whence cometh my help
My help cometh from the LORD
which made heaven and earth

Psalm - 121 : i-ii

അവസാനത്തെ രേഖയിലും രാജീവൻ ഒപ്പുവച്ചു. മുറിക്കുള്ളിൽ ഘനീഭവിച്ച നിശ്ചലതയ്ക്ക് മാറ്റമുണ്ടായി. ജാലകത്തിലൂടെ ഇളംകാറ്റ് കടന്നുവന്നു. കടലാസുകൾ പറന്നുപോകാതിരിക്കാൻ പേപ്പർവെയിറ്റിനു കീഴിലാക്കി. മനസ്സിന്റെ താളുകൾ ഇളകുകയാണ്. വർഷങ്ങൾ കഴിച്ചു കൂട്ടിയ അന്തരീക്ഷം; ശ്വസിച്ചവായു. എന്നേക്കുമായി യാത്ര പറയുക ദുഃഖകരമാണ്. സേവനത്തിന്റെ വർഷങ്ങൾ ഇനിയും ബാക്കിയുണ്ട്. എല്ലാ അപമാനവും ഏറ്റുവാങ്ങി ഇവിടെ ഒതുങ്ങാം; ഒതുങ്ങാനായിരുന്നു ശ്രമം.

എതിരാളികളുടെ ചുണ്ടുകളിൽ പരിഹാസച്ചിരി. അവർ മരണപ്പൂട്ട് ഒരുക്കിയിരിക്കുന്നു. രക്ഷപ്പെടാതിരിക്കാനുള്ള മുൻകരുതൽ.

കൂടുതലൊന്നും രാജീവൻ ആലോചിച്ചില്ല. എത്ര തിരഞ്ഞാലും ഒരു രക്ഷാമാർഗ്ഗം കണ്ടെത്തുക അസാദ്ധ്യമാണ്. സ്വന്തം വിധി തെരഞ്ഞെടുക്കുക; തളരാതെ അത് സ്വീകരിക്കുക; ആർക്കും അടിമയാകാതെ. പരാജയങ്ങളുണ്ടാകും. പക്ഷേ, ഒരിക്കലും കീഴടങ്ങലില്ല; ആർക്കും കണക്കുകൊടുക്കേണ്ട ബാദ്ധ്യതയില്ല.

ഭൂതകാലത്തിന്റെ അവ്യക്തതയിൽ യാത്രാപഥം തുടങ്ങുന്നു. ഒരു ഒറ്റയടിപ്പാത. കുന്നിൻചെരിവിൽ, പാറകൾക്കിടയിൽ പൊട്ടിയൊലിക്കുന്ന നീർച്ചാലുപോലെ. ആ നീരോട്ടം താഴ്വാരങ്ങളിൽ കരുത്തു നേടി സമതലങ്ങൾക്ക് നനവു പകരുന്നു. വെള്ളപ്പാച്ചിലിൽ പറന്നിറങ്ങി പെട്ടെന്ന് ഉയർന്നു പൊങ്ങുന്ന പൊന്മാൻ. താണുപറന്നും പറന്നുയർന്നും ജീവിതത്തിന്റെ നിമ്നോന്നതികൾ പിന്നിട്ടു. ഒരിക്കലും വഴിവിട്ടു യാത്ര ചെയ്തില്ല എന്ന ചിന്ത രാജീവന്റെ മനസ്സിന് സാന്ത്വനം. നഷ്ടങ്ങൾക്കിടയിൽ ഒരു സൂര്യകിരണം.

ഒരു കൈയൊപ്പ് ഏത് സമസ്യക്കും അന്തിമവിധിയാകുന്നത് അഭിമാനകരമാണ്. ആ തിരിച്ചറിവ് ഇപ്പോഴത്തെ യാത്രയുടെ നിമിഷത്തിൽ

രാജീവന് ശക്തിയായി. സമതലങ്ങൾ കാട്ടിക്കൊടുത്തു. കാലിടറാതെ നടന്നു നീങ്ങാം; ഭൂമിയുടെ മടിയിൽനിന്ന് ആകാശത്തിന്റെ കൈയെത്തും ദൂരം വരെ.

മേശപ്പുറത്തിരുന്ന നെയിംബോർഡ് എടുത്ത് ഡ്രോയുടെ ഉള്ളിൽ വച്ചു. പ്രൊഫസർ രാജീവന് ഇനി ഈ മുറിയിൽ അവകാശങ്ങളില്ല. പച്ച വിരിപ്പിട്ട ഈ മേശയും കറങ്ങുന്ന കസേരയും കൈയൊഴിയുന്നു. ഈ ഒഴിവിൽ ഇനി ഒരാൾ വരും. ആരുമാകാം. പക്ഷേ, അയാൾ പ്രൊഫസർ രാജീവനായിരിക്കുകയില്ല എന്ന അഭിമാനം ബാക്കി.

കസേരയിൽനിന്നെഴുന്നേറ്റ് ഒരുനിമിഷം വെറുതെ നിന്നു. ചുവരിൽ പ്രസാദപൂർണ്ണമായ ഗുരുമുഖം. നരച്ച താടിരോമങ്ങൾക്കിടയിൽ തിളങ്ങുന്ന കണ്ണുകൾ. ശൂന്യതയിൽനിന്നും ഒരു മഹാസ്ഥാപനം പടുത്തുയർത്തിയ യതിവര്യൻ. ആ പ്രതിഭാശാലിയുടെ സ്മരണ നിലനിർത്തേണ്ട കലാലയം എങ്ങനെ കള്ളന്മാരുടെ ഗുഹയായി?

ഇടയന്മാർ ആടുകളെ കൊന്നുതിന്നുന്നു. അവരുടെ ഞരമ്പുകളിൽ ലഹരി പുളയുന്നു.

“ഗുരോ നന്ദി!”

രാജീവന്റെ മനസ്സിൽ വിനയം നിറഞ്ഞു. ഈ പ്രകാശനാളം കത്തിജ്വലിക്കുന്നതിന് നേരിയ തോതിലെങ്കിലും എണ്ണ പകർന്നതിൽ സംതൃപ്തി. മുന്നോട്ടുള്ള യാത്രയിൽ എത്ര വർഷങ്ങൾ ഒപ്പമുണ്ടായിരുന്നു! ജീവവായു നല്കുന്നത് ഈ അന്തരീക്ഷം മാത്രമെന്നു ധരിച്ചു. ഒരിക്കലും ഇവിടം വിട്ടകലാൻ മനസ്സുവന്നില്ല.

എന്നിട്ടൊടുവിൽ അപരിചിതനെപ്പോലെ ഒറ്റപ്പെടുത്തുക; താൻ ആരുമായിരുന്നില്ലെന്നു ബോദ്ധ്യപ്പെടുത്തുക. ദുസ്സഹമായ ആ അനുഭവത്തിന്റെ ഇരുട്ടിൽ ഊതുന്ന വിഷക്കാറ്റ് ആദ്യം രാജീവൻ തിരിച്ചറിഞ്ഞില്ല. ശ്വാസോച്ഛ്വാസം തടയപ്പെട്ട് പിടഞ്ഞു മരിക്കുമായിരുന്നു. നിയോഗങ്ങളുടെ ഗതിവിഗതികൾ ഇനിയും തീർച്ചയില്ല. അജ്ഞാതമായ വിധിയുടെ ബലത്തിൽ ജീവിതം ബാക്കിയുണ്ട്. എന്തിനെന്നറിയില്ല. എങ്കിലും അത് സത്യമെന്നു തിരിച്ചറിയുന്നു.

രാജീവൻ ഓർത്തു. താൻ എന്തു തെറ്റു ചെയ്തു? ധമനി മുറിച്ച് രക്തം വാർന്നൊഴുകി വിറങ്ങലിച്ച മനുഷ്യനായി ഇരുട്ടിൽ തള്ളപ്പെടാൻതക്കവിധം എന്തു പാതകം?

ഇവൻ ധിക്കാരി. ദൈവപുത്രനെന്നഹങ്കരിക്കുന്നു. യുവാക്കളെ സ്വാതന്ത്ര്യത്തിന്റെ വഴിയിൽ കടിഞ്ഞാണില്ലാതെ നയിക്കുന്നു. സിംഹാസനത്തോടു ബഹുമാനം പുലർത്തുന്നില്ല. അരമനയിൽ ആരാധിക്കുന്നില്ല. പണപ്പിരിവുകളുടെ കണക്കു ചോദിക്കുന്നു.

പുരോഹിതന്മാരും അനുചരവൃന്ദവും ചുറ്റും നിന്നു വിരൽ ചൂണ്ടിയ ദുഃസ്വപ്നങ്ങളിൽപോലും ശാന്തനായിരിക്കാൻ രാജീവൻ മനഃപൂർവ്വം ശ്രമിച്ചു. വിമർശനങ്ങളിൽ പ്രകോപിതനാകരുത്; പ്രതികരിക്കരുത്. അതൊരു കെണിയാണ്. കലാശാലാദ്ധ്യാപകൻ ചിന്തയുടെ കന്യാവനങ്ങളിൽ സത്യം തിരയുക പാപമെന്നു വിധിക്കുന്നവർ ഗലീലിയോയെ വധിക്കാൻ ശ്രമിച്ചവരാണ്.

കലയും ശാസ്ത്രവും അറിവിന്റെ ഫലങ്ങൾ. തോട്ടത്തിനു നടുവിൽ ജീവവൃക്ഷം. അതിന്റെ കനി ഭക്ഷിക്കരുത്. അതു മരണകാരണമായ പാപം.

ഭക്തനായ മൂഢനെക്കാൾ പാപിയായ ബുദ്ധനാകാൻ ശ്രമിച്ചത് ഏതോ അജ്ഞാതനിയോഗത്തിന്റെ വരം. അതിന്റെ പ്രസാദത്തിൽ രാജീവൻ പരമശാന്തനായി; സാത്വികനായി.

നിറഞ്ഞ ഹൃദയത്തോടെ ഒരർത്ഥന–

എല്ലാ നന്മകൾക്കും നന്ദി. നേരിടേണ്ടിവന്ന തിന്മകൾക്കും നന്ദി. പുണ്യപാപങ്ങൾക്കപ്പുറത്തേക്ക് ഗുണദോഷവിചാരങ്ങൾ വെടിഞ്ഞ് പ്രശാന്തമായ യാത്ര. ഒറ്റയ്ക്കാണ്. ഈ അപകടകാരിയോട് ഒത്തുചേരാൻ മടിക്കുന്ന ഗുണകാംക്ഷികൾക്കും സ്വവർഗ്ഗസ്നേഹികൾക്കും വിജയമുണ്ടാകട്ടെ. ഇത് പരാജിതന്റെ ഏകാന്തയാത്രയാണ്.

ഒരിക്കൽക്കൂടി ഗുരുമുഖം ദർശിച്ചു. വിഷാദത്തിന്റെ മങ്ങലുണ്ടോ? തോന്നിയതാവാം. എത്ര വേഷങ്ങൾ അണിയുന്നതും അഴിയുന്നതും സാക്ഷിയെപ്പോലെ കണ്ടുനിന്ന കണ്ണുകളാണ്. എല്ലാം അയഥാർത്ഥമെന്ന പരികല്പനയിൽ സ്വരൂപിച്ചെടുത്ത നിർവ്വേദമാകും ഉള്ളിൽ.

മുറിയിൽനിന്നിറങ്ങുമ്പോൾ ശിപായി വറീതുചേട്ടൻ തൊഴുകൈയോടെ മുന്നിൽ നിന്നു. വർഷങ്ങളായി ഇതേ പ്രായത്തിലും രൂപത്തിലും ഇവിടെയുണ്ട്. വയസ്സ് നിശ്ചയിക്കുക സാദ്ധ്യമല്ല. എപ്പോഴും നിഴൽപോലെ വറീതുചേട്ടൻ ഒപ്പമുണ്ടായിരുന്നുവെന്ന് രാജീവനോർത്തു– ഒരു കാരണവരായി, പരിചാരകനായി.

വറീതുചേട്ടൻ ഒന്നും പറഞ്ഞില്ല. നിറകണ്ണുകളോടെ നില്ക്കുന്ന ഈ മനുഷ്യൻ തനിക്കാരാണ്?

വർഷങ്ങൾ! കുഞ്ഞിച്ചുമടുമായി പിൻതിരിഞ്ഞോടുന്ന നെയ്യുറുമ്പുകളെപ്പോലെ ഓർമ്മകൾ. ഓരോ കാലസന്ധിയിലും വറീതുചേട്ടൻ ഉണ്ടായിരുന്നു. കോളേജ് കവലയിൽ ബസ്സിറങ്ങി വേഗം നടന്ന മെല്ലിച്ച പയ്യന്റെ പിന്നാലെ വന്ന അന്വേഷണം.

“ഏത് ക്ലാസിൽ ചേരാനാ?”

ഉള്ളിൽ ചിരി നിറഞ്ഞു. ചോദിച്ചതു കുറ്റമല്ല. ഒരിത്തിരിപ്പോന്ന ചെറുപ്പക്കാരൻ അദ്ധ്യാപകനാകാൻ വന്നവനാണെന്നു കരുതാൻ കഴിയുമായിരുന്നില്ല, അന്ന്. പുതിയ ലക്ചറർ എന്നും സ്വയം പരിചയപ്പെടുത്തിയപ്പോൾ അത്ഭുതം വിടർന്ന കണ്ണുകളോടെ നിന്നുപോയ ആ പ്രായമുള്ള മനുഷ്യൻ വറീതുചേട്ടനാണെന്ന് രാജീവൻ പിന്നീടറിഞ്ഞു.

ഒരു നെടുങ്കോട്ടയുടെ ഗാംഭീര്യവും മുഴക്കമുള്ള ശബ്ദവും പ്രിൻസിപ്പാളിനെ ഭീകരപ്രകൃതിയാക്കിയിരുന്നു. അരവാതിൽ തുറന്ന് അദ്ദേഹത്തിന്റെ മുറിയിലേക്ക് രാജീവനെ തള്ളിവിട്ടത് വറീതുചേട്ടനാണ്. മയമില്ലാത്ത അധികാരത്തിന്റെ കുഴിഞ്ഞിറങ്ങുന്ന നോട്ടത്തിൽ സ്വന്തം കുറ്റകൃത്യത്തിന്റെ ആഴം കണ്ടെത്താൻ രാജീവൻ ശ്രമിച്ചു. പ്രായപൂർത്തി വോട്ടവകാശത്തിന് അർഹത നേടുംമുമ്പ് ബിരുദാനന്തരബിരുദം നേടിയത് അപരാധമോ? ജോലിക്ക് അപേക്ഷയൊന്നും സമർപ്പിച്ചിരുന്നില്ല.

ഗുണകാംക്ഷിയായ ഒരു വൈദികന്റെ മുൻകൂർ ശുപാർശ ഉണ്ടായിരുന്നുവെന്നത് നേര്. അച്ഛന്റെ സ്നേഹിതനായിരുന്നു അദ്ദേഹം. അത്തരം ശുപാർശകൾ അലോസരം സൃഷ്ടിച്ചുവോ?

ആ ആദ്യാനുഭവത്തിൽ രാജീവൻ ഒന്നു പതറി. വിശാലമായ മുറിയുടെ ചുമരുകളിൽ നോട്ടം ഇഴഞ്ഞു. കണ്ണിൽപ്പെട്ടത് ഒരു വൃദ്ധതാപസന്റെ ചിത്രം. ആ മുഖത്ത് അനുകമ്പയുടെ നനുത്ത പ്രകാശം തെളിയുന്നത് രാജീവൻ ദർശിച്ചു. കലാലയത്തിന്റെ സ്ഥാപകനായ യതിവര്യൻ തന്നെ സ്വാഗതം ചെയ്യുന്നുവോ?

ഇതിനിടയിൽ പ്രിൻസിപ്പാളിന്റെ ഉയർന്ന പുരികങ്ങൾ ശ്രദ്ധിച്ചില്ല.

ഗർർർ....

ആ സിംഹഗർജ്ജനത്തിൽ ഉലഞ്ഞപ്പോൾ രാജീവന് ഊന്നുവടിയായത് വറീതുചേട്ടനാണ്.

"ഈ കൊച്ച് പുതിയ സാറാ." വറീതുചേട്ടൻ പ്രിൻസിപ്പാളിനെ ധരിപ്പിക്കുന്നു.

"ശരി, എന്നാ കൊച്ചുസാറ് ഇരിക്ക്." സിംഹം ശാന്തനാകുന്നു.

വറീതുചേട്ടന് നന്ദി. രാജീവൻ മനസ്സിൽ കുറിച്ചിട്ടു.

ആ വാത്സല്യത്തിന്റെ കനിവ് ഇപ്പോഴും വറ്റാതെ വറീതുചേട്ടന്റെ വൃദ്ധനയനങ്ങളിൽ.

രാജീവൻ ഒന്നു തിരിഞ്ഞുനിന്ന് പേഴ്സ് തുറന്നു– പിതൃകരങ്ങളിൽ കാണിക്കയെന്നപോലെ.

വറീതുചേട്ടൻ അതു ശ്രദ്ധിച്ചില്ല. പരാതിയുടെ ഘനീഭവിച്ച സ്വരം രാജീവൻ കേട്ടു.

"കണക്കുതീർത്തു പോവ്വാ, അല്ലേ?"

ഒന്നും പറയാൻ കഴിഞ്ഞില്ല. രാജീവൻ ഉള്ളിൽ കരുതി; കണക്കുകൾ തീർക്കാൻ കഴിയില്ല. അതിനുള്ള കാലം കടന്നുപോയി. സ്വന്തം കുരിശുമെടുത്ത് യാത്രചെയ്യുകയാണ്. ഒറ്റപ്പെട്ട യാത്രാപഥങ്ങൾ സമതലങ്ങൾക്കപ്പുറത്തേക്ക് നീളുന്നു. ഈ സാഹസികയാത്രയിൽ താൻ ഏകനാണ്. നിഴൽപോലും പിന്നിലില്ല. മദ്ധ്യാഹ്നത്തിൽ കത്തിയെരിയുന്ന സൂര്യനു താഴെ സത്യം തേടുന്ന യാത്ര.

അങ്കം ഒന്ന്

ഒന്ന്

കോളേജിന്റെ മൂന്നാം നിലയിൽ ആയിരുന്നു ആദ്യത്തെ ക്ലാസ്. വകുപ്പുമേധാവിയോ മുതിർന്ന അദ്ധ്യാപകരിൽ ആരെങ്കിലുമോ കൂടെ വന്ന് കുട്ടികൾക്ക് തന്നെ പരിചയപ്പെടുത്തുമെന്ന് രാജീവൻ പ്രതീക്ഷിച്ചു.

“അങ്ങനെ ഒരു പതിവില്ല. പോരെങ്കിൽ പുതിയ ക്ലാസാണ്. ഞങ്ങളും അവർക്ക് അപരിചിതരാണ്.” വകുപ്പുമേധാവി പറഞ്ഞു.

“രാജീവൻസാർ ധൈര്യമായി ചെല്ലണം. പെൺകുട്ടികളാ ക്ലാസിൽ കൂടുതൽ. കീറ്റ്സിന്റെ റൊമാന്റിക് പൊയട്രിപോലെ സാറിനെയും അവർക്കിഷ്ടമാകും.”

സ്റ്റാഫ് റൂമിൽ ചിരിപടർന്നപ്പോൾ തമാശക്കാരനായ അദ്ധ്യാപകനെ ശ്രദ്ധിച്ചു; സുറിയാനി പഠിപ്പിക്കുന്ന ഫാദർ പറയരുകുഴി.

നരകയറിയ ആ മനസ്സുകളിൽനിന്ന് അകന്നു. പ്രായത്തിന്റെ പാകതയില്ല; വിവേകപൂർണ്ണമായ പെരുമാറ്റമില്ല. ഏതോ കോമാളിക്കളിക്ക് വട്ടംകൂട്ടുന്ന ലാഘവം; നിസ്സംഗത–

പുസ്തകമെടുത്ത് ക്ലാസ്മുറിയിലേക്ക് നടന്നു. കടും നീലനിറത്തിലുള്ള പാന്റ്സും വെള്ള ഷർട്ടുമായിരുന്നു വേഷമെന്ന് രാജീവൻ മറന്നിട്ടില്ല. ആൾക്കൂട്ടത്തിനിടയിലൂടെ നടന്നപ്പോൾ ആരും തിരിച്ചറിഞ്ഞില്ല. കുട്ടികൾ സംഘം ചേർന്നു നീങ്ങി. അവർക്കിടയിലൂടെ നുഴഞ്ഞു കയറേണ്ടിവന്നു. ചിലർ ചുമലിൽ കൈവെച്ചു; പിന്നിൽനിന്ന് തള്ളി.

ക്ലാസ്മുറിയുടെ വാതിൽക്കൽ എത്തുമ്പോൾ കുട്ടികൾ വന്നു തുടങ്ങിയിട്ടേയുള്ളൂ. കാത്തു നില്ക്കേണ്ടിവന്നു. ഒത്തുചേർന്നു വന്നവർ മുറിയിൽ നിറയുമ്പോൾ രാജീവൻ മനസ്സിലാക്കി, പലരും തന്നോളം പ്രായമുള്ളവർ. ചിലർ തന്നിലേറെ മുതിർന്നവരാണ്. ആത്മവിശ്വാസം നഷ്ടപ്പെടാതിരിക്കാൻ നല്ല കരുതൽ പുലർത്തി. ഭാഗ്യത്തിന് ഉയർന്ന വേദി

യുണ്ട്. പതറാത്ത കാൽവയ്പുകളോടെ കയറി നിന്നു. കുട്ടികൾ എഴുന്നേറ്റ് ആദരിക്കുമെന്ന പ്രതീക്ഷ വിഫലമായി. അദ്ധ്യാപകനായി രാജീവനെ ആരും തിരിച്ചറിഞ്ഞില്ല. മുൻബഞ്ചിലിരുന്ന കുസൃതിക്കണ്ണുള്ള പെൺകുട്ടി കൂട്ടുകാരിയുടെ ചെവിയിൽ എന്തോ മന്ത്രിക്കുന്നതും കേട്ടവർ വായ്പൊത്തി ചിരിക്കുന്നതും ശ്രദ്ധിച്ചു. കൂടുതൽ പടരുംമുമ്പ് അതു തടഞ്ഞു:

"സൈലൻസ്!"

അപ്രതീക്ഷിതമായി പിൻബഞ്ചുകളിൽനിന്നു മാറ്റൊലിയുണ്ടായി:

"സൈലൻസ്." തുടർന്ന് ഹർഷാരവവും കൂക്കുവിളിയും. അതിൽ മുങ്ങിപ്പോകുമോ എന്ന ഭീതിയുണരും മുമ്പ് രാജീവൻ ശബ്ദമുയർത്തി:

"ദാറ്റ്സ് ഇനഫ്."

ആരവം ഒന്നു നിലച്ചു. ആ അവസരം നഷ്ടമാക്കാതെ സ്വയം പരിചയപ്പെടുത്തി. നേരെ കവിതയുടെ ജാലകം തുറന്നു.

– ആകാശത്തിന്റെ നിറം നീലയായിരുന്നു. അതിന്റെ താഴ്വരയിൽ വെള്ളക്കുരുവികൾ കൂട്ടംചേർന്നു പറന്നുയർന്നു. ഭൂമി ഹരിതതട്ടമണിഞ്ഞു. കവിളുകളിൽ കുങ്കുമപ്പൂ വിരിഞ്ഞു.

അജ്ഞാതമായ ആവേശത്തിൽ കുതിക്കുമ്പോൾ അപൂർവ്വാനുഭവത്തിന്റെ ആഹ്ലാദം നുരകുത്തിയൊഴുകി. ഒരുമണിക്കൂർ കടന്നുപോയതറിഞ്ഞില്ല. കൈവന്ന വിജ്ഞാനത്തിന്റെ ശക്തി മുഴുവൻ പ്രദർശിപ്പിച്ച് കുട്ടികളെ വെറുതെ സംഭ്രമിപ്പിക്കുകയായിരുന്നുവെന്ന് ഇപ്പോൾ തിരിച്ചറിയുന്നു. കേട്ടിരുന്നവർക്കൊന്നും മനസ്സിലായിട്ടുണ്ടാവില്ല. പുതിയ അദ്ധ്യാപകനെ നോക്കിക്കണ്ടു വിലയിരുത്തുന്നതിനിടയിൽ അയാൾ വർഷിച്ച ശബ്ദപ്രളയത്തിന്റെ അർത്ഥസാന്ദ്രത അവർക്ക് ചിന്താവിഷയമാകാതെ പോയതു സ്വാഭാവികം.

ക്ലാസുകഴിഞ്ഞ് പുറത്തിറങ്ങിയപ്പോൾ കാറ്റിൽ കലർന്ന മധുരസ്വരം:

"പൈലറ്റ്!"

തിരിഞ്ഞു നോക്കി. മുൻബഞ്ചിലെ വർത്തമാനക്കാരി പിന്നിൽ നിന്നു ചിരിച്ചു. അവളുടെ കൈയ്യിൽ രാജീവിന്റെ പേന. സ്വർണ്ണത്തൊപ്പിയുള്ള ജപ്പാൻ പൈലറ്റ്. ഹാജരെടുത്തശേഷം മേശപ്പുറത്തു വച്ചു മറന്നതാണ്.

"താങ്ക്സ്!"

അതു നഷ്ടപ്പെട്ടിരുന്നെങ്കിൽ ഓർത്തു ദുഃഖിക്കാൻ ഇടയാകുമായിരുന്നു. ഒരു മഹാഗ്രന്ഥത്തിന്റെ പരിഭാഷയിൽ പങ്കാളിയായതിന് അഭിനന്ദനസൂചകമായി ലഭിച്ചതാണ്. ഒരംഗീകാരത്തിന്റെ പ്രതീകം.

അഭിനന്ദനങ്ങളും അംഗീകാരങ്ങളും ഏറെയൊന്നും രാജീവനെ തേടിയെത്തിയിട്ടില്ല. ഏകാന്തജീവിയായി വളർന്നു. ശൈശവത്തിൽ തന്നോടുതന്നെ സംസാരിച്ചു. ബാല്യത്തിൽ സ്വയം കലഹിച്ചു. വയലിൽനിന്നു കേറാൻ മടിച്ച അച്ഛൻ. അടുക്കളയുടെ അന്തരീക്ഷം വെടിയാൻ അറച്ച അമ്മ. നാലുകെട്ടിന്റെ ഇരുണ്ട മുറികളിൽ രാജീവൻ സ്വയം നഷ്ടപ്പെട്ടു.

വായുവിന് വിട്ടുമാറാത്ത ഈർപ്പത്തിന്റെ ഗന്ധമായിരുന്നു. അതു ചിലപ്പോഴൊക്കെ മനംപുരട്ടൽ ഉണ്ടാക്കി. തന്റെയുള്ളിൽ അലിഞ്ഞുചേരാൻ മടിക്കുന്ന എന്തോ ഉണ്ട്. അത് താൻതന്നെയാണെന്ന തോന്നൽ ബലപ്പെട്ടു. ഒഴിഞ്ഞുമാറാനും ഒറ്റപ്പെട്ട് യാത്ര ചെയ്യാനും രാജീവൻ ഇഷ്ടപ്പെട്ടു.

അത്തരം ഒരു ജീവിതത്തിൽ ആശംസകളുടെ പുഷ്പവർഷത്തിന് ആരുണ്ടാകും? അധികംപേരും രാജീവനെ തിരിച്ചറിഞ്ഞില്ല. പുസ്തകങ്ങൾ തുറന്നിട്ട ലോകത്തിൽ ആകാശത്തുമാത്രം തെളിയുന്ന നക്ഷത്രങ്ങൾ തേടി രാജീവൻ യാത്ര ചെയ്തു; സ്വന്തം നിഴൽപോലും കൂട്ടിനില്ലാതെ.

സ്റ്റാഫ് റൂമിൽ അദ്ധ്യാപകർ പറ്റം ചേർന്നിരുന്നു. അവർ രാജീവന്റെ മടങ്ങിവരവിനു കാത്തു. പരിക്കേൽക്കാതെ രക്ഷപ്പെടുക പ്രയാസം. തളർന്നു വരുമ്പോൾ കണ്ടാനന്ദിക്കാൻ താല്പര്യം. ഒരിക്കൽ തങ്ങൾ വീണിടത്തു വീണ്ടും പുതിയ പതനങ്ങൾ, പ്രതീക്ഷ.

പക്ഷേ, അവരുടെ പ്രതീക്ഷകൾ കാറ്റിൽ പറന്ന കരിയിലകളായി; മഴയിൽ ഒലിച്ച മൺകട്ടകളായി. രാജീവൻ ഒരത്ഭുതചിഹ്നംപോലെ നിലകൊണ്ടു.

ഫാദർ പറയരുകുഴിയുടെ അരികെച്ചെന്ന് രാജീവൻ മന്ത്രിക്കുംപോലെ പറഞ്ഞു:

“അങ്ങ് അഭിപ്രായപ്പെട്ടതുപോലെ അവർക്കെന്നെ ഇഷ്ടമായെന്നു തോന്നുന്നു.”

അനുമോദനത്തിന് കാതോർത്തത് വെറുതെയായി. അച്ചന്റെ മുഖം കൂടുതൽ ഇരുണ്ടു. യാഥാർത്ഥ്യത്തോടു പൊരുത്തപ്പെടാൻ വൈമുഖ്യം. പൊള്ളയായ ആശംസകൾക്കിടയിലും നിഗൂഢമായി ആശിച്ചത് യുവത്വത്തിന്റെ പരാജയം.

വറീതുചേട്ടൻ എങ്ങുനിന്നോ ഓടിയെത്തി.

“കൊച്ചുസാറ് വിചാരിച്ചപോലല്ലല്ലോ. ആ വിക്രമികളെ മുഴുവൻ അടക്കിയിരുത്തിയില്ലേ.”

പാവപ്പെട്ട മനുഷ്യനു മുഖമൂടികളില്ല. അഭിനയിക്കാൻ ശ്രമിക്കുന്നില്ല. ചിന്തയും വാക്കും തമ്മിൽ നിലനില്ക്കുന്ന സുതാര്യത.

സഹാദ്ധ്യാപകർ അതു ശ്രദ്ധിച്ചതായി തോന്നിയില്ല. സ്വന്തം ചാപല്യങ്ങളിൽ മുഴുകി സമയം പോക്കി. ചിലർ സിഗററ്റ് പുകച്ചു. കുറേക്കൂടി മുതിർന്നവർ വെറ്റില മുറുക്കി ജാലകത്തിലൂടെ പുറത്തേക്കു തുപ്പി. വായുവിൽ വർണ്ണരേണുക്കൾ വിതറി.

അന്ന് വേറെ ക്ലാസുകൾ ഉണ്ടായിരുന്നില്ല. എല്ലാവരുമായി പരിചയപ്പെടാൻ അവസരം. പക്ഷേ ധൈര്യം കിട്ടിയില്ല. അദ്ധ്യാപകർ പല കൂട്ടമായി തിരിഞ്ഞിരിക്കുന്നു. പരിമിതവൃത്തങ്ങൾ. അവയുടെ ഉള്ളിൽ തനിക്കിടം കിട്ടുകയില്ലെന്ന് രാജീവൻ മനസ്സിലാക്കി. തന്നെ ഒറ്റപ്പെടുത്തുകയാണോ? എന്ത് അപരാധത്തിന്? ആരും സ്വാഗതം ചെയ്യുന്നില്ലെന്നു

തീർച്ചയായപ്പോൾ രാജീവൻ സ്റ്റാഫ്റൂമിൽനിന്നിറങ്ങി. ഇടനാഴികൾ പിന്നിട്ട് ലൈബ്രറിയുടെ നേർക്കു നടന്നു. പുസ്തകങ്ങളുടെ ലോകം എന്നും പ്രിയപ്പെട്ടത്. അവിടെ അന്യതാബോധമില്ല. അവഗണനകൾക്കു പ്രസക്തിയില്ല. വാക്കുകളുടെ ഉള്ളിൽ പ്രകാശിക്കുന്ന നക്ഷത്രലോകം. എല്ലാ ഇരുട്ടിൽനിന്നും മോചനം.

വിശാലമായ ലൈബ്രറി. വിലകൂടിയ അലമാരകളിൽ സൂക്ഷിച്ചുവച്ച ഗ്രന്ഥശേഖരം. അവ സുരക്ഷിതമായി വച്ചിരിക്കുകയാണ്. വിതരണം ചെയ്യപ്പെടുന്നുണ്ടോ എന്നു സന്ദേഹിച്ചു. ഒന്നു തുറന്നു കാണാൻ നടത്തിയ ആദ്യശ്രമം വിഫലമായി. രാജീവനെ അദ്ധ്യാപകനായി തിരിച്ചറിയുന്നതിൽ ലൈബ്രറി അറ്റൻഡർ പരാജയപ്പെട്ടു. ഒടുവിൽ ലൈബ്രേറിയന്റെ സഹായം തേടേണ്ടിവന്നു.

ബന്ധനവിമുക്തമായ പുസ്തകപ്രപഞ്ചം അത്ഭുതം വളർത്തി. അപൂർവ്വഗ്രന്ഥങ്ങളേറെ. ആരുടെയും കരസ്പർശം ഏല്ക്കാത്തവ. പുതുമയുടെ ഗന്ധം നഷ്ടപ്പെട്ടിട്ടില്ല.

ഏതാനും പുസ്തകങ്ങൾ എടുത്തു ഡോ. രാധാകൃഷ്ണന്റെയും ആൾഡസ് ഹക്സിലിയുടെയും ബർട്ട്റാന്റ് റസ്സലിന്റെയും തത്ത്വശാസ്ത്ര ഗ്രന്ഥങ്ങൾ. ബോറിസ് പാസ്റ്റർനാക്കിന്റെ കവിതകളും ഡോ.ഷിവാഗോ എന്ന നോവലും, അങ്ങനെ ചിലത്. എല്ലാംകൂടി നല്ല ചുമടായി.

പുതിയ ജീവിതം തുടങ്ങുകയാണ്. അദ്ധ്യാപകജീവിതം. അതിൽ വെല്ലുവിളികൾ നിറഞ്ഞിരിക്കുന്ന അനന്തതയുടെ ഭംഗികൾ തേടി ഉയരങ്ങളിലേക്കു പറക്കുകയാണ്. ചൈതന്യമുണർത്തുന്ന പ്രകാശരശ്മികൾ. അവ മനസ്സിൽ നിറയണം. തലമുറകളുടെ യാത്രയിൽ മാർഗ്ഗദീപമാകണം.

ഈ വഴി കഠിനാദ്ധ്വാനത്തിന്റെ കണ്ടെത്തലാണ്. സ്വയം സൃഷ്ടിച്ചെടുത്തത് എന്നവകാശപ്പെടാം. നാട്ടിൻപുറത്തെ ഇടത്തരം കർഷക കുടുംബത്തിലാണ് ജനിച്ചത്. ഗ്രാമത്തിന്റെ അതിരുകൾക്കപ്പുറം ജീവിതത്തിൽ ഇടമുണ്ട് എന്നു തിരിച്ചറിയാതിരുന്ന ബാല്യം. കുന്നും പുഴയും വയലേലകളും മെയ്യാഭരണങ്ങൾ ചാർത്തിയ ഗ്രാമം. അവിടത്തെ പ്രധാന സ്ഥാപനം ഒരു ഗ്രാന്റ് പള്ളിക്കൂടമാണ്. അതിന്റെ തലവൻ എന്നതിനപ്പുറം ഒരു പദവി മറ്റാർക്കും സ്വപ്നമാകാതിരുന്ന കൗമാരത്തിൽ സാഹസികനാകാൻ കഴിഞ്ഞത് ഏതോ ആദിപ്രേരണ.

വഴിമുടക്കുന്ന പരാജയഭീഷണികൾ രാജീവിനോടൊപ്പം എന്നുമുണ്ടായിരുന്നു. ഒരുപക്ഷേ, ജീവിതസായാഹ്നത്തിലും ആവർത്തിക്കപ്പെടാം. മരണം സ്വന്തം കുതികാലിലുണ്ട് എന്നു പറഞ്ഞുതന്ന ഗുരുവിന് നന്ദി. ജീവിതത്തെ അതിന്റെ യാഥാർത്ഥ്യങ്ങളിൽ നേരിടുകയായിരുന്നല്ലോ. അമ്മയുടെ ചിറകിൽനിന്നൊഴിഞ്ഞ് ഇരതേടാനൊരുങ്ങുന്ന പ്രായത്തിൽ തണലുകൾ ഒന്നൊന്നായി അകലുന്നു. ഗ്രീഷ്മപഥങ്ങളിൽ യാത്രയാരംഭിക്കുന്നു, സമതലങ്ങൾക്കപ്പുറത്തേക്ക്.

പർവ്വതങ്ങളുടെ മുകളിൽ നടന്നു കയറണം. കടലിൽ തിരകൾ മുറിച്ചു നീന്തണം. പക്ഷിയായി, മത്സ്യമായി പരിണമിക്കണം. ഒരു ജന്മത്തിൽ എത്ര ജീവിതങ്ങൾ.

ഒന്നും മറക്കാൻ കഴിയുന്നില്ല.

കോളജിൽ ക്ലാസുകൾ തീർന്നതിന്റെ മണി മുഴങ്ങിയപ്പോഴാണ് രാജീവൻ സ്റ്റാഫ്റൂമിൽ നിന്നിറങ്ങിയത്. കൈയ്യിൽ ഒരുകെട്ട് പുസ്തകങ്ങൾ. ഈ താളുകൾക്കിടയിൽ തുടിക്കുന്ന ജീവിതം – ആത്മാർത്ഥമായത്, സൗന്ദര്യത്തികവാർന്നത്.

വഴിയോരത്തിലൂടെ നടക്കുമ്പോൾ ഒപ്പം ഒഴുകുന്ന കുട്ടികൾ തന്നെ ശ്രദ്ധിക്കുന്നുവെന്ന് രാജീവനറിഞ്ഞു. ഏതോ വിചിത്രവസ്തുവിനെ എന്നപോലെ. പരീക്ഷയ്ക്ക് ഒരുങ്ങുന്ന വിദ്യാർത്ഥികണക്കെ പുസ്തകച്ചുമടുമായി നീങ്ങുന്ന ഇയാൾ എങ്ങനെ വഴിതെറ്റി എന്ന ആശ്ചര്യമാകാം.

“കൊച്ചുസാറിന് വലിയ ചുമടുണ്ടല്ലോ. ക്വാർട്ടേഴ്സിൽ ഞാൻ കൊണ്ടെത്തിക്കാം.” വറീതുചേട്ടൻ രാജീവിന്റെ പിന്നാലെ എത്തി.

വെറുതെ ചിരിച്ചു. ഒന്നും ആവശ്യമില്ലെന്ന മട്ടിൽ കണ്ണിറുക്കി ഒറ്റയ്ക്കു നടന്നു.

“സാറിനിയും പരീക്ഷയെഴുതുന്ന മട്ടുണ്ട്..”

അതാരുടെ ശബ്ദമാണ്? ആദികാലങ്ങളിൽനിന്നു പുറപ്പെട്ട മരുത്തിന്റെ മർമ്മരംപോലെ അതിന് കുളിർമ്മയുണ്ട്. സൗരഭ്യമുണ്ട്. അതിൽ സംഗീതത്തിന്റെ ലയമുണ്ട്.

ഇക്കാലമത്രയും അതു തന്നോടൊപ്പം ഉണ്ടായിരുന്നോ എന്ന സന്ദേഹം ഉണർന്നു. മുന്നോട്ടുള്ള കുതിപ്പിൽ ഒന്നും ശ്രദ്ധിച്ചില്ല. കൂട്ടുചേരലിന് അവസരം ലഭിച്ചില്ല. ജീവിതത്തിന്റെ ഉല്ലാസവേളകളിൽ സ്വയം ഒറ്റപ്പെടുമ്പോൾ ഒരുമിച്ചു പഠിക്കുന്നവർ കളിയാക്കിയിരുന്നത് രാജീവൻ ഓർത്തു.

“നീ ഇങ്ങനെ ഗുണംപിടിക്കാതെപോയല്ലോ.”

ചിരിച്ചൊഴിഞ്ഞതേയുള്ളൂ. പരീക്ഷണങ്ങളുടെ സൂക്ഷ്മനാളികളിൽ തിളച്ചുയരാൻ വിധി. ഉയർന്ന ബിരുദം. ആർക്കും മാറ്റിനിർത്താൻ കഴിയാത്ത ജീവിതമേഖലകൾ. അവഗണന പൊറുക്കാനായില്ല. മത്സരയോട്ടത്തിൽ തനിക്ക് ജയിച്ചുകയറുകതന്നെ വേണമെന്ന ദൃഢവ്രതം.

പഠിച്ചു വിജയം വരിച്ചു. പക്ഷേ, ജീവിതം ഒരു വിജയത്തിൽ അവസാനിക്കുന്നില്ലെന്ന് ഇന്നറിയുന്നു. യാത്ര തുടരുകയാണ്. അനന്തമായ ജീവിതപഥം മുന്നിൽ. മുന്നോട്ടു പോകുന്തോറും കൂടുതൽ പ്രതിബന്ധങ്ങൾ. അതിനെ നേരിടാൻ സ്വയം സജ്ജനാകുന്ന വെമ്പൽ.

പിന്നിട്ട പതിറ്റാണ്ടുകൾ!

സ്വന്തം കർമ്മവേദിയോടു യാത്രപറയുന്ന നിമിഷത്തിൽ മറക്കാനാകാത്ത അനുഭവങ്ങളുടെ, അഗ്നിപരീക്ഷണങ്ങളുടെ മായാത്ത വടുക്കൾ മനസ്സിൽ. കാലുകൾ വഴുതിയിട്ടുണ്ട്; വീണിട്ടുണ്ട്. എന്നാലും

അജ്ഞാതമായ ഏതോ കരങ്ങൾ ഓരോ പതനത്തിലും തന്നെ പിടിച്ചുയർത്തിയിട്ടുണ്ട് എന്നു ബോദ്ധ്യമാകുന്നു. സ്നേഹത്തിന്റെ ദിവ്യമായ കരങ്ങൾ.

ആ താങ്ങ് തനിക്കിപ്പോൾ പൂർണ്ണമായി നഷ്ടപ്പെടുന്നുവോ? അങ്ങനെ പുറന്തള്ളപ്പെടാൻ താൻ എന്തു തെറ്റ് ചെയ്തു? എങ്ങനെ പാപിയായി മുദ്രചാർത്തി?

യഹൂദന്മാരുടെ രാജാവ് എന്ന മേലെഴുത്തിന് താഴെ മരക്കുരിശിൽ പിടയുന്ന മനുഷ്യപുത്രൻ. അവന്റെ നഗ്നശരീരം മൂന്ന് ആണികളിൽ. അവന്റെ മാറിൽ കുത്തിത്തുളയ്ക്കാനും പരിഹാസപൂർവ്വം മുഖത്തു തുപ്പാനും റോമൻ പടച്ചട്ട ധരിച്ചവർക്ക് ആരാണധികാരം നല്കിയത്?

രണ്ട്

കാറ്റിന്റെ ഗതിയിലും നിലാവിന്റെ കുളിർമ്മയിലും രാജീവൻ അജ്ഞാതന്റെ സ്പർശമറിഞ്ഞു. എരിയുന്ന ഭൂമിയിലൂടെ യാത്രചെയ്യുമ്പോൾ സൂര്യന്റെ മുഖം മറിച്ചത് ആ അദൃശ്യകരങ്ങളാണ്. കടൽത്തിരകളിൽ ഉലയുമ്പോൾ അതു രക്ഷയുടെ പേടകമായി.

എവിടെ മറഞ്ഞിരിക്കുന്നുവെന്നു കണ്ടെത്താൻ രാജീവനു കഴിഞ്ഞില്ല. എങ്ങും ആ സാന്നിദ്ധ്യമുണ്ട്. പക്ഷേ രൂപം വ്യക്തമല്ല. തനിക്ക് താങ്ങായി ഒരുവനുണ്ട് എന്നതു തീർച്ചയായിരുന്നു. അല്ലെങ്കിൽ യാത്ര ഇടയ്ക്കുവച്ച് മുടങ്ങുമായിരുന്നില്ലേ?

ഏകാന്തയാമങ്ങളെ ആ അന്വേഷണം അർത്ഥപൂർണമാക്കി. വാക്കുകൾക്കിടയിൽ അവ്യക്തമായ കാലൊച്ച കേട്ടു. ഉറക്കത്തിൽ അരികിലിരുന്നു തലോടി. ദിവ്യമായ അനുഭവത്തിന്റെ കരുത്തിൽ യാത്രാപഥത്തിൽ രാജീവൻ തന്നെ മുമ്പോട്ടു തള്ളിനീക്കി.

ക്വാർട്ടേഴ്സിന്റെ അന്തരീക്ഷം എപ്പോഴും ശബ്ദമുഖരിതം. രാജീവൻ ബോധപൂർവ്വം നിശ്ശബ്ദത പാലിച്ചു.

"താനൊരു മിണ്ടാപ്പൂച്ചയാണല്ലോ." ആർജ്ജവം നഷ്ടപ്പെടാത്ത മലയാളം ലക്ചറർ രാമഭദ്രൻ ഇടയ്ക്ക് കളിയാക്കി.

"കലമുടയ്ക്കരുത് കേട്ടോ." പിന്നീടൊരു കൂട്ടിച്ചേർക്കൽ.

ഒതുങ്ങി ഒറ്റയടിപ്പാതയിലൂടെ യാത്ര ചെയ്യാനുറച്ചു രാജീവൻ. അക്ഷരങ്ങളിൽ മനസ്സർപ്പിച്ച ബ്രഹ്മചാരി. ക്ലാസുമുറികൾ പുതിയ ചിന്തയുടെ ചർച്ചാവേദികളായി. ആവർത്തനങ്ങളാൽ അരസികത നിറഞ്ഞ അന്തരീക്ഷത്തിൽ പുതിയൊരു ചൈതന്യം.

രാജീവനു പിന്നിൽ യുവത്വത്തിന്റെ നിര പ്രത്യക്ഷപ്പെട്ടു. ആ യാത്ര അനന്തമായി നീളുമ്പോൾ പാതവക്കിൽ മറഞ്ഞിരുന്ന അജ്ഞാതന്റെ ചിരി മുഴങ്ങി.

"യാത്ര തുടർന്നോളൂ. നല്ല കരുതൽവേണം. വഴികളിൽ ചതിക്കുഴികളുണ്ട്." കാറ്റ് ചെവിയിൽ പറഞ്ഞു.

"ഇയാൾ ഇവരെ എങ്ങോട്ടു കൊണ്ടുപോകുന്നു?" അധികാരത്തിന്റെ അന്വേഷണങ്ങൾ.

"ആകാശത്തിന്റെ അതിരുകളിലേക്ക്."

"അതെവിടെയാകും?"

"സമതലങ്ങൾക്കപ്പുറത്ത്."

"എന്തിന് ഈ സാഹസയാത്രകൾ? സമതലങ്ങളിൽ സഞ്ചരിച്ചാൽ മതി."

"പോരാ..."

ആത്മാവിന്റെ സ്വരം ഉയർന്നുപൊങ്ങുന്നു. അത് അന്തരീക്ഷത്തിന്റെ ജഡത ഭഞ്ജിക്കുന്നു.

"യുവാക്കൾ അപകടകാരികളാണ്."

കലാലയഭരണം കൈയ്യാളുന്ന സുനഹദോസിൽ കനംതൂങ്ങുന്ന കൺപോളകൾ വലിച്ചകറ്റാൻ ബദ്ധപ്പെട്ടുകൊണ്ട് മരത്തടിക്കച്ചവടക്കാരൻ പറഞ്ഞു.

അയാൾ ആ സമിതിയിലെ ഏറ്റവും ബഹുമാനിതനായ അംഗം.

"അവരെ ഞാൻ കൈകാര്യം ചെയ്തുകൊള്ളാം."

ഷാപ്പുടമ പുതിയ ദൗത്യം ഏറ്റെടുക്കുന്നു.

"നിങ്ങളുടെ കൈകളിലാണ് ഈ കലാലയത്തിന്റെ രക്ഷ."

കലാശാലാമുതലാളിയായ മഹാപുരോഹിതനിൽനിന്ന് ആശ്വാസത്തിന്റെ നിശ്വാസമുയരുന്നു.

രാജീവൻ കുട്ടികളുടെ തിയേറ്റർ ഗ്രൂപ്പ് ഉണ്ടാക്കി. ക്ലാസുമുറിയിൽ നിന്ന് ഷേക്സ്പിയറുടെ *ഒഥല്ലോ* അരങ്ങിലെത്തിച്ചു. അതിന്റെ തിരക്കുകളിൽ വീണത് പുനർജ്ജനിക്കുവേണ്ടിയാണ്. വല്മീകത്തിനുള്ളിൽനിന്ന് കലയുടെ പ്രകാശം പ്രസരിച്ചു. നാടകങ്ങൾ എഴുതി; സംവിധാനം ചെയ്തു; അഭിനയിച്ചു. ചിത്രങ്ങൾ വരച്ചു.

രാജീവൻ വരച്ച ചിത്രങ്ങളുടെ പ്രദർശനം നഗരത്തിൽ നടന്നു. വാരികകളിൽ കവിതകൾ അച്ചടിച്ചുവന്നു.

തലസ്ഥാനനഗരിയിലെ ശ്രദ്ധിക്കപ്പെടുന്ന യുവത്വത്തിന്റെ മുഖമായി രാജീവൻ.

"ഇയാളാരാ മൈക്കലാഞ്ജലോയോ അതോ ഡാവിഞ്ചിയോ?"

സഹപ്രവർത്തകരുടെ വ്യാജസ്തുതികളിൽ ഉലയാൻ സ്വന്തം മനസ്സിനെ രാജീവൻ വിട്ടുകൊടുത്തില്ല. സമതലങ്ങളിലൂടെ യാത്ര ചെയ്യുന്നവർ പർവ്വതങ്ങളിൽ വെല്ലുവിളികൾ ഉയർത്തുന്നില്ല. കടൽത്തിരകളോടു മത്സരിക്കാനും അവർ അശക്തരാണ്. രാജീവൻ സമാധാനിച്ചു.

"കൊച്ചുസാറിന്റെ പടം പത്രത്തിലുണ്ടല്ലോ." വറീതുചേട്ടന്റെ സ്വരത്തിൽ ആഹ്ലാദം; അഭിമാനം.

"ചരമക്കോളത്തിലല്ലല്ലോ"–ഫാദർ പറയരുകുഴി തമാശ പറഞ്ഞു.

സ്റ്റാഫ്റൂമിൽ ചിരിയുടെ ഇളക്കങ്ങൾ നിലച്ചപ്പോൾ വറീത്ചേട്ടൻ പ്രതികരിച്ചു:

"അച്ചന്മാർക്ക് മരിച്ചവരുടെ കാര്യമേ വിചാരമുള്ളു."

രാജീവൻ ഒന്നും ശ്രദ്ധിക്കുന്നില്ലെന്നു ഭാവിച്ചു. ഇത്തരം സംസാരങ്ങളിൽ എന്തു കൂട്ടിച്ചേർക്കാനാണ്? അവഗണിക്കുകയാണ് ആരോഗ്യകരം. കുട്ടികളുടെ മുമ്പിൽ നില്ക്കുമ്പോൾ ജീവിതം നാനാർത്ഥപൂർണ്ണമാകുന്നു. അവരോടൊത്തു ചേരുന്ന സർഗ്ഗവേദികളിൽ മനസ്സ് പ്രകാശമുൾക്കൊള്ളുന്നു. ഇതൊക്കെത്തന്നെ ധാരാളം. സ്വന്തം കാല്പാടുകൾ മായ്ച്ചു കളയുന്ന പിൻകാറ്റിനെ തടഞ്ഞുനിർത്താൻ യുവത്വത്തിന്റെ ശക്തമായ നിര.

രാജീവൻ ശാന്തതയുടെ സുഖമറിഞ്ഞു.

"സാറിന്റെ കൂടെ എപ്പോഴുമുണ്ടല്ലോ ഒരാൾക്കൂട്ടം. കുട്ടികളെ ഇങ്ങനെ തലയിൽ കയറ്ററുത്. കോളജിന്റെ അച്ചടക്കം ഇല്ലായ്മ ചെയ്യരുത്."

വകുപ്പു മേധാവിയുടെ ഉപദേശത്തിന് താക്കീതിന്റെ കാർക്കശ്യം.

"ഞാനൊരാൾ വിചാരിച്ചാൽ തകരാൻ മാത്രം ഉറപ്പില്ലാത്തതാണോ അച്ചടക്കത്തിന്റെ അടിത്തറ?"

രാജീവന്റെ സ്വരം വിനീതം; ഭാവം ചടുലം.

വകുപ്പുമേധാവിക്ക് അതിഷ്ടമായില്ല.

"സൂക്ഷിച്ചാൽ നന്ന്."

പുതിയ പ്രതീക്ഷകളോടെ തലയുയർത്തുന്ന ജീവന്റെ നാമ്പുകൾ ചവിട്ടിമെതിക്കുന്ന ക്രൂരത തിരിച്ചറിഞ്ഞു. തലമുറകളുടെ ഏറ്റുമുട്ടൽ അനിവാര്യമാക്കുന്ന വിധിയുടെ തമാശകൾ.

വൈകുന്നേരം കോളജിൽനിന്നിറങ്ങുമ്പോൾ ബോട്ടണി ലക്ചറർ മാത്യു ജോസഫ് വിളിച്ചു:

"നാളെ അദ്ധ്യാപകസംഘടനയുടെ യൂണിറ്റ് സമ്മേളനമാണ്. സാർകൂടി വരുന്നോ?"

"എന്താ സംശയിച്ചു വിളിച്ചത്?" രാജീവൻ ചോദിച്ചു.

"സർവ്വീസിന്റെ ആദ്യവർഷമല്ലേ; ഞങ്ങൾ നിർബ്ബന്ധിക്കാറില്ല. അധികാരികളുടെ ഭാഗത്തുനിന്ന് പിരിച്ചുവിടൽ ഭീഷണിയുണ്ടാകും."

"എനിക്ക് അത്തരം ഭയപ്പാടൊന്നുമില്ല."

"എങ്കിൽ സാർ തീർച്ചയായും വരണം."

രാജീവൻ സമ്മതിച്ചു.

പിന്നീടോർത്തു: എന്തിനാണ് സമ്മതം നല്കിയത്? അത്ര വലിയ സംഘടനാബോധമോ?

ഒരിക്കലും അതുണ്ടായിട്ടില്ല. ഒറ്റതിരിഞ്ഞ് യാത്ര ചെയ്യാനായിരുന്നു വിധി. ഏകാന്തമായ ധീരത ജീവിതത്തിന്റെ പ്രചോദനശക്തിയായിരുന്നു. എന്നിട്ടൊടുവിൽ ഒരു ഗതിമാറ്റമെന്തിന്?

സംഘം ചേർന്നവരുടെ കണ്ണിൽ രാജീവൻ ഒരത്ഭുതകഥാപാത്രമായി. അധികാരത്തിന്റെ അനുശാസനങ്ങൾ ചോദ്യം ചെയ്യാൻ മടിക്കാത്തധിക്കാരി. ഇവനിൽ പ്രതീക്ഷകളുടെ മുകുളങ്ങൾ വിടരുന്നു.

സംഘടനയുടെ ഉപകാര്യദർശിസ്ഥാനം രാജീവനിൽ അർപ്പിക്കപ്പെട്ടെങ്കിലും മനഃപൂർവ്വം ഒഴിഞ്ഞുമാറി. നിർവ്വാഹകസമിതിയിൽനിന്ന് വിട്ടുനില്ക്കാൻ സാധിച്ചില്ല. സമ്മർദ്ദത്തിനു വഴങ്ങേണ്ടിവന്നു. ഇത്തരം അവസ്ഥകളിൽ സ്വയം രക്ഷിക്കാൻ കഴിയാത്തതാണ് സംഘടനാപ്രവർത്തനത്തിന്റെ ബാദ്ധ്യതയെന്ന് രാജീവനു ബോദ്ധ്യമായി.

പിറ്റേന്ന് കോളജിലെത്തുമ്പോൾ വറീതുചേട്ടൻ കാത്തുനില്ക്കുന്നു.

"കൊച്ചുസാറിനെ പ്രിൻസിപ്പാളച്ചൻ വിളിക്കുന്നു."

"എനിക്കിപ്പോൾ ക്ലാസുണ്ട്. അതു കഴിഞ്ഞ് വരാമെന്നു പറയൂ."

"എന്തോ കുഴപ്പമുണ്ടെന്നു തോന്നുന്നു." വറീതുചേട്ടന് ആശങ്ക.

എന്തു കുഴപ്പമുണ്ടാകാനാണ്? വറീതുചേട്ടൻ വെറുതെ ശങ്കിക്കുകയാണ്. സ്വന്തം കടമകൾ ഭംഗിയായി താൻ നിറവേറ്റുന്നുണ്ട്. നല്ല തയ്യാറെടുപ്പില്ലാതെ ഇന്നോളം ക്ലാസുകൾ കൈകാര്യം ചെയ്തിട്ടില്ല, പാഠ്യേതരപ്രവർത്തനത്തിലും തന്റേതായ നേതൃത്വമുണ്ട്. അസൂയാലുക്കൾ ഇനി വല്ലതും പറഞ്ഞുപിടിപ്പിച്ചാൽത്തന്നെ അതുകേട്ട് കലിതുള്ളുമോ കോളജ് പ്രിൻസിപ്പാൾ; അതും ഒരു വൈദികൻ.

കാർമേഘത്തിന്റെ ഒരു തുണ്ട് പ്രത്യക്ഷമാകുന്നു; മനസ്സിൽ നിറയുന്നു. വെളിച്ചം മങ്ങി. പതിവിനു വിരുദ്ധമായി പത്തുമിനിറ്റ് മുമ്പ് ക്ലാസു നിർത്തി.

"സാറിന്റെ പുതിയ കവിത വായിച്ചു."

പെട്ടെന്നുണ്ടായ നിശ്ശബ്ദതയുടെ ഉള്ളിൽനിന്ന് സ്വകാര്യംപോലെ ആ ശബ്ദം.

മുൻബഞ്ചിലെ പഴയ വർത്തമാനക്കാരിയാണ്.

കേട്ടില്ലെന്നു നടിച്ചു.

"അകലെ ആകാശം; നല്ല ടൈറ്റിൽ. ഇംഗ്ലീഷിലാക്കിയാൽ, The Horizon എന്ന പേരു കൊടുക്കാമോ?" വീണ്ടും അന്വേഷണം.

അറിയാതെ ചുണ്ടിൽ ചിരി പടർന്നു. കുട്ടികൾ എത്ര സൂക്ഷ്മമായി ചിന്തിക്കുന്നു. അകലെ ആകാശത്തിന്റെ അതിരുകൾ ചക്രവാളമാണ്. അത് അകന്നകന്നു പോകുന്നു. The Horizon എന്ന പേര് അർത്ഥപൂർണ്ണമാണ്.

രാജീവൻ ആ വഴിക്ക് ആലോചിച്ചതേയില്ല. അയഥാർത്ഥമായ സ്വപ്നങ്ങളുടെ ഒരു ലോകം സൃഷ്ടിക്കുകയായിരുന്നു. യാതനകളുടെ ഭൂമിയിൽ കഴിയുമ്പോൾ സ്വപ്നങ്ങളുടെ ആകാശം പ്രതീക്ഷയാണ്. ദുഃഖങ്ങളുടെ അഗ്നിയിൽ മഴമേഘംപോലെ പ്രതീക്ഷകൾ.

ബെല്ലടിച്ചു. ക്ലാസ്മുറിയിൽ നിന്നിറങ്ങി പ്രിൻസിപ്പാളിന്റെ ഓഫീസിന് നേർക്കു നടന്നു. വാതിൽ തുറന്ന് അകത്തു കടക്കുമ്പോൾ പ്രിൻസിപ്പാൾ ഒരു വിദ്യാർത്ഥിയെ ശാസിക്കുകയാണ്. രാജീവനെ കണ്ടതോടെ ശബ്ദമുയർന്നു. ഇടിമുഴക്കവും മിന്നൽപ്പിണരും. അല്പം ഒഴിഞ്ഞു നിന്നു. ഇരിക്കാൻ പറയുമെന്നു പ്രതീക്ഷിച്ചെങ്കിലും അതുണ്ടായില്ല.

എല്ലാ കണക്കുകൂട്ടലുകളും തെറ്റിക്കുന്ന മനുഷ്യൻ. ഭ്രാന്തമായ

പാരുഷ്യത്തോടെയാവും ചിലപ്പോൾ സംസാരം. അതിന്റെ ഒടുവിൽ വാത്സല്യത്തിന്റെ നീർച്ചാലുകൾ ഒഴുകും. പാറക്കൂട്ടത്തിനുള്ളിൽ ഈ കൊച്ചരുവിയെ എങ്ങനെ ഒളിപ്പിച്ചുവെന്ന് അത്ഭുതപ്പെട്ടുപോകും.

വളരെ എളുപ്പത്തിൽ ആർക്കും അദ്ദേഹത്തെ തെറ്റിദ്ധരിപ്പിക്കാം. നന്മയുടെ സമൃദ്ധമായ നീരോട്ടത്തിനിടയിലും എത്രയും അപകടകാരി.

വിദ്യാർത്ഥിയെ കടിച്ചും കുടഞ്ഞും മൃതപ്രായനാക്കിയെന്ന് തോന്നുന്നു. അയാളെ പുറത്തു വിടുംവരെ പ്രൻസിപ്പാൾ രാജീവനെ പരിഗണിച്ചില്ല. ഒടുവിൽ ആ ഊഴമായി.

"എന്താ സാറിന്റെ ഭാവം?"

കറുത്ത കണ്ണടയ്ക്കു മുകളിൽ പ്രിൻസിപ്പാളിന്റെ രൗദ്രനേത്രങ്ങൾ പ്രത്യക്ഷമായി.

രാജീവന് ഒന്നും വ്യക്തമായില്ല.

"വന്നുകയറിയതേയുള്ളൂ. അതിനു മുമ്പ് യൂണിയനും സമരവും. ആരാണ് സാറിനു ജോലിതന്നത്? യൂണിയൻ നേതാവോ?"

താൻ അദ്ധ്യാപകസംഘടനയിൽ അംഗമായത് ആരോ പ്രിൻസിപ്പാളിന്റെ ചെവിയിൽ ഓതിക്കൊടുത്തിരിക്കുന്നു. അതുകേട്ട് രോഷാഗ്നി കത്തിജ്ജ്വലിക്കുകയാണ്.

"അവരുടെ കൂടെക്കൂടി സമരത്തിനും ബഹളത്തിനുമാണു ഭാവമെങ്കിൽ ഇടംവലം നോക്കാതെ ഞാൻ പറഞ്ഞയയ്ക്കും."

"സമരത്തിനൊന്നും പരിപാടിയില്ല." രാജീവൻ ശാന്തത വിടാതെ പറഞ്ഞു.

"പിന്നെന്തിനാ യൂണിയൻ? കള്ളു കുടിച്ച് കൂത്താടാനോ? നിങ്ങൾക്കൊക്കെ എന്താ പ്രശ്നം? എത്ര കഷ്ടപ്പെട്ടാ ഞങ്ങളീ സ്ഥാപനമുണ്ടാക്കിയതെന്ന് സാറിനറിയാമോ? എന്നിട്ടിപ്പോൾ ഓരോരുത്തര് അവകാശം പറയാൻ വരുന്നു."

രാജീവന് സഹതാപം തോന്നി. പ്രഥമാദ്ധ്യാപകൻ മാനേജ്മെന്റിന്റെ വക്താവായി അധഃപതിക്കുന്നതു വേദനാജനകം. സഹപ്രവർത്തകരുടെ അവകാശസംരക്ഷണത്തിനു മുന്നിൽ നില്ക്കേണ്ടയാൾ, വെറുമൊരു വാലാട്ടിയായി....

"ഉണ്ണുന്ന ചോറിനു നന്ദിവേണം. അല്ലാതെ സമരഭീഷണിയുമായി വന്നാൽ ഒരെണ്ണം ഗേറ്റ് കടന്ന് അകത്തു കയറില്ല. വേണ്ടിവന്നാൽ ഞങ്ങളിത് അടച്ചുപൂട്ടി കോഴിവളർത്തും."

അതിന് ഈ നാലുനിലക്കെട്ടിടം വേണോ എന്നു ചോദിക്കാൻ തോന്നി. സ്വയം നിയന്ത്രിച്ചു. കത്തുന്ന തീ ഊതിപ്പടർത്തരുത്; എരിയുന്ന തീയിൽ എണ്ണ വീഴ്ത്തരുത്.

"ഉം.... സാറ് പോ..."

നന്ദി പറഞ്ഞു പുറത്തു കടന്നു.

പുതിയ അനുഭവങ്ങൾ, പ്രശാന്തതയിൽ ഉൽക്കകൾ വന്നു വീഴുന്നു. പൊട്ടിത്തെറിക്കുന്നു. അതിന്റെ ചൂടിൽ പ്രകൃതിയുടെ ഹരിതഭംഗികൾ നഷ്ടമാകുന്നു. ഭൂമി ഊഷരമാകുന്നു.

ഈ അഗ്നിവർഷങ്ങൾക്കിടയിൽ മനസ്സിന്റെ ഉർവ്വരത നിലനിന്നതെങ്ങനെ? ഓർത്തുനോക്കുമ്പോൾ അവിശ്വസനീയം. എല്ലാം അവസാനിച്ചെന്നു തോന്നിയ നിമിഷത്തിലും പുതിയ തുടക്കങ്ങൾ. ഇരുട്ടിനുള്ളിൽനിന്നു നക്ഷത്രങ്ങളുടെ പ്രകാശം. വരണ്ട ഭൂമിയിൽ പനിമഞ്ഞിന്റെ നനവ്.

വഴുതലുകൾക്കിടയിലും വീണുടയാതെ, പിൻവാങ്ങലുകളുണ്ടായിട്ടും പരാജിതനാകാതെ യാത്ര ചെയ്യുക; അതായിരുന്നു ജീവിതത്തിന്റെ വിധി; ഗതി.

മൂന്ന്

ആത്മനിന്ദ വളർന്നു. നിസ്സഹായജീവിതത്തിന്റെ ദുർബ്ബലതകളിൽ സ്വയം നഷ്ടപ്പെടുകയാണ്. പ്രഗല്ഭമായി പഠിച്ചു ജയിച്ചിട്ടും താനാരുമല്ലെന്ന അവിശ്വസനീയവിധിക്കു വിധേയനാകുന്നു. തലമുറകൾക്ക് മൗലികശബ്ദം പകർന്നു നല്കേണ്ട ഗുരുവിന് സ്വന്തം സ്വരത്തിൽ സംസാരിക്കുന്നതിന് വിലക്കുകൾ. അത് അംഗീകരിക്കുക സാദ്ധ്യമല്ലെന്ന് രാജീവൻ ദൃഢനിശ്ചയം ചെയ്തു.

അനിവാര്യമായ സംഘർഷത്തിന്റെ ഉഷ്ണഭൂമികളിൽ രാജീവൻ നടക്കാനിറങ്ങി. ഒരിക്കലും പിന്തിരിയുകയില്ലെന്ന് ഉള്ളിലുറപ്പിച്ചു. ജീവിതത്തിന്റെ പ്രശാന്തതയാണ് താൻ ഇഷ്ടപ്പെടുന്നത്. യുദ്ധവേദിയിൽ ആയുധമേന്തി നില്ക്കാൻ ഒരിക്കലും താല്പര്യം തോന്നിയിട്ടില്ല. ഒറ്റയടിപ്പാതയിലൂടെ യാത്രചെയ്തതുകൊണ്ട് ഏറ്റുമുട്ടലുകൾ ഒഴിവാക്കാൻ കഴിഞ്ഞു.

ഇക്കാലമത്രയും തനിക്ക് അന്യമായിരുന്ന വിധിശാസനങ്ങൾ കർമ്മവേദിയിൽ കലാപക്കൊടിയുയർത്തിയപ്പോൾ രാജീവൻ അസ്വസ്ഥനായി. നേടിയ ബിരുദങ്ങളും ആർജ്ജിച്ച വിജ്ഞാനവും അടിമയായി ഒതുങ്ങാനുള്ള ശിക്ഷയെന്നു സമാധാനിക്കാനായില്ല. അഭിമാനബോധം പൂർവ്വോപരി ജ്വലനാത്മകമായി. എന്തൊക്കെയോ എതിർത്തു തോല്പിക്കാൻ വാശി ഉണർന്നു.

അതായിരുന്നു പരിണാമരഹസ്യം. ഗ്രാമത്തിലെ ശുദ്ധാത്മാവായ ചെറുപ്പക്കാരൻ ധീരനും സാഹസികനുമായിത്തീർന്ന ചരിത്ര പശ്ചാത്തലം.

പ്രിൻസിപ്പാളും രാജീവനും തമ്മിൽ നടന്ന കൂടിക്കാഴ്ചയുടെ നിറം പിടിപ്പിച്ച ചിത്രങ്ങൾ കാമ്പസിൽ പ്രചാരം നേടി. അന്നോളം ആരും സിംഹത്തിന്റെ ഗുഹയിൽ കയറിച്ചെന്നിട്ടില്ല. ജീവനുംകൊണ്ട് ഓടിയൊളിക്കുകയായിരുന്നു കീഴ്‌വഴക്കം. അതിനുപകരം മുഖാമുഖം നില്ക്കുക. തീക്ഷ്ണനോട്ടങ്ങളിൽ കുലുങ്ങാതെ കുഞ്ചിരോമങ്ങളിൽ പിടികൂടുക.

ഏതോ വനചിത്രത്തിലെ നായകനായി രാജീവനെ സഹാദ്ധ്യാപകർ കൊണ്ടാടി.

"ഒരുദിവസംകൊണ്ട് തന്റെ താരമൂല്യം വർദ്ധിച്ചിരിക്കുന്നു." രാമഭദ്രൻ കളിയാക്കി.

"ഉള്ള കാര്യം പറയാൻ ഇവിടെയാർക്കും ധൈര്യമില്ല. അസൂയയും കുശുമ്പും പറയാൻ നാവ് നാനൂറ്. കൊച്ചുസാറ് മിടുക്കനാ. സാറന്മാരായാൽ ഇങ്ങനെതന്നെ വേണം." വറീതുചേട്ടൻ പറഞ്ഞു.

മതി; ഇത്രയൊക്കെ മതി. ഈ ചെറിയ ജന്മത്തിൽ ഇത്തരം അഭിനന്ദനങ്ങൾ എത്ര വിലപ്പെട്ടതാണ്. ഒന്നും മുമ്പു കേട്ടിട്ടില്ല. എന്തെങ്കിലും പകരം പ്രതീക്ഷിക്കാതെ ആത്മാർത്ഥതയോടെ ഒരു പാവപ്പെട്ട മനുഷ്യന്റെ പ്രതികരണം. അതിലൂടെ രാജീവന് സ്വയം കണ്ടെത്താൻ കഴിഞ്ഞു. അത് ആഹ്ലാദം പകർന്നു.

പിറ്റേന്ന് ക്ലാസ്മുറിയുടെ വാതിൽക്കൽ ഒരു കാൽപ്പെരുമാറ്റം. രാജീവൻ തിരിഞ്ഞു നോക്കുമ്പോൾ ആരുമില്ല. എന്നിട്ടും കുട്ടികളുടെ കണ്ണുകളിൽ ഉത്സാഹം നഷ്ടമായി. ഭയം നിറഞ്ഞു. തനിക്കു പിന്നിൽ എന്തോ ഉണ്ട്. അതു മനസ്സിലാക്കാൻ രാജീവൻ വരാന്തയിലെത്തുമ്പോൾ വാതിൽ മറഞ്ഞ് പ്രിൻസിപ്പാൾ നില്ക്കുന്നു.

അത് ആവർത്തിക്കപ്പെട്ടു.

ഈ പിന്തുടരൽ എന്തിന്? തന്റെമേൽ കുറ്റം ചുമത്താൻ പ്രിൻസിപ്പാൾ വഴിതേടുകയാണെന്ന് രാജീവന് തീർച്ചയായി. പക്ഷേ, ആ ശ്രമം പരാജയപ്പെടും. തന്റെ കാൽ ഇടറുകയില്ല; മനസ്സു പതറുകയില്ല. തനതായ സൗന്ദര്യസങ്കല്പം വാക്കുകളിൽ നിറഞ്ഞുനില്ക്കും; അന്തരീക്ഷം പ്രശാന്തമാക്കും.

ഒരാഴ്ച കഴിഞ്ഞപ്പോൾ പ്രിൻസിപ്പാൾ വീണ്ടും വിളിപ്പിച്ചു. ഇക്കുറി കയറിച്ചെല്ലുമ്പോൾ മനസ്സ് ചിട്ടപ്പെടുത്തി. ആക്രമണത്തിനാണ് ഒരുക്കമെങ്കിൽ പിൻവാങ്ങുകയില്ല. ഒന്നിനൊന്നു കത്തിക്കയറും. കടമകൾ നിറവേറ്റുന്നതിൽ മറ്റാരും തനിക്ക് മുന്നിലില്ല. നിസ്സഹായനെപ്പോലെ നിന്നുകൊടുത്തത് എന്തപരാധത്തിന്?

തലയുയർത്തിയാണു മുറിയിൽ കടന്നത്.

സിംഹത്തിന്റെ അലർച്ച കാതടപ്പിക്കുമോ?

കറുത്ത കണ്ണട മാറ്റിവെച്ച് പ്രിൻസിപ്പാൾ കസേരയിൽ ചാരിയിരിക്കുകയായിരുന്നു. രാജീവൻ അടുത്തെത്തിയപ്പോൾ അദ്ദേഹം മുന്നോട്ടാഞ്ഞു.

"സാറിരിക്ക്."

അപ്രതീക്ഷിതമായ സ്വാഗതത്തിൽ അമ്പരന്ന് രാജീവൻ ഇരുന്നുപോയി. എന്തിനുള്ള പുറപ്പാടെന്നു തീർച്ചപ്പെടുത്താൻ കഴിഞ്ഞില്ല.

"സാറിന്റെ ക്ലാസുകൾ ഞാൻ വാച്ച് ചെയ്യുകയായിരുന്നു. ഏറെ വായിച്ചിട്ടുണ്ട്, ഇല്ലേ? നല്ല അവതരണം." സിംഹം പുഞ്ചിരിതൂകി.

"താങ്ക്സ്."

"സാറിന്റെ കവിതകളും ഞാൻ ശ്രദ്ധിക്കാറുണ്ട്. ഇറ്റ് ഈസ് ഹൈലി ഫിലോസഫിക്കൽ. എന്താ ഇത്ര ചെറുപ്പത്തിലേ കടുത്ത തത്വചിന്ത?"

"ഓരോ ജന്മവിശേഷം."

രാജീവന്റെ ഉത്തരം പ്രിൻസിപ്പാളിനെ നന്നായി രസിപ്പിച്ചു. അദ്ദേഹം ശിശുസഹജമായ ലാഘവത്തോടെ പൊട്ടിച്ചിരിച്ചു.

അത്ഭുതം തോന്നി. പാറക്കെട്ടുകൾക്കിടയിൽ ഒരു നീർച്ചാൽ പ്രത്യക്ഷപ്പെടുകയാണ്, കുളിരരുവി.

"ഞാനൊരു മാഗസിൻ എഡിറ്റ് ചെയ്യുന്നുണ്ട്. സാറ് കണ്ടുകാണും, 'കാഹളം.' അതിന്റെ കാര്യങ്ങളിൽ എനിക്ക് സാറിന്റെ സഹകരണം വേണം." പ്രിൻസിപ്പാൾ പറഞ്ഞു.

"അത് ഒരു മതമാസികയല്ലേ? എനിക്ക് എന്തു ചെയ്യാൻ കഴിയും?" രാജീവൻ സംശയിച്ചു.

"നിങ്ങൾ ചെറുപ്പക്കാരെന്താ മതപരമായ വിഷയങ്ങൾക്ക് പുറം തിരിഞ്ഞു നില്ക്കുന്നത്? അതു മനുഷ്യനെ നന്മയിലേക്കു നയിക്കുന്ന മാർഗ്ഗമല്ലേ?"

"മതഗ്രന്ഥങ്ങളിൽ എഴുതിവച്ചതുകൊണ്ടായില്ലല്ലോ. ആചാരങ്ങൾ പ്രചരിപ്പിച്ചാലും പോരാ. മതാചാര്യന്മാർക്ക് മനസ്സിൽ നന്മ വേണം. മറ്റുള്ളവരുടെ നന്മയ്ക്ക് പ്രാർത്ഥിക്കാനും അതിൽ സന്തോഷിക്കാനും താല്പര്യം വേണം."

തന്റെ പ്രതികരണം പ്രിൻസിപ്പാളിനെ വീണ്ടും കോപാകുലനാക്കിയേക്കുമെന്ന് രാജീവൻ കരുതി. പക്ഷേ, അദ്ദേഹം ശാന്തത കൈവെടിഞ്ഞില്ല. അനുനയത്തിന്റെ മനോഭാവം നഷ്ടപ്പെടുത്തിയില്ല.

"സാറ് പറയുന്നതിൽ കാര്യമുണ്ട്. നമുക്കൊരു ശ്രമമാകാം. എന്താ?"

രാജീവൻ ഒന്നും പറഞ്ഞില്ല. നന്ദി പ്രകടിപ്പിച്ചു പുറത്തിറങ്ങി. വാതിൽക്കൽ വറീതുചേട്ടൻ. ആശ്വാസപൂർവ്വം ആ കണ്ണുകൾ പുഞ്ചിരി തൂകി.

"താനെന്താ പ്രിൻസിപ്പാളിന്റെ മുറിക്കു മുന്നിൽ ചുറ്റിക്കറങ്ങുന്നത്? ഇതത്ര നല്ല ശീലമല്ലല്ലോ." രാമഭദ്രൻ കളിയാക്കി.

"ചെറിയ തോതിൽ ഒരു സേവപിടുത്തം." രാജീവൻ പ്രതികരിച്ചു.

"ഓ, തന്നെ അതിനു കൊള്ളില്ല. താനൊരു ചെറുമീൻ. ഇത് തിമിംഗലങ്ങളുടെ സ്വൈരവിഹാരവേദിയാണ്."

രാമഭദ്രൻ പറഞ്ഞതിൽ സത്യമുണ്ടെന്ന് രാജീവനു തോന്നി. എന്തും വിഴുങ്ങാൻ വായ്പിളർക്കുന്ന നില. സ്വയം എന്തെങ്കിലും ആയിത്തീരണമെന്ന മോഹമില്ല. മറ്റുള്ളവരുടെ ഉന്നതിയാണു ശ്രദ്ധിക്കുന്നത്. നന്മ നേരാനല്ല. കാൽ വഴുതുന്നുണ്ടോ എന്നറിയാനാണു താല്പര്യം. വീണു കിട്ടിയാൽ ആഹ്ലാദമായി. ആശ്വാസമായി.

ഭൂമിയിൽ കാലുറപ്പിച്ചു നില്ക്കാൻ രാജീവൻ നല്ല കരുതൽ പുലർത്തി. ഭൂമി അമ്മയാണ്. ഈ മടിത്തട്ടിൽ മക്കൾക്ക് ഒരേ അവകാശമാണ്. ജൈവവൈവിദ്ധ്യങ്ങൾ, അമ്മയുടെ ആഹ്ലാദത്തുടിപ്പുകൾ. ഏതു പ്രകാശത്തിലും കാറ്റിന്റെ തലോടലിലും സ്നേഹത്തിന്റെ സാന്ദ്രതയുണ്ട്. മനുഷ്യന്റെ നാട്യങ്ങളും കപടമോഹങ്ങളും ദിക്കുകളിൽ കാളിമ

കലർത്തുന്നു. ആകാശമേഘങ്ങളുടെ നീലിമ നഷ്ടപ്പെടുത്തുന്നു. വീണ്ടെടുക്കാൻ കഴിയാത്ത നഷ്ടങ്ങളുടെ ദുഃഖം വളർത്തുന്നു.

മനസ്സിന്റെ സാധാരണ നില തകിടം മറിഞ്ഞു. അജ്ഞാതമായ വിഷാദഭാരം നിറഞ്ഞു. അതു താങ്ങാനാവാതെ പുളഞ്ഞു. രാത്രികൾ നിർന്നിദ്രകളായി. കൺപോളകൾക്കു ചുറ്റും കാളിമ കലർന്നു.

തനിക്ക് എന്തോ സംഭവിക്കുന്നുണ്ട്. എന്തെന്നു തീർച്ചപ്പെടുത്താൻ കഴിയുന്നില്ല. ലൈബ്രറിയുടെ ആളൊഴിഞ്ഞ കോണിൽ വിടർത്തിവച്ച പുസ്തകത്തിനു മുന്നിൽ രാജീവൻ. ഒന്നും വായിക്കാൻ കഴിയുന്നില്ല.

"സാറെന്താ ദിവാസ്വപ്നത്തിലാണോ?"

ആ ശബ്ദത്തിൽ രാജീവൻ ഉണർന്നു. തിരിഞ്ഞുനോക്കുമ്പോൾ ഡിഗ്രിക്ലാസിലെ വർത്തമാനക്കാരി; നീലിമ. അവൾ തന്നെ തേടിവരുന്നു. പെട്ടെന്നു പോക്കറ്റിൽ ശ്രദ്ധിച്ചു. പേന നഷ്ടപ്പെട്ടിട്ടില്ല. അത് അവിടെത്തന്നെയുണ്ട്.

ഇക്കുറി കണ്ടെടുത്തു കൊണ്ടുവരുന്നത് എന്താവും?

"എന്തെങ്കിലും കളഞ്ഞുപോയിട്ടുണ്ടോ?" നീലിമ ചിരിച്ചു.

"ഇല്ലെന്നു തോന്നുന്നു. തനിക്കെന്തെങ്കിലും കിട്ടിയെങ്കിൽ പറയൂ."

"അത് സാറിന്റെതല്ലെങ്കിൽ?"

"എന്റെതല്ലാത്ത ഒന്നും എനിക്കു വേണ്ടാ."

"അത്ര നിസ്വാർത്ഥനോ?"

"തനിക്കെന്താ ഒരു സംശയംപോലെ?"

"ഏയ്, സാറിനെ കണ്ടിട്ട് വലിയ സന്ന്യാസിയാണെന്നു തോന്നുന്നില്ല."

നീലിമയുടെ മുഴങ്ങുന്ന ചിരിയിൽ ഉണർന്നു. മനസ്സ് ചിറകു വിടർത്തി. വായുവിൽ വർണ്ണരേണുക്കൾ വിതറി. കാറ്റിനു സുഗന്ധമുണ്ടായി.

രാജീവൻ എഴുന്നേറ്റു. മൂടുപടംകൊണ്ടു മുഖം മറച്ചിരിക്കുകയാണ്. ആ ആവരണം നീങ്ങിപ്പോകരുത്. കണ്ടുപിടിക്കാൻ ഇടയാകരുത്.

നീലിമയുടെ കണ്ണുകളിലൂടെ രാജീവൻ തിടുക്കത്തിൽ നടന്നു നീങ്ങുമ്പോൾ അവൾ അത്ഭുതപ്പെട്ടു.

"സാറെവിടേക്കാ, ഇത്ര തിടുക്കത്തിൽ?"

അതിനുള്ള ഉത്തരം തനിക്കറിയില്ലല്ലോ. ചോദ്യങ്ങളെക്കാൾ ഉത്തരങ്ങൾക്കാണ് ക്ലേശമേറുക. ഒന്നുമറിയാത്തവർ എല്ലാം അറിയുന്നവരെപ്പോലെ സംസാരിക്കുന്നു. അതിൽ ചിന്തയുടെ പ്രകാശമില്ല. പ്രായോഗികതയുടെ ചൈതന്യമില്ല.

രാജീവൻ മാളത്തിലൊതുങ്ങാൻ ബദ്ധപ്പെട്ടു. തന്റെ ഉള്ളിൽ ദുർബ്ബലനായ ഒരു മനുഷ്യജീവിയുണ്ട്. മോഹങ്ങൾ ഞരമ്പുകളിൽ അലയുന്നുണ്ട്. കാമലോലുപമായ ജീവിതത്തിന്റെ നീർക്കുമിളകൾ ജലാശയത്തിനടിയിൽനിന്നും ഉയർന്നുവരുന്നു. അതിവേഗം പൊട്ടിപ്പോകുന്നു.

അത്തരം മായാവലയങ്ങളിൽനിന്നു മോചിതനായി ഉൾക്കാഴ്ച

യോടെ സത്യം തേടിയിറങ്ങണം. ജീവിതത്തിന്റെ തത്ത്വം തിരിച്ചറിയണം. ഓരോ വ്യക്തിയും അവനവനെ ഒഴികെ മറ്റാരെയും മനസ്സിലാക്കുന്നില്ല. അതിനു സമയം കണ്ടെത്തുന്നില്ല.

തനിക്ക് ആ മാർഗ്ഗം തേടാൻ കഴിയണം. പരാർത്ഥമായി ജീവിക്കു സാദ്ധ്യമാണെന്നു വിശ്വാസം വന്നിട്ടില്ല. നിസ്സംഗനായിരിക്കാൻ ശീലിച്ചിട്ടില്ല. എങ്കിലും ആ വഴിയിൽ യാത്ര ചെയ്യണം. പിന്തിരിയാത്ത യാത്ര.

യാത്രയ്ക്കിടയിൽ അധ്യാപകസംഘടനയുടെ സെക്രട്ടറി മാത്യു ജോസഫ് രാജീവനെ പിടികൂടി:

"യൂണിറ്റ് മീറ്റിങ്ങിന് സാറിനെ കണ്ടില്ലല്ലോ?"

"എനിക്ക് മറ്റൊരു പരിപാടി ഉണ്ടായിരുന്നു."

"മറ്റ് കാര്യങ്ങളൊഴിഞ്ഞിട്ടു നടത്താനുള്ളതാണോ സംഘടനാപ്രവർത്തനം?" ചോദ്യത്തിൽ കൃത്യവിലോപത്തിന്റെ ഓർമ്മപ്പെടുത്തൽ.

"എന്നല്ല, ഞാൻ നേരത്തേ ഏറ്റുപോയ യോഗം. പിന്നീടാണ് യൂണിറ്റ് സമ്മേളനവിവരം അറിഞ്ഞത്." രാജീവൻ സ്വന്തം നില വ്യക്തമാക്കി.

"സാറും പ്രിൻസിപ്പാളും ഒരുമിച്ചാണു പോയതെന്നു കേട്ടു."

"അപ്പോൾ എല്ലാം അന്വേഷിച്ചിരിക്കുന്നല്ലോ. കേട്ടതു ശരിയാണ്. അതൊരു സ്കൂളിന്റെ ജൂബിലി ആഘോഷമായിരുന്നു. അച്ചനായിരുന്നു അധ്യക്ഷൻ. ഞാൻ പ്രസംഗകനും. ഞങ്ങൾ ഒരുമിച്ചാണു പോയതും വന്നതുമൊക്കെ, ഒരു ടാക്സിക്കാറിൽ. അതിലെന്താ അപാകത?" രാജീവന്റെ സ്വരം ഗൗരവപൂർണ്ണമായി.

"അപാകതയൊന്നുമില്ല. നമ്മൾ ഏതു സമയവും മാനേജുമെന്റുമായി ഏറ്റുമുട്ടലിന് ഒരുങ്ങുകയാ. അതിനിടയിൽ നമ്മുടെ സമരത്തിന്റെ രഹസ്യങ്ങൾ ചോർത്തിയെടുക്കാൻ ശ്രമമുണ്ടാകും. പ്രിൻസിപ്പാളന്മാർ മാനേജുമെന്റിന്റെ ഏജന്റുമാരാ. സാറിനെ വലയിൽ കുരുക്കരുത്."

"ഞാൻ കരിങ്കാലിയോ ഒറ്റുകാരനോ ആകുമോ എന്നാണോ മാത്യു ജോസഫ് സാറിന്റെ സംശയം?"

"എനിക്കു വിചാരമൊന്നുമില്ല. എന്നാലും ആളുകൾ പലതരക്കാരല്ലേ? ഓരോന്നു പറഞ്ഞെന്നിരിക്കും. പോരെങ്കിൽ അച്ചന്മാരു നടത്തുന്ന പത്രത്തിന്റെ എഡിറ്റിങ്ങിന് സാറും സഹായിക്കുന്നെന്നു കേട്ടു. രണ്ടു വള്ളത്തിൽ കാൽ ചവിട്ടി നിന്നാൽ വള്ളം അകലുമ്പോൾ വെള്ളത്തിൽ വീഴില്ലേ?"

"സാറ് ശങ്കിക്കുന്നതുപോലെ ഇതൊന്നും പരസ്പരവിരുദ്ധമാണെന്ന് എനിക്കു തോന്നിയിട്ടില്ല. കുട്ടികളെ പഠിപ്പിക്കുക അദ്ധ്യാപകന്റെ കടമ. അതിലെനിക്കു വിട്ടുവീഴ്ചയില്ല. സംഘം ചേരാനുള്ള സ്വാതന്ത്ര്യം അദ്ധ്യാപകരുടെ അവകാശമാണ്. സർഗ്ഗാത്മകപ്രവർത്തനങ്ങളിൽ സഹകരിക്കാനുള്ള സന്നദ്ധത; സാഹിത്യാഭിരുചിയുള്ളതുകൊണ്ട് അതുപേക്ഷിക്കാനും എനിക്കാവില്ല. ഈ ഉപഗ്രഹങ്ങൾ നിശ്ചിതഭ്രമണപഥത്തിലാണ്. അവ ഏറ്റുമുട്ടി സ്ഫോടനമുണ്ടാക്കാതെ ശ്രദ്ധിക്കാൻ എനിക്കു കഴിവുണ്ട്." രാജീവന്റെ സ്വരം ദൃഢവും വ്യക്തവും ആയി.

"മതി, അതുമതി." മാത്യു ജോസഫ് അതിനു വഴങ്ങി.

ഓരോ ചുവടുവയ്പും കരുതലോടെ വേണമെന്നു രാജീവൻ മനസ്സിലാക്കി. സംശയവും വിദ്വേഷവും വിഷപ്പുക പരത്തുന്ന അന്തരീക്ഷം. ആരും ആരെയും തിരിച്ചറിയുന്നില്ല. സ്നേഹിക്കുന്നില്ല. ഇതിനിടയിൽ എങ്ങനെ യാത്ര തുടരും? ലക്ഷ്യത്തിലെത്തും?

പിന്നിട്ട വഴികൾ ഓർമ്മിച്ചെടുക്കുമ്പോൾ അവിശ്വസനീയത വളരുന്നു. ഇതൊക്കെ നടന്നു തീർത്തതോ? ഈ കടലും പർവ്വതങ്ങളും എങ്ങനെ പിന്തള്ളാനായി? അഗ്നിപരീക്ഷണങ്ങളിൽനിന്നു രക്ഷപ്പെട്ടതെങ്ങനെ?

ഹൃദയപൂർണ്ണമായ ഏതേത് പ്രാർത്ഥനകൾ? വരദാനങ്ങൾ?

ഗുരുവിന്റെ അനുഗ്രഹമോ? പെൺമൊഴിയുടെ പ്രചോദനമോ? കാറ്റിന്റെ കുളിരോ? കാട്ടുപൂവിന്റെ ഗന്ധമോ?

രാജീവൻ മനസ്സിന്റെ ഉള്ളറകളിൽ ഊളിയിട്ടു.

നാല്

കടലോരത്തുനിന്ന് കാറ്റിന്റെ താഴ്‌വരയിലൂടെ നടന്ന് അവൻ മലയുടെ ഉച്ചിയിലെത്തി. വലിയ ജനക്കൂട്ടം അവനെ പിന്തുടർന്നു. മലമടക്കുകളിൽ താവളമടിച്ചിരുന്ന ജനങ്ങൾ മുഖമുയർത്തി. അവന്റെ ശബ്ദത്തിന് കാതോർത്തു.

അവൻ അവരോടു സംസാരിച്ചു. അവന്റെ വാക്കുകൾ ഗുഹാമുഖങ്ങളിൽ പ്രതിദ്ധ്വനിച്ചു–ഇടിമുഴക്കംപോലെ.

അത് ജനഹൃദയങ്ങളിൽ ആഴ്ന്നിറങ്ങി. വചനംകൊണ്ടുമാത്രം അവരെ തൃപ്തരാക്കാൻ അവൻ തുനിഞ്ഞില്ല. അവരുടെ വിശപ്പും ദാഹവും അവനറിഞ്ഞു.

ആ അറിവാണ് മഹത്ത്വത്തിന്റെ നിദർശനം. തനിക്ക് ദാഹിക്കുന്നില്ലെങ്കിലും മറ്റുള്ളവരുടെ ദാഹം അറിയുക. വിശപ്പറിയുക. എണ്ണത്തിൽ അയ്യായിരത്തിലേറെ വരുന്ന ജനക്കൂട്ടത്തെ അഞ്ചപ്പംകൊണ്ടു തൃപ്തരാക്കുക. ആ മഹാമനുഷ്യന്റെ ദിവ്യമായ സ്നേഹത്തെക്കുറിച്ച് രാജീവൻ എഴുതിയ കവിത *കാഹളം* മാസികയുടെ കവർപേജിൽതന്നെ പ്രത്യക്ഷപ്പെട്ടു. 'എക്കാലത്തെയും മഹത്തായ കവിത' എന്ന് പത്രാധിപരായ പ്രിൻസിപ്പാൾ മുഖക്കുറിപ്പെഴുതി.

രാജീവന്റെ സ്വകാര്യത നഷ്ടപ്പെട്ടു. വൈദികരും കന്യാസ്ത്രീകളും സാരഥ്യം വഹിക്കുന്ന സ്കൂളുകളിൽ രാജീവൻ പ്രസംഗകനായി ക്ഷണിക്കപ്പെട്ടു. അത്തരം പ്രകടനങ്ങളുടെ ഫലശൂന്യതയെക്കുറിച്ചു ബോദ്ധ്യമുണ്ടായിരുന്നു. എങ്കിലും അവ ഒഴിവാക്കാൻ കഴിയാത്തതിന്റെ നിസ്സഹായത. തന്നെ വന്നു വിളിക്കുന്നവരുടെ മുന്നിൽ എങ്ങനെ നിഷേധിയാകും?

"സാറ് സിമ്മനാരീ ചേർന്ന് കുപ്പായമിട്. നാളെ ഒരുകാലത്ത് പ്രിൻസിപ്പാളിന്റെ കസേരയിലിരിക്കാം." ഫാദർ പറയരുകുഴി ഉപദേശിച്ചു.

"അതെന്താ, ആ കസേരയിൽ ഇരിക്കാൻ അത്തരമൊരു യൂണിഫോറം വേണമെന്നുണ്ടോ?" രാമഭദ്രൻ ചോദിച്ചു.

"അത് ഞങ്ങളുടെ ഒരവകാശമാ. ഗുരുപ്പട്ടം നേടി ഇറങ്ങിയാപ്പിന്നെ മറ്റുള്ളവരെ ഞങ്ങൾ തുല്യനിലയിൽ കാണില്ല. മെത്രാനായിപ്പോയാൽ സ്വന്തം തന്തയെപ്പോലും 'മകനേ' എന്നേ വിളിക്കൂ. അതാ ഞങ്ങളുടെ വഴക്കം." ഫാദർ പറയരുകുഴി പറഞ്ഞു.

"കലാലയങ്ങളിൽ നിങ്ങളുടെ വംശനാശം സംഭവിച്ചാലോ?" രാമഭദ്രൻ സംശയിച്ചു.

"അങ്ങനെ വരാതെ നോക്കാനുള്ള മിടുക്ക് ഞങ്ങൾക്കുണ്ട്. പിന്നെ അതുപോലെ വല്ലതും വന്നുപെട്ടെന്നിരിക്കട്ടെ. എവിടെനിന്നെങ്കിലും ഞങ്ങളൊരു ഡ്യൂപ്പിനെ കണ്ടുപിടിക്കും."

"രാജീവൻ ആ വേഷമിടരുത് കേട്ടോ." രാമഭദ്രൻ ഉപദേശിച്ചു.

ആ സംവാദത്തിൽ പങ്കുചേർന്നില്ല. അതിനുള്ളിൽ മുൾമുനകളുണ്ട്. ചെറിയ കുത്തും പോറലുമൊക്കെ ഏല്പിക്കാനുള്ള വ്യഗ്രതയുണ്ട്. തനിക്കാ സാമർത്ഥ്യം വേണ്ട. സ്നേഹസ്പർശം നല്കുന്ന തൂവൽപോലെ അന്തരീക്ഷത്തിൽ ഒഴുകിനടക്കാൻ രാജീവൻ ആശിച്ചു. രാത്രിയുടെ ഇരുട്ടിൽ വെളിച്ചത്തിന്റെ തിളക്കമേകുന്ന മിന്നാമിനുങ്ങിന്റെ ജീവിതം മതി. പുലർകാലത്ത് പുൽക്കൊടിയുടെ തുമ്പിൽനിന്നും സൂര്യപ്രകാശമേറ്റുവാങ്ങുന്ന മഞ്ഞുതുള്ളിയാകാനെങ്കിലും തനിക്ക് ഭാഗ്യമില്ലേ?

ഭാഗ്യം! ജീവിതത്തിൽ എപ്പോഴും സ്വയം പുച്ഛിച്ചു ചിരിക്കാൻ തോന്നിയിട്ടുള്ളത് ഭാഗ്യത്തെക്കുറിച്ച് ഓർക്കുമ്പോഴാണ്. ഏതോ മാന്ത്രികനൂലിനെന്നപോലെ ഭാഗ്യാനുഭവങ്ങൾ മുന്നിൽ പ്രത്യക്ഷമാകുന്നു. കൈയ്യിലൊതുക്കാൻ മോഹിക്കുമ്പോഴേക്ക് അത് അനന്തതയിൽ മറയുകയായി.

ഒരു സാധാരണ ജീവിയായി ഒതുങ്ങാൻ കൊതിച്ച തന്നെ വിചിത്രാനുഭവങ്ങൾ വേട്ടയാടുകയായിരുന്നുവെന്ന് രാജീവൻ ഓർമ്മിച്ചു. ഒഴിഞ്ഞുമാറാൻ ശ്രമിക്കുമ്പോഴൊക്കെ കേന്ദ്രബിന്ദുവായിത്തീരുവാൻ വിധി. ആൾക്കൂട്ടത്തിൽ മറയുവാൻ വെമ്പുമ്പോൾ അജ്ഞാതകരങ്ങൾ തന്നെ മുൻനിരയിലേക്കു തള്ളിനീക്കുന്നു. ആ അദൃശ്യശക്തിക്ക് ഏതോ നിയോഗമുണ്ട്. താനതിനുള്ള ഉപകരണമാണ്.

അത് ഉദ്വേഗമുണർത്തുന്ന ചിന്തയായിരുന്നു. താൻ കണ്ടുപിടിക്കപ്പെട്ടിരിക്കുന്നു. സ്വത്വം തിരിച്ചറിയപ്പെട്ടിരിക്കുന്നു. എവിടേക്കെങ്കിലും ഓടിപ്പോകാൻ തോന്നി. അപരിചിതഭൂമികളിൽ അലയുക ആശ്വാസകരം. വ്യക്തിബന്ധങ്ങൾ ഭാരപ്പെടുത്തുകയില്ല. അതിരുകളില്ലാത്ത സ്വാതന്ത്ര്യത്തിന്റെ സുഖം തേടി യാത്ര.

"സാർ ഞങ്ങളുടെ കൂടെ വരണം. എസ്കർഷന് സാറുണ്ടാവുമെന്ന് ഞാൻ അവരോട് വീരവാദം പറഞ്ഞിരിക്കുകയാ. വരില്ലെന്നവർ. സാറ് വരണം. ഊട്ടി, കൊടൈക്കനാൽ, സാറിനു നല്ല ഇൻസ്പിരേഷൻ കിട്ടും."

വിളറിയ ആകാശത്തിൽ ശരത്കാലമേഘംപോലെ നീലിമ.

"ഓ.... എന്നെ വിട്ടേക്കൂ." രാജീവൻ പറഞ്ഞു.

നീലമേഘം ഘനീഭവിക്കുന്നു; കാളിമ പടരുന്നു.

"എവിടെയെങ്കിലും ഒതുങ്ങിക്കൂടാനാ കുട്ടീ എനിക്കു താല്പര്യം. നിങ്ങളുടെകൂടെ പാടാനും തുള്ളാനുമൊന്നും എനിക്കാവില്ല. മഹാബോറാകും."

"സാറെന്താ, വയസ്സന്മാരെക്കൂട്ട്. ഇത്ര ചെറുപ്പത്തിൽ നല്ല സ്മാർട്ടായിരിക്കണ്ടേ?"

"പഠിച്ചകാലത്ത് അതിനൊന്നും സമയം കിട്ടിയില്ല. കഷ്ടപ്പെട്ട് ഒരു കരപറ്റാൻ നോക്കി."

"ഇപ്പോൾ കരയ്ക്കു കയറിയല്ലോ, പിന്നെന്താ നാലുപേരെക്കൂട്ടു കഴിഞ്ഞാൽ? എന്തായാലും സാർ വന്നേ ഒക്കൂ. സാറിന്റെ കവിതയുമായി കൂടാനാണ് ഈ ടൂർ സംഘടിപ്പിച്ചതുതന്നെ."

മറുപടി കാക്കാതെ നീലിമ നടന്നു നീങ്ങുമ്പോൾ രാജീവൻ വിളിച്ചു:

"നീലിമ, ഒന്നു നില്ക്കൂ."

പറയാൻ വന്നത് രാജീവൻ മറന്നു. ചോദ്യഭാവത്തിൽ നീലിമ തിരിഞ്ഞു നില്ക്കുകയാണ്.

"ക്ഷമിക്കണം കുട്ടീ, എന്തോ പറയാനോർത്തതാണ്. മറന്നു."

നീലിമ രാജീവനെ സൂക്ഷിച്ചുനോക്കി.

"നേരു പറയണം, സാറിന് ലേശം വട്ടുണ്ട്, ഇല്ലേ?"

"താൻ അതെങ്ങനെ മനസ്സിലാക്കി?"

"എനിക്ക് ദിവ്യദൃഷ്ടിയുണ്ട്. സാറിന്റെ ഉള്ളിലുള്ളത് ഞാൻ നേരിൽ കാണും."

"മിടുക്കി. പക്ഷേ കണ്ടതൊന്നും മറ്റാരെയും അറിയിക്കണ്ട, കേട്ടോ."

നീലിമയുടെ മുഖത്ത് ഗൗരവം നിറഞ്ഞു.

"ഇതൊക്കെ അങ്ങനെ പരസ്യപ്പെടുത്താവുന്നതാണോ? ഹൃദയരഹസ്യമല്ലേ?"

തലവെട്ടിച്ച് അതേ ഭാവത്തിൽ അവൾ നടന്നു നീങ്ങുന്നത് രാജീവൻ നോക്കിനിന്നു.

യാത്രയിൽനിന്ന് ഒഴിയാൻ കഴിഞ്ഞില്ല. ഒരു സാക്ഷിയെപ്പോലെ അതിൽ പങ്കുചേർന്നു. ഏതോ മത്സരപ്പരീക്ഷയിൽ വിജയംവരിച്ച ഭാവമായിരുന്നു നീലിമയ്ക്ക്. രാജീവന്റെ സുഖസൗകര്യങ്ങളിൽ അവൾ പ്രത്യേകം ശ്രദ്ധിച്ചു. കുഷ്യനും ഷാളുമൊക്കെ കരുതിവച്ചു.

"ഏതോ കാട്ടിൽനിന്ന് എന്നെ പിടിച്ചുകൊണ്ടു വരികയാണെന്ന് മറ്റുള്ളവർ സംശയിക്കുമല്ലോ." രാജീവൻ പറഞ്ഞു.

"അതല്ലേ സത്യം?" നീലിമ ചിരിച്ചു.

"ബുദ്ധിമുട്ടായി അല്ലേ?"

“അതു ഞാനേറ്റു സാറു വരാതിരുന്നെങ്കിൽ ഞാനാകെ നാണം കെട്ടേനെ.”

“എന്തിനാ ഓരോ ഏടാകൂടത്തിൽ ചെന്നു ചാടുന്നത്?”

“അതിന്റെ രസം സാറിനറിയില്ല.”

രാജീവന്റെ അരികിൽനിന്ന് നീലിമ എഴുന്നേറ്റു പോയി.

കുട്ടികൾ ആഹ്ലാദത്തിമർപ്പിലാണ്. ബസ്സിൽ സീറ്റുകൾ ഒഴിഞ്ഞു കിടക്കുന്നു. ആർക്കും ഇരിപ്പുറയ്ക്കുന്നില്ല. ആ ഉണർവ്വിന്റെ നിമിഷങ്ങൾ നോക്കിയിരുന്നു. പുതിയ അനുഭവമാണ്. വിദ്യാർത്ഥിജീവിതകാലത്ത് തനിക്കു നഷ്ടമായതെന്തൊക്കെയാണെന്ന് ഓർമ്മിച്ചെടുക്കാൻ രാജീവൻ ശ്രമിച്ചു. ചെലവുകൾ പരമാവധി നിയന്ത്രിച്ചിരുന്നു. പഠനത്തിൽ മാത്രമായിരുന്നു ശ്രദ്ധ. ഗ്രാമീണനായ ഒരു വിദ്യാർത്ഥിയുടെ അതിസാധാരണവിധി.

ഈ അന്തരീക്ഷം എത്ര ഭിന്നം! നഗരം ഒരു മായികലോകമാണ്. വിഭ്രാമകമായ അനുഭവങ്ങൾ തേടുന്ന യുവത്വം. അതിന്റെ ലഹരി പടരുകയാണ്. സമതലങ്ങൾ പിന്നിട്ട് ഉയരങ്ങൾ തേടുന്ന യാത്രാപഥം.

സഹാദ്ധ്യാപകരിൽനിന്നും രാജീവൻ ഒറ്റപ്പെട്ടു. മൂന്ന് അദ്ധ്യാപികമാരിൽ ഒരാൾ കന്യാസ്ത്രീയാണ്. അവർ എപ്പോഴും പ്രാർത്ഥനാപുസ്തകം നിവർത്തിവച്ച് സുഷുപ്തിയിലാണ്ടു. മറ്റുള്ളവർ കുട്ടികളുടെ ചലനങ്ങൾ സൂക്ഷ്മമായി നിരീക്ഷിക്കുന്നതിൽ ജാഗരൂകരായി; അദ്ധ്യാപകധർമ്മം നിറവേറ്റി. സഹാദ്ധ്യാപകനാകട്ടെ ഒരു കോണിൽ മാറിയിരുന്ന് ധൂമപാനത്തിൽ സ്വയം അർപ്പിച്ചു.

ആദ്യം ഒഴിഞ്ഞുമാറിയെങ്കിലും കുട്ടികളുടെ കൂട്ടത്തിൽനിന്നും ഏറെനേരെ ഒറ്റപ്പെട്ടിരിക്കാൻ രാജീവനു കഴിഞ്ഞില്ല. എളുപ്പത്തിൽ അവരോട് ഒത്തുചേർന്നു. കവിതയുടെ താളത്തിൽ കുട്ടികൾ ഇണങ്ങിയപ്പോൾ യാത്ര ചടുലമായി.

പാലക്കാടൻ കുന്നുകൾ പിന്നിട്ട് കേരളത്തിന്റെ അതിർത്തിയോട് വിടപറയുമ്പോൾ പകൽ കത്തി നില്ക്കുകയായിരുന്നു. പാറക്കെട്ടുകളിൽ വെയിൽനാളങ്ങൾ തിളങ്ങി, നഗ്നമായ ഭൂമിയിൽ കരിമ്പനകൾ ചുവടുറപ്പിച്ചു. ആകാശത്തിന്റെ ശൂന്യമായ സമൃദ്ധിയിൽ അവ തലയുയർത്തി നിന്നു.

ആദ്യാവേശത്തിന്റെ ലഹരി അണഞ്ഞപ്പോൾ കുട്ടികൾ തളർന്നു മയങ്ങി. രാജീവന് ഉറങ്ങാനായില്ല. കൂട്ടംവിട്ട പക്ഷിയെപ്പോലെ മനസ്സ് ഒറ്റയ്ക്കു പറക്കുകയാണ്. കൂട്ടംചേരുമ്പോൾ യാത്രയുടെ ക്ലേശം മറന്നുപോകും. പറക്കുക എന്നത് ജീവിതത്തിന്റെ വിധിയായി തിരിച്ചറിയും.

തനിക്കതിനു കഴിയാതെപോയതിൽ രാജീവന് ദുഃഖം തോന്നി. എന്നും ഒറ്റയ്ക്കായിരുന്നു യാത്ര. അതിന്റെ ക്ലേശങ്ങൾ. ദുർവ്വാഹമായ യാത്രാഭാരം. കൂട്ടുചേരാനും സൗഹൃദം പങ്കുവയ്ക്കാനും കഴിഞ്ഞിരുന്നെങ്കിൽ ജീവിതത്തിൽ ലാളിത്യം നിറയുമായിരുന്നു. മനസ്സ് ശാന്തമാകുമായിരുന്നു.

നഷ്ടങ്ങളാണ് ജീവിതത്തിൽ ഏറെയും. നേട്ടങ്ങളെന്ന തോന്നൽ പോലും മിഥ്യയാണ്. വേനൽച്ചൂടിൽ വാടിക്കരിയുന്ന വയൽപ്പൂക്കൾ.

കോയമ്പത്തൂരിൽനിന്നും യാത്ര തിരിക്കുമ്പോൾ വെയിൽ ഒതുങ്ങിയിരുന്നു. കുട്ടികൾ വീണ്ടും ഉണർന്നു. നീലഗിരിയുടെ താഴ്‌വരകൾ പിന്നിട്ട് ഹെയർപിൻവളവുകൾ തിരിഞ്ഞ് ബസ്സ് ചുരങ്ങൾ താണ്ടുമ്പോൾ ഉള്ളിൽ ഉദ്വേഗമുണർന്നു. സാഹസികയാത്ര. ഒരു കൈപ്പിഴയിൽ അഗാധതയിലേക്കു വഴുതിവീഴാം. മനസ്സിൽ അപകടകരമായ ചിന്തകൾ ഉണരുന്നു.

"സാറിന് ഭയം തോന്നുന്നുണ്ടോ?" നീലിമ അരികിൽ വന്നു.

"ഞാനെന്താ, ചെറിയ കുട്ടിയോ?"

"കുഞ്ഞ്. താരാട്ട് പാടി ഉറക്കേണ്ട പ്രായം."

നീലിമയുടെ ചുണ്ടുകളിൽ പുഞ്ചിരിവിടർന്നു. കവിളുകൾ ചുവന്നു.

പ്രകൃതിയാകെ പൂവിട്ടു നില്ക്കുന്നു. ഭൂമിയിൽ മഴവില്ല് വീണുടഞ്ഞതുപോലെ. അകലെ നീലമലകൾ. അതിനിടയിൽ മഞ്ഞുവന്നിറങ്ങുന്നു. നീലിമ രാജീവനോട് ചേർന്നിരുന്നു.

"ഇതെന്റെ വിജയനിമിഷമാണ്." നീലിമ പറഞ്ഞു.

"തന്റെ നിർബ്ബന്ധത്തിനു മുന്നിൽ ചെറുത്തുനില്ക്കാൻ എനിക്കായില്ല." രാജീവൻ സമ്മതിച്ചു.

"ഈ യാത്രയുടെ ആഹ്ലാദം, ത്രിൽ ഇതൊന്നും ജീവിതത്തിൽ ഇന്നോളം ഞാനനുഭവിച്ചിട്ടില്ല."

"എനിക്കും ഇത്തരം ഒരനുഭവം അപൂർവ്വമാണ്."

നീലിമ രാജീവന്റെ ചുമലിൽ മെല്ലെ തലചായ്ച്ചു.

മഞ്ഞുപൊടികൾ നിറഞ്ഞ കാറ്റ് ഞരമ്പുകളിൽ അരിച്ചുകയറി.

ഊട്ടിയിൽ എത്തിയപ്പോൾ ഇരുട്ട് വീണിരുന്നു. തണുത്തുറയുന്ന അന്തരീക്ഷം. കൈകൾ കൂട്ടിത്തിരുമ്മി എഴുന്നേറ്റു. നീലിമ ഉണർന്നു. ആ കണ്ണുകളിൽ സ്വപ്നങ്ങളുടെ തിളക്കം രാജീവൻ തിരിച്ചറിഞ്ഞു.

നീലഗിരിയുടെ സൗന്ദര്യം തേടിയെത്തിയവർ ചേക്കേറാൻ കണ്ടെത്തിയതും അതേ പേരിലുള്ള സങ്കേതം. "ബ്ലൂ മൗണ്ട് ഹോട്ടൽ." അദ്ധ്യാപകർക്ക് സിംഗിൾ റൂം. കുട്ടികൾക്കുവേണ്ടി ആറ് ബെഡ്ഡുകൾവീതമുള്ള ഏതാനും മുറികളും ഡോർമിട്രിയും. രാജീവന് അതിലൊന്നും ബദ്ധപ്പെടേണ്ടിവന്നില്ല. ഒരു അതിഥിയുടെ നഷ്ടമാകാത്ത പരിവേഷം.

മുറിയുടെ ജാലകങ്ങൾ തുറന്നിട്ടു. നീലമലയുടെ താഴ്‌വരകളിൽ നിറഞ്ഞ മൂടൽമഞ്ഞിൽ നിയോൺ വിളക്കുകൾ കണ്ണുചിമ്മി. ശീതക്കാറ്റടിച്ചു. ജാലകങ്ങൾ ചേർത്തടച്ച് ഉറങ്ങാൻ കിടക്കുമ്പോൾ വാതിൽക്കൽ നീലിമയുടെ മുഖം പ്രത്യക്ഷമായി.

"സാർ ഉറങ്ങുകയായോ?'

"ഉം, എന്താ കുട്ടീ?"

"ഇവിടെനിന്നു പുറപ്പെടും മുമ്പ് സാറൊരു കവിത എഴുതി എനിക്കു തരണം."

"കവിതയോ? അതങ്ങനെ സമയം വച്ചൊന്നും എഴുതാൻ പറ്റില്ല."

"സാർ പറഞ്ഞൊഴിയരുത്. എനിക്കത് കൂടിയേ കഴിയൂ. ഇവിടെ വച്ച് എനിക്കതെഴുതി ഒപ്പിട്ടുതരണം."

"എന്തിന്?" രാജീവന് അത്ഭുതമായി.

"ഈ യാത്രയുടെ ഓർമ്മയ്ക്ക്." നീലിമയുടെ സ്വരത്തിൽ മഞ്ഞിന്റെ കുളിർമ്മ.

ഒരു യാത്രയുടെ ഓർമ്മകൾ!

കാലം എത്ര കടന്നുപോയി. എത്ര പുതിയ യാത്രകൾ. പുത്തൻ അനുഭവങ്ങൾ. എന്നിട്ടും ആ ആദ്യാനുഭവത്തിന്റെ ഊഷ്മളത ഇന്നും മനസ്സിൽനിന്നു മാഞ്ഞിട്ടില്ല. ഏതു മരവിപ്പിലും അതു ചൂടു പകരുന്നു. ഏതിരുട്ടിലും നക്ഷത്രവെളിച്ചം വിതറുന്നു.

യുവത്വത്തിന്റെ അനിയന്ത്രിതമായ വികാരപ്രകടനങ്ങൾ എന്നുവേണമെങ്കിൽ കുറ്റപ്പെടുത്താം. എത്ര വിരലുകൾ ഒരേ സമയം തനിക്കെതിരെ ഉയർന്നു! ജീവിതത്തിന്റെ ഗതി തടഞ്ഞു; താളം തെറ്റിച്ചു. മരണം ആശ്വാസകരമായി തോന്നിയ തിക്താനുഭവങ്ങൾ എത്ര തരണം ചെയ്തു! അതു വെറും ആത്മബലമോ?

അജ്ഞാതമായ ഒരജയ്യശക്തി തനിക്ക് തുണയാവുകയായിരുന്നില്ലേ?

അഞ്ച്

മഞ്ഞിൻനിരകൾ പിന്നിട്ട് യാത്ര ചെയ്യുക. അത് അപൂർവ്വമായ ഒരനുഭവം. അരികിൽ നില്ക്കുന്നത് ആരെന്നുപോലും തിരിച്ചറിയാനാവില്ല. ആ സാഹസികമായ ഓർമ്മയിൽ പുറപ്പെടുമ്പോൾ നീലിമ രാജീവനോട് ചേർന്നുനിന്നു. കൂട്ടുകാരോടൊപ്പം കൂടാൻ നിർബ്ബന്ധിച്ചിട്ടും അവൾ അകന്നു മാറിയില്ല.

"സാർ ഒറ്റയ്ക്കാകും." നീലിമ പറഞ്ഞു.

"ഞാനെന്നും അങ്ങനെ ആയിരുന്നല്ലോ." രാജീവൻ ഓർമ്മിച്ചു.

കൂട്ടുകാരെന്നു പറയാൻ ആരുമില്ലാത്ത ബാല്യം. വിളിച്ചാൽ കേൾക്കുന്ന അകലത്തിൽ ഒരു വീടുപോലുമില്ല. മാറ്റൊലിയില്ലാത്ത ശബ്ദംപോലെ ഏകാന്തമായി അലഞ്ഞു. തന്നോടുതന്നെ സംസാരിച്ചു. മനസ്സുനിറയെ ശബ്ദങ്ങളായിരുന്നു; സ്നേഹമായിരുന്നു. പ്രകടിപ്പിക്കാൻ കഴിയാതെ, പങ്കുവയ്ക്കാനറിയാതെ അവ ഉള്ളിലമർന്നു. പലപ്പോഴും ശ്വാസം മുട്ടി.

നിനച്ചിരിക്കാതെ ഒരു കിളിവാതിൽ തുറന്നു കിട്ടുമ്പോൾ ആശ്വാസം തോന്നേണ്ടതാണ്. എന്തുകൊണ്ടോ പുതിയ പരിണാമങ്ങൾ ഭയജനകമായി അനുഭവപ്പെട്ടു. തന്റേമേൽ വർഷിക്കപ്പെടുന്ന ഔദാര്യത്തിൽ താങ്ങാൻ കഴിയാത്ത എന്തോ ഉണ്ടെന്ന തോന്നൽ. ഇരുട്ടറയിൽ ശ്വാസം കിട്ടാതെ വിഷമിക്കുമ്പോൾ പ്രാണവായുപോലെ, പ്രകാശകിരണം

പോലെ നീലിമയുടെ സ്നേഹം തന്നെ തേടിയെത്തുകയാണ്. അതു തന്നിൽ നിറഞ്ഞ് ഏതേതു വിധത്തിൽ രൂപപ്പെടുകയില്ല? തെറ്റിദ്ധാരണകളും കുറ്റപ്പെടുത്തലുകളും ഉണ്ടാകും. ഗുരുശിഷ്യബന്ധത്തെക്കുറിച്ചുള്ള സങ്കല്പങ്ങളുമായി പൊരുത്തപ്പെടാതെ വന്നാൽ സമൂഹത്തിന്റെ ക്രൂരമായ നോട്ടങ്ങളിൽനിന്ന് ഒഴിഞ്ഞുമാറാൻ കഴിയില്ല. ഓരോ കാൽവയ്പും അപകടം വിളിച്ചുവരുത്തുന്നതാണ്.

ഈ യാത്ര ഒഴിവാക്കാമായിരുന്നു. സ്വന്തം കൂട്ടിൽ ഏകാന്തജീവിയായി ഒതുങ്ങാമായിരുന്നു. തെറ്റുകൾ; ഒന്നിൽനിന്നു മറ്റൊന്നിലേക്ക്. ഒടുവിൽ ഒരു പതനമായിത്തീരുമ്പോൾ സ്വയം സൂക്ഷിക്കുക സാദ്ധ്യമോ?

നീലിമയുടെ കൈകൾ തന്നെത്തേടിയെത്തിയപ്പോഴൊക്കെ രാജീവൻ അകന്നകന്നു നിന്നു. അവളെ നെഞ്ചോടമർത്തുകയോ, അരക്കെട്ടിൽ കൈകൾ ചുറ്റുകയോ ചെയ്തില്ല. സാവധാനം പിന്നോക്കം വലിഞ്ഞു. മഞ്ഞിനുള്ളിൽനിന്നും പുറത്തു കടന്നു. മലയുടെ താഴ്വാരങ്ങളിൽ ഇറങ്ങി. യാത്രാസംഘത്തിലെ കുട്ടികൾ പുൽത്തകിടിയിൽ സൊറ പറഞ്ഞിരിക്കുന്നു. അടുത്തത് തടാകത്തിൽ ബോട്ടിങ്ങിനുള്ള പുറപ്പാടാണ്. അവരുടെ കൂട്ടത്തിൽ നീലിമയെ കണ്ടില്ല. അവൾ എവിടെ? മനസ്സ് പതറി. പരിഭ്രമം മറച്ചുപിടിക്കാൻ ശ്രമിച്ചു. കഴിഞ്ഞില്ല.

നീലിമ എവിടെ?

പൂക്കളോട് തിരക്കി. കാറ്റിനോട് ചോദിച്ചു. മഞ്ഞിന്റെ കുളിർമ്മയിൽ പരതി.

ഉത്തരംകിട്ടാതെ വന്നപ്പോൾ തളർന്നു. കുന്നുകളിൽനിന്ന് താഴ്വരയിലേക്കു പതിക്കുന്ന നിമിഷം.

അജ്ഞാതന്റെ കൈകൾ വിടർന്നു. ആ കൈക്കുമ്പിളിൽ രാജീവൻ ജലമായി; ജലബിംബമായി.

ശൂന്യതയുടെ നീരാളത്തിലേക്ക് കൂപ്പു കുത്തുമ്പോൾ മഞ്ഞുമറ നീങ്ങി. ആ ശബ്ദം മനസ്സിൽ നിറഞ്ഞു.

"സാർ, ഞാനിവിടെയുണ്ട്."

രാജീവൻ ഉണർന്നു; നീലിമ പുഞ്ചിരിയോടെ അരികിൽ നിന്നു.

"നീ എവിടെയായിരുന്നു ഇത്രനേരം?"

വാക്കുകൾ ഇടറി; തേങ്ങലായി.

"ഞാൻ സാറിനെ ഒന്നു ഭയപ്പെടുത്തിയതാ."

"എന്തിന്?"

"എന്നോട് സ്നേഹമില്ലാത്തതിന്."

"എന്നാരു പറഞ്ഞു?"

"അപ്പോൾ സാറിനെന്നെ ഇഷ്ടമാണോ?"

നിന്നെ ആർക്കാണ് ഇഷ്ടപ്പെടാതിരിക്കുക എന്നു മനസ്സു പറഞ്ഞു. പക്ഷേ ആ ഭാവം പുറമെ പ്രകടിപ്പിച്ചില്ല. ഗുരുവിന് ശിഷ്യയോട് അതു പറയുക വയ്യ, അത്തരം വാക്കുകൾക്ക് പല അർത്ഥതലങ്ങളുണ്ട്. വ്യാഖ്യാനങ്ങൾ ഉണ്ടാകും.

വെറുതേ ചിരിച്ചതേയുള്ളൂ.

"കുറുമ്പ് കുറച്ചേറുന്നുണ്ട്."

പ്രതികരണം അതിൽ ഒതുക്കി.

തടാകത്തിൽ തണുത്തുറഞ്ഞ ജലം. ബോട്ടിൽ യാത്ര ചെയ്യുമ്പോൾ കൈകൊണ്ടു തൊട്ടുനോക്കി. മഞ്ഞുകട്ടപോലെ. നീലമലയുടെ മുകളിൽ തലയുയർത്തിയ സൂര്യൻ ഇപ്പോഴും മുഖം പൊത്തിനില്ക്കുന്നു. അന്ത രീക്ഷത്തിൽ മൂടൽമഞ്ഞ് അകന്നിട്ടില്ല.

"സാറെന്താ സിഗററ്റ് വലിക്കാത്തത്?" നീലിമ ചോദിച്ചു.

"എനിക്ക് ഇഷ്ടമല്ല."

"ഡ്രിങ്ക്സ്?"

"നോ."

"വല്ലപ്പോഴും ഒരു സ്മാൾ?"

"ഇല്ല, ഇതുവരെയില്ല."

"അപ്പോൾ സാറൊരു നല്ല കുട്ടിയാണല്ലോ. പാലുമാത്രം കുടിക്കുന്ന പുണ്യജീവി."

"രാവിലെ തലയ്ക്ക് ചൂടുതട്ടിയോ?" രാജീവൻ ചോദിച്ചു.

"ശരിയാ സാർ. വല്ലാത്ത ചൂട്. തലയ്ക്കു മാത്രമല്ല, മനസ്സിനും."

രാജീവൻ ചിരിച്ചു.

"സാറിനു നീന്തലറിയാമോ?"

"നല്ലതുപോലെ."

"എങ്ങനെ പഠിച്ചു; സ്വിമ്മിംഗ് പൂളിൽ?"

"പുഴയിൽ. ഒരു കരയിൽനിന്നു മറുകരവരെ മലർന്നും മുങ്ങാംകുഴി യിട്ടുമൊക്കെ നീന്താനറിയാം."

"എന്നിട്ടെന്താ ഒളിംബിക്സിന് പോകാത്തത്?"

"നിങ്ങളെ പഠിപ്പിക്കണ്ടേ?"

"അതിനു വേറെ ആളെക്കിട്ടും. ആട്ടെ, സാറൊന്നു നീന്താനൊരു ങ്ങിക്കോ."

"ഇപ്പോഴോ?"

"ഇപ്പോൾത്തന്നെ. ഞാനിതാ അബദ്ധത്തിൽ തടാകത്തിൽ വീഴു ന്നു. എനിക്ക് നീന്തലറിയില്ല, കേട്ടോ. സാറ് എടുത്തുചാടുന്നു. എന്റെ മുടിയിൽ പിടികൂടി ജീവൻ രക്ഷിക്കുന്നു. ജീവൻരക്ഷാപതക് ഉറപ്പ്."

"വിഡ്ഢിത്തം കാണിക്കരുത്."

"വിഡ്ഢിത്തമോ? സാറിനെ ഞാൻ ധീരസാഹസികനാക്കാൻ പോവുകയാ. രക്ഷിക്കാൻ മടിക്കില്ലേ. ഞാൻ ചത്തുപോകും."

തമാശ പറയുന്നെന്നേ കരുതിയുള്ളൂ. പക്ഷേ ബോട്ട് ഉലഞ്ഞതും അരികിലിരുന്ന നീലിമ ജലാശയത്തിൽ പതിച്ചതും ഒപ്പം. പെൺകുട്ടിക ളുടെ കൂട്ടനിലവിളി ഉയർന്നു. നോക്കിനില്ക്കാൻ നേരമില്ല. ജീവൻ അപ കടത്തിലാകും. രാജീവൻ തടാകത്തിലേക്ക് എടുത്തുചാടി.

കഴുത്തിൽ കൈകൾ ചുറ്റി, മാറിലണച്ചുചേർത്ത് നീലിമയെ കര

യിൽ എത്തിച്ചു. കുട്ടികൾ രാജീവന്റെ ധീരതയെ പുകഴ്ത്തുമ്പോൾ നീലിമ മെല്ലെ കണ്ണിറുക്കി. രാജീവൻ അതു കണ്ടില്ലെന്നു നടിച്ചു. പക്ഷേ അതു നോക്കിയിരുന്ന സഹാദ്ധ്യാപികയായ കന്യാസ്ത്രീക്ക് നാണം വന്നു.

വേഷം മാറാൻ രാജീവൻ ഹോട്ടലിലേക്കു മടങ്ങി. നീലിമയോടൊത്ത് അദ്ധ്യാപികയും. ബൊട്ടാണിക്കൽ ഗാർഡൻ സന്ദർശനം വേണ്ടെന്നുവച്ചു. ആകസ്മികമായ അനുഭവത്തിൽ മനസ്സ് ചഞ്ചലമായി. എന്താണ് സംഭവിക്കുന്നതെന്നു നിർണ്ണയിക്കാൻ കഴിയാത്ത ഗതിവേഗത്തിൽ അരങ്ങേറിയ നാടകം. അതിൽ നായകനായിത്തീർന്നത് യാദൃച്ഛികമാണ്. അത്തരമൊരു പരിണാമത്തോട് അടുക്കുകയാണെന്നു സ്വപ്നേപി കരുതിയില്ല.

കാഴ്ചക്കാരനെപ്പോലെ മാറിനില്ക്കാൻ ഇനി സാദ്ധ്യമല്ല. ഒരു റോൾ വിധിക്കപ്പെട്ടിരിക്കുന്നു. അത് അഭിനയിച്ചു തീർത്തേ മതിയാവൂ.

കാറ്റിന്റെ ഗതിക്കൊത്തു യാത്ര ചെയ്യുന്ന പായ്ക്കപ്പലിലെ സഞ്ചാരി സ്വയം ചോദിക്കുന്നു: ഈ കാറ്റ് എവിടെ നിന്നാണു വരുന്നത്? ഈ യാനപാത്രത്തെ എവിടേക്കാണു നയിക്കുന്നത്? ഏതോ അജ്ഞാതകരങ്ങൾ എല്ലാം നിയന്ത്രിക്കുന്നു. സഞ്ചാരി സ്വന്തം ലക്ഷ്യമേതെന്നു തിരിച്ചറിയുന്നില്ല. യാത്ര ചെയ്യുകമാത്രം. അവിരാമമായ യാത്ര.

നീലിമയെ നേരിടാൻ ധൈര്യം നഷ്ടപ്പെട്ടു. അതൊരു ചുഴലിക്കാറ്റ്. മണ്ണിൽ വേരുകളാഴ്ന്നിട്ടും അതിന്റെ പ്രകമ്പനത്തിൽ ചുവട് ഇളകുന്നു. ഭൂമിയുടെ ഉറപ്പ് നഷ്ടമാകുന്നു. കാലിടറിവീഴുന്ന മഞ്ഞുനിരകൾ പ്രകൃതിയുടെ മുഖം മറയ്ക്കുന്നു.

വിജനതയിൽ മനസ്സ് കാട്ടുപക്ഷിയെപ്പോലെ നിലംപൊത്തിക്കിടന്നു. കരിയിലകൾക്കിടയിൽ കണ്ണുകൾ ഒളിപ്പിച്ചു. ആരും തന്നെ കാണുന്നില്ലെന്ന നാട്യത്തിൽ സ്വയം മറഞ്ഞുകിടന്നു.

കൂട്ടുകാർ നീലിമയെ പൊതിയുന്നത് രാജീവൻ അറിഞ്ഞില്ല. അവർ കോർത്തിണക്കിയ കഥകളിൽ അവൾ സ്വയം നായികയായി. മേഘമാർഗ്ഗങ്ങളിൽ അലഞ്ഞു.

ഊട്ടിയിൽനിന്നു യാത്ര തിരിക്കുമ്പോൾ രാജീവൻ നീലിമയെ ശ്രദ്ധിച്ചില്ല. അവൾ അരികിൽ എത്തിയപ്പോഴൊക്കെ മുഖം തിരിച്ചിരുന്നു.

ആ ഭാവാന്തരം നീലിമ മനസ്സിലാക്കി. അവൾ ഒന്നും പറഞ്ഞില്ല. ബന്ധങ്ങളുടെ കെട്ടുകൾ മുറുകിയിരിക്കുന്നു. എന്തും പറയാൻ കഴിയുന്ന സ്വാതന്ത്ര്യം നഷ്ടപ്പെട്ടിരിക്കുന്നു. മനസ്സിന്റെ തന്ത്രികൾ വലിയുന്നു. ദുർവ്വഹമായ ഹൃദയഭാരം. അവൾ തളർന്നിരുന്നു.

കൊടൈക്കനാലിൽ എത്തുമ്പോൾ രാത്രി. കൂട്ടത്തിൽ ഒതുങ്ങി നീലിമ നടന്നു നീങ്ങുന്നത് നോക്കിനിന്നപ്പോൾ മനസ്സു പിടഞ്ഞു. അവളുടെ പ്രസരിപ്പ് പോയ്മറഞ്ഞിരിക്കുന്നു. യാത്രതിരിച്ചപ്പോൾ അവൾ മറ്റൊരാളായിരുന്നു. ഒരു ദിവസംകൊണ്ടു സംഭവിച്ച പരിണാമം ദുഃഖക

രമാണ്. ഒരു വാക്കുകൊണ്ട് അവളുടെ നഷ്ടോത്സാഹം വീണ്ടെടുക്കാം. ആഹ്ലാദം തിരിച്ചുനല്കാം.

തനിക്കതിനു കഴിഞ്ഞെങ്കിലെന്ന് രാത്രിയുടെ ഏകാന്തതയിൽ രാജീവൻ ആശിച്ചുപോയി.

പുലർകാലത്ത് കൊടൈക്കനാലിൽ കാഴ്ചകൾ കാണാൻ ഇറങ്ങിയപ്പോഴും നീലിമ രാജീവന് മുഖംകൊടുത്തില്ല. ഒറ്റപ്പെട്ടു നടന്ന രാജീവന് പിന്നാലെ എത്തിയ കന്യാസ്ത്രീ ശബ്ദം താഴ്ത്തി ചോദിച്ചു:

"നിങ്ങൾ പിണങ്ങിയോ?"

ആരെന്ന ഭാവത്തിൽ രാജീവൻ മുഖമുയർത്തി.

"ആ കുട്ടി ഇന്നലെ രാത്രി ഉറങ്ങിയില്ല."

ഒന്നും പറഞ്ഞില്ല. തിരിഞ്ഞുനോക്കുമ്പോൾ ഏറ്റവും പിന്നിൽ നടന്നു വരുന്ന നീലിമയെ കണ്ടു. കുട്ടികൾ ഉത്സാഹപൂർവ്വം ആത്മഹത്യാമുനമ്പിൽ കേന്ദ്രീകരിച്ചിരിക്കുന്നു. താഴേക്കു നോക്കിയാൽ ഒന്നും കാണാൻ വയ്യ. ആ അഗാധഗർത്തം മഞ്ഞിൽ മറഞ്ഞിരിക്കുന്നു. ചിലർ മുനമ്പിന്റെ അരികുപറ്റി എത്തിനോക്കാൻ ശ്രമിച്ചതു തടയപ്പെട്ടു. അവർ പിന്തിരിയുമ്പോൾ ഒറ്റയ്ക്ക് നീലിമ കയറിവന്നു. അവൾ രാജീവനെ നോക്കിയില്ല. ആരെയും ശ്രദ്ധിച്ചില്ല. നേരെ മുന്നോട്ടു നീങ്ങി.

രാജീവന്റെ ഉള്ളു പിടഞ്ഞു. നീലിമ അപകടരേഖയോടടുക്കുന്നത് ഞെട്ടലോടെ കണ്ടു. കാലുകൾ ചിറകുകളുടെ ഗതിവേഗമാർന്നു. നീലിമയെ പിന്നിൽനിന്നു പിടികൂടി. അവൾ കുതറിയെങ്കിലും രാജീവന്റെ കൈകൾക്ക് അപൂർവ്വമായ കരുത്ത്; അജ്ഞാതശക്തി. നീലിമയെ തന്നിലേക്കു വലിച്ചടുപ്പിച്ചു. അവൾ മാറിൽ വീണു പൊട്ടിക്കരഞ്ഞു.

"നീ ഒരു മടയിയാണ്." രാജീവൻ കുറ്റപ്പെടുത്തി.

"എന്നെ മടയിയാക്കുകയാണ്."

നീലിമയുടെ ഈറൻസ്വരം.

"ആര്? ഞാനോ?"

അവൾ ഉത്തരം പറഞ്ഞില്ല.

"കുട്ടി വിചാരിക്കുന്നതുപോലെ..." രാജീവൻ പറയാൻ ശ്രമിച്ചു.

"ഞാനത്ര കുട്ടിയൊന്നുമല്ല. കുട്ടി, കുട്ടി. കേട്ടു മടുത്തു."

"നീലിമേ, നീ സ്വപ്നങ്ങളുടെ മൂടൽമഞ്ഞാണ്. യാഥാർത്ഥ്യങ്ങളുടെ ചൂടേൽക്കുമ്പോൾ നിനക്ക് രൂപാന്തരമുണ്ടാകും."

"എന്നെ ഒഴിവാക്കാൻ ശ്രമിക്കുന്ന ആൾ എന്തിന് എന്നെക്കുറിച്ച് ഉൽക്കണ്ഠപ്പെടുന്നു?"

"നീ എന്റെ വിദ്യാർത്ഥിനി. നിന്റെ നന്മയിൽ എനിക്കെത്ര ശ്രദ്ധയുണ്ടെന്ന് എന്തുകൊണ്ടു മനസ്സിലാക്കുന്നില്ല?"

"എനിക്കറിയാം. എനിക്കൊരു പ്രത്യേകതയുമില്ല. മറ്റാരെയും പോലെ ഞാനും. പക്ഷേ എനിക്ക്..."

രാജീവൻ തടഞ്ഞു.

"അതു പറയരുത്. നമ്മുടെ ബന്ധത്തെ മലിനപ്പെടുത്തുന്ന ഒരു വാക്കുപോലും നീലിമയിൽനിന്നുണ്ടാവരുത്. അതു കേൾക്കാൻ എനിക്ക് ധൈര്യമില്ല. എന്റെ മനസ്സിൽ മറ്റാർക്കുമില്ലാത്ത സ്ഥാനം നിനക്കുണ്ട്, പക്ഷേ, അത് മറ്റുള്ളവരുടെ ആക്ഷേപത്തിനു കാരണമാകരുത്."

"മറ്റുള്ളവരെ എന്തിനു ശ്രദ്ധിക്കുന്നു?" നീലിമ ചോദിച്ചു.

"വേണം. പ്രത്യേകിച്ചും ഗുരുശിഷ്യബന്ധത്തിന്റെ മഹത്ത്വം ചോദ്യം ചെയ്യപ്പെട്ടുകൂടാ. അങ്ങനെ അപഹാസ്യകഥാപാത്രമാകാനും എനിക്കാവില്ല. നിന്നെ പൂർണ്ണമായി ഞാൻ മനസ്സിലാക്കുന്നുണ്ട്. ഏറ്റവും നല്ല മനസ്സുകൊണ്ട് ഞാൻ നിന്നെ സ്നേഹിക്കുന്നു. ജീവിതപങ്കാളിയായി വരാൻ തയ്യാറുണ്ടെങ്കിൽ രണ്ടു കൈയും നീട്ടി സ്വീകരിക്കും."

കോക്കേഴ്സ് വാക്കിലെ മൂടൽമഞ്ഞിലൂടെ അവർ നടന്നു. രാജീവന്റെ കൈ നീലിമയെ വലയംചെയ്തു. അവൾ രാജീവന്റെ തോളിൽ തല ചായ്ച്ചു.

"നീ കാത്തിരിക്കണം. ഒരു വർഷം. അതു കഴിയുമ്പോൾ എന്റെ ജോലി സ്ഥിരപ്പെടും. നിനക്ക് ബിരുദവുമെടുക്കാം. പിന്നെ നമ്മുടെ വിവാഹം. ഞാൻ ഒഴിഞ്ഞുമാറില്ല."

നീലിമയുടെ കൈ രാജീവന്റെ അരയിൽ ചുറ്റി.

"എന്നാൽ ഒന്നുണ്ട്–" രാജീവൻ പറഞ്ഞു:

"കോളജ് നമ്മുടെ പ്രണയവിഹാരവേദിയാക്കാൻ ഞാനൊരുക്കമല്ല. പ്രേമകഥയിലെ നായകവേഷം കെട്ടി നടക്കാനും പ്രയാസമാണ്. ഈ ഭൂമിയുടെ സൗന്ദര്യത്തെ സാക്ഷിനിർത്തി ഞാൻ വാക്കുതരുന്നു. ഒരു വർഷത്തെ കാത്തിരിപ്പ്. അതിനിടയിൽ പ്രകടനപരമായി ഒന്നും നമ്മുടെ ഭാഗത്തുനിന്ന് ഉണ്ടാകരുത്. വല്ലതും പറഞ്ഞുപരത്താൻ ഇടം കൊടുക്കരുത്. അക്കാര്യത്തിൽ നല്ല കരുതൽ വേണം. എന്നെ നീലിമയ്ക്ക് പൂർണ്ണമായി വിശ്വസിക്കാം."

നീലിമയുടെ കണ്ണുകളിൽ നക്ഷത്രങ്ങൾ തെളിഞ്ഞു. മഞ്ഞുമറ വകഞ്ഞുമാറ്റി പ്രകാശരശ്മികൾ കടന്നെത്തി. അവർ കുന്നുകളിൽനിന്നു താഴ്‌വരയിലേക്കിറങ്ങി. ഒരുമിച്ചു ഭക്ഷണം കഴിച്ചു.

രാജീവൻ ഉറങ്ങാൻ കിടക്കുമ്പോൾ വാതിൽ തുറന്ന് നീലിമ അരികിലെത്തി. തടയാൻ കഴിയുംമുമ്പ് അവൾ രാജീവനെ ചുംബിച്ചു. മുറുകെ പുണർന്നു.

ഓർമ്മയുടെ കോരിത്തരിപ്പിൽ രാജീവന് ഉറങ്ങാൻ കഴിഞ്ഞില്ല. മൂടൽമഞ്ഞിനിടയിൽ നിലാവ് അരിച്ചരിച്ച് ഇറങ്ങി. ആകാശത്തിൽ നക്ഷത്രങ്ങൾ കണ്ണുചിമ്മി. തണുത്ത കാറ്റ ഞരമ്പുകളിൽ കുളിരുപകർന്നു.

ആദ്യാനുഭവത്തിന്റെ തീവ്രത ഇപ്പോഴും മനസ്സിൽ ബാക്കി. ബോധപൂർവ്വം ഒരുക്കിയെടുത്തതല്ല. തേടിവന്ന അനുഭവങ്ങൾ, കീഴടങ്ങുകയായിരുന്നു. എല്ലാം എത്ര ആകസ്മികം.

മുമ്പൊരിക്കലും ഒരു കാല്പനികനായകന്റെ മേലങ്കി അണിഞ്ഞിട്ടില്ല. വികാരതീക്ഷ്ണമായ നിമിഷങ്ങൾ സൃഷ്ടിക്കാൻ മിനക്കെട്ടിട്ടില്ല.

അത്തരം സന്ദർഭങ്ങളിൽ കഴിയുന്നത്ര ഒഴിഞ്ഞുമാറാനായിരുന്നു ഉത്സാഹം. വിജയത്തിലേക്കു യാത്ര ചെയ്യുമ്പോൾ മാർഗ്ഗഭ്രംശങ്ങൾ ഉണ്ടാകരുതെന്ന് ആഗ്രഹിച്ചു; നിഷ്കർഷിച്ചു.

എന്നിട്ടൊടുവിൽ അപ്രതീക്ഷിതമായി തപസ്സു മുടങ്ങി. മോഹങ്ങളിൽ വലഞ്ഞു. മനസ്സിനെ നിയന്ത്രിക്കാനുള്ള ശ്രമങ്ങൾ വിഫലമായി. ജീവിതം പുതിയ പരീക്ഷണങ്ങൾ നേരിട്ടു. അന്തരീക്ഷത്തിൽ സ്ഫോടനങ്ങൾ നിറഞ്ഞു.

ഭൂമിയും ആകാശവും പൊട്ടിത്തെറിച്ച ഭീകരനിമിഷങ്ങൾ.

എല്ലാം കഴിഞ്ഞു കണ്ണു തുറന്നപ്പോൾ എങ്ങും പൊടിപടലങ്ങൾമാത്രം. നഷ്ടമായ ജീവിതകാമനയുടെ ദൈന്യത പ്രകൃതിയുടെ കണ്ണുകളിൽ തെളിഞ്ഞു. ആത്മാവിൽ അമർത്താൻ കഴിയാത്ത നിലവിളി.

എങ്ങോ വലിച്ചെറിയപ്പെടുകയായിരുന്നു. എല്ലാ അഭയവും നഷ്ടപ്പെട്ട് അശരണനായി ഏകാന്തതയുടെ ഭാരം ചുമക്കാൻ വിധി.

ആറ്

പ്രശാന്തദിനങ്ങളുടെ പിറവി പ്രതീക്ഷയായി. ജീവിതത്തിനു പുതിയ അർത്ഥതലങ്ങൾ. എന്നിട്ടും ഒന്നും സംഭവിക്കാത്തമട്ടിൽ കോളജിലെത്തി. നീലിമയെ ശ്രദ്ധിച്ചതേയില്ല. വഴുതുന്ന പാറക്കെട്ടുകളിലൂടെയാണ് യാത്ര. നല്ല കരുതൽ പുലർത്തി. ഒരുനിമിഷംകൊണ്ടു മോഹങ്ങളുടെ പളുങ്കുപാത്രം താഴെ വീണുടയരുത്.

ഇപ്പോൾ ആശിക്കാൻ ചിലതുണ്ടായിരിക്കുന്നു. മുമ്പെങ്ങും ഇത്തരം അനുഭവത്തിനു വിധേയനായിട്ടില്ല. പുതിയ പരിണാമം ഉള്ളുണർത്തുന്ന ലഹരിയായിരിക്കുന്നു. ആരും കണ്ടുപിടിക്കരുത്.

കാറ്റിൽ ഒരു സ്വരം കേട്ടുവോ? നാൽക്കവലയിലെ വയസ്സൻ അരയാലിലകൾ വിറച്ചുവോ? അതിന്റെ ചില്ലകൾ മുന്നിൽ അടർന്നുവീണു വഴിതടഞ്ഞു.

“ഭാഗ്യം. തലയിൽ വന്നു വീഴേണ്ടതായിരുന്നു. ദൈവം കാത്തു.”

ആശ്വാസവാക്കുകൾ. അത് രക്ഷയായിരുന്നോ? അതോ ജീവിതം തുടരാനുള്ള ശിക്ഷയോ? തിരിഞ്ഞു നോക്കിയില്ല. പരാജയം കാംക്ഷിക്കുന്ന കണ്ണുകൾ. അവയ്ക്ക് കുളിർമ്മയേകാൻ സാദ്ധ്യമല്ല. ഓരോ പ്രഹരവും മരണമാവും എന്നു പ്രതീക്ഷിക്കുന്ന ദുഷ്ടത. അതിനുമുന്നിൽ സ്വർണ്ണംപോലെ തിളങ്ങാൻ വ്യഗ്രത. വിജയം പൂർണ്ണമായി എന്ന വിശ്വാസമില്ല. എങ്കിലും താഴെ വീണുടയാതെ നിലനിന്നുവെന്നത് ആശ്വാസകരം. വിപരീതസന്ധികൾക്കിടയിലും യാത്ര തുടർന്നത് അജ്ഞാതന്റെ ആശിസ്സുകൊണ്ടോ? കർമ്മഫലം നല്കിയ കരുത്തുകൊണ്ടോ?

എന്തെല്ലാം അനുഭവങ്ങൾ! ഒക്കെ അവസാനിച്ചുവെന്ന തോന്നലുകൾ. എന്നിട്ടും മുന്നോട്ടൊഴുകി. കാറ്റിന്റെ അനുകൂലഗതിയിൽ ഉണർന്നും മന്ദഗതിയിൽ തളർന്നും പ്രാതികൂല്യങ്ങളിൽ ഉലഞ്ഞും യാത്ര.

ഊട്ടിയിലെ മഞ്ഞുതടാകം ഒരു കഥാപാത്രമായി അവതരിപ്പിക്കുമെന്നു പ്രതീക്ഷിച്ചില്ല. നിറമുള്ള വേഷങ്ങളണിഞ്ഞ് കിന്നരിത്തലപ്പാവുമായി അത് കഥയിൽ നിറഞ്ഞു. ക്ലാസ്മുറിയിലെ കറുത്ത ബോർഡിലാണ് ആദ്യം കാണപ്പെട്ടത്. യാനപാത്രത്തിൽനിന്നും തെറിച്ചുവീഴുന്ന പെൺകുട്ടിക്ക് നീലിമയുടെ മുഖമായിരുന്നു.

കഥാസാരം അറിയാൻ കൊതിച്ചവർ ഏറെ. ഉദ്വേഗപൂർണ്ണമായ നാടകീയ നിമിഷങ്ങൾക്കു പല വ്യാഖ്യാനങ്ങളുണ്ടായി. പരിണാമഗുപ്തിയെക്കുറിച്ച് രഹസ്യാന്വേഷണങ്ങൾ നടന്നു.

ഒന്നും അറിയുന്നില്ലെന്നു ഭാവിച്ചു. കാറ്റ് ഗതിമാറി വീശുകയാണ്. അതു തിരിച്ചുവിടാൻ അജ്ഞാത കരങ്ങൾ ഉയരാതിരിക്കുമോ?

രാവിലെ കോളേജിൽ എത്തിയപ്പോൾ അറിഞ്ഞു; പ്രിൻസിപ്പാൾ അവിവാഹിതരായ അദ്ധ്യാപകരുടെ യോഗം വിളിച്ചുചേർത്തിരിക്കുന്നു. വറീതുചേട്ടൻ ഇത്രയും കൂട്ടിച്ചേർത്തു:

"എന്തു പറഞ്ഞാലും കേട്ടില്ലെന്നു നടിക്കണം. അങ്ങേര് പാവമാ. ഇവിടെ വേറെ ചിലരുണ്ട്. അവർക്ക് സാറിനോട് അസൂയയാ. അത് കണ്ടും കേട്ടും നില്ക്കണം. സൂക്ഷിച്ച് ഓരോ ചുവടും വയ്ക്കണം."

പ്രിൻസിപ്പാളിന്റെ മുറിയിൽ അദ്ധ്യാപകർ കൂട്ടംചേർന്ന് നില്ക്കുന്നു. രാജീവൻ അവർക്കിടയിൽ ഒതുങ്ങാൻ ശ്രമിച്ചു. പക്ഷേ, ഭയന്ന സഹപ്രവർത്തകർ അകന്നുമാറാൻ ബദ്ധപ്പെട്ടത് അപൂർവ്വാനുഭവമായി.

എല്ലാവരും ഒത്തുകൂടിയിട്ടുണ്ട്. അവിവാഹിതരും അനുസരണശീലരുമായ യുവാക്കൾ. അതിനിടയിൽ റിട്ടയർമെന്റ് ദിവസം പ്രതീക്ഷിക്കുന്ന പ്രൊഫസർ സുന്ദരസ്വാമിയെ കണ്ടപ്പോൾ ഉള്ളിലുണർന്ന ചിരി ബദ്ധപ്പെട്ട് അടക്കി. ഫാദർ പറയരുകുഴി മുറിക്കുള്ളിലേക്കു കടന്നുവരുന്നതും പെട്ടെന്നു പുറത്തുപോകുന്നതും കണ്ടു. അവിവാഹിതരുടെ സമ്മേളനമാണെന്നു കരുതി എത്തിയതാവും പിൻവാങ്ങിയതെന്തേ? ആലോചിച്ചുനോക്കി. ഉത്തരം കിട്ടിയില്ല.

"സാറന്മാരിരിക്ക്." പ്രിൻസിപ്പാൾ നിർദ്ദേശിച്ചു.

ഇരിപ്പിടങ്ങൾ ഉണ്ടായിട്ടും ഇരിക്കാമോ എന്ന ശങ്കയിലായിരുന്നു അധികം പേരും. രാജീവനും രാമഭദ്രനുമടക്കം കുറേപ്പേർ അരികിലുള്ള കസേരകളിൽ ഇരുന്നു. പിന്നെപ്പിന്നെ ഓരോരുത്തർ ഇരിപ്പുറപ്പിച്ചു.

കറുത്ത കണ്ണടയ്ക്കുള്ളിൽ മറച്ചിട്ടും മറയാത്ത രൗദ്രഭാവം. പ്രിൻസിപ്പാൾ ഗർജ്ജിച്ചു:

"എന്താ നിങ്ങടെയൊക്കെ ഭാവം?"

അതൊരു തുടക്കമാണ്. ഉത്തരം പ്രതീക്ഷിക്കാത്ത ചോദ്യം. രാജീവൻ അത് അവഗണിച്ചു.

"കോളേജിൽ പെൺകുട്ടികളെ ചേർത്തിരിക്കുന്നത് അതിലോരോന്നിനെ ഇവിടത്തെ സാറന്മാര് കെട്ടിക്കോട്ടെന്നു കരുതീട്ടല്ല."

പ്രിൻസിപ്പാൾ പ്രശ്നത്തിന്റെ മുഖംമൂടി മാറ്റുന്നു.

"ഈ കോളേജിൽ പെൺകുട്ടികളെ അഡ്മിറ്റ് ചെയ്യുന്നതിനെ

എതിർത്തതാ ഞാൻ. എന്നിട്ടും മാനേജ്മെന്റിൽ ചിലർക്ക് ചൊറിച്ചിൽ. അതു തീർത്തോട്ടേന്ന് ഞാനും കരുതി. എന്നിട്ടിപ്പോഴെന്താ, കുറേ മൂരിക്കുട്ടന്മാർ മേയാൻ വന്നിരിക്കുന്നു! നിങ്ങൾക്ക് ചുറ്റിക്കളിക്കാൻ വേറെങ്ങും പെണ്ണുകിട്ടൂല്ലേ? ഈ കോളേജിൽ പഠിക്കുന്നവരുതന്നെ വേണോ?"

ആരും ഒന്നും പറഞ്ഞില്ല. വാക്കുകൾ കല്ലുകളായി രാജീവന്റെ മനസ്സിൽ വീണു. അവ ഉന്നംവയ്ക്കുന്നതു തന്നെയാണ്. പക്ഷേ, നേരിട്ടെറിയാൻ എന്തോ മടിക്കുന്നു. ചുറ്റിക്കറങ്ങി ലക്ഷ്യസ്ഥാനത്ത് വന്നുകൊള്ളുമെന്ന് പ്രിൻസിപ്പാൾ കണക്കുകൂട്ടിയിട്ടുണ്ട്.

"ഒരു കാര്യം ഞാൻ പറഞ്ഞേക്കാം. ഇമ്മാതിരി കളികൾ കൊണ്ടു നടന്നാൽ പുകച്ചു ഞാൻ പുറത്തു ചാടിക്കും. ഇടംവലം നോക്കില്ല. നിങ്ങൾക്കിവിടെ ജോലിതന്നിരിക്കുന്നത് പഠിപ്പിക്കാനാ. അല്ലാതെ പെൺപിള്ളാരുടെ വായിൽ നോക്കാനല്ല."

പ്രിൻസിപ്പാൾ ഒന്നു നിർത്തി. ആട്ടിൻപറ്റങ്ങൾ വിറപൂണ്ടിരിക്കുന്നു. എപ്പോഴാണ് അന്ത്യം എന്നു ഭയപ്പെടുംപോലെ.

"ശരി, എല്ലാവർക്കും ഇപ്പോൾ പോകാം."

അനുമതി കിട്ടിയതും രക്ഷപ്പെടാനുള്ള തിരക്കായി. ഓരോരുത്തരായി കടന്നുപോകുന്നതു നോക്കി രാജീവൻ ഇരുന്നു. ഒടുവിൽ പ്രിൻസിപ്പാളും രാജീവനും മാത്രമായി.

"എന്താ സാറ് പോകാത്തത്?" മയമില്ലാത്ത ചോദ്യം.

"അച്ചൻ ക്ഷമിക്കണം. ഇപ്പറഞ്ഞതൊക്കെ എന്നെ പ്രതിചേർത്താണല്ലോ."

"എന്നാരു പറഞ്ഞു? എല്ലാവരും ശ്രദ്ധിക്കാനാ ഞാൻ പറഞ്ഞത്."

"പക്ഷേ, അതിനുള്ള പ്രകോപനം എന്റെ സൃഷ്ടിയാണ്. അച്ചൻ എന്നോടു ചോദിച്ചെങ്കിൽ എനിക്കു പറയാനുള്ളത് പറയാമായിരുന്നു. മറ്റുള്ളവരെ വിഷമിപ്പിക്കേണ്ടിയിരുന്നില്ല."

"സാറിനെന്തോ പറയാനുണ്ട്? സ്റ്റഡി ടൂറിന്റെ പേരും പറഞ്ഞ്–ദേ, എന്നെക്കൊണ്ടൊന്നും പറയിക്കരുത്." പ്രിൻസിപ്പാളിന്റെ സ്വരമുയർന്നു.

"അച്ചൻ വിചാരിക്കുന്നതുപോലൊന്നുമില്ല. ഞാൻ ഗുരുവും ആ കുട്ടി എന്റെ ശിഷ്യയുമായിപ്പോയി. അതല്ലാതെ ഞങ്ങളുടെ ബന്ധത്തിൽ അസ്വാഭാവികമായി എന്തുണ്ട്? രണ്ടുപേരും പ്രായപൂർത്തിയായവർ. വിവാഹത്തിന് മറ്റു തടസ്സങ്ങൾ ഒന്നുമില്ല."

"കോളജെന്താ മാര്യേജ് ബ്യൂറോയോ? സാറെന്താ വിചാരിച്ചത്? ഓരോരുത്തന്മാർ ഇങ്ങനെ തുടങ്ങിയാൽ ഇതൊരു കല്യാണമണ്ഡപമാകുമല്ലോ."

"അച്ചൻ തെറ്റിദ്ധരിക്കുകയാണ്. ആരും അങ്ങനെയൊന്നും ആകാൻ പോകുന്നില്ല. ഞാൻപോലും. ഈ കോളേജിൽ കഴിയുന്നിടത്തോളം നീലിമ എനിക്ക് മറ്റേതൊരു കുട്ടിയെയുംപോലെ. അതിനപ്പുറം ഒരു പെരുമാറ്റം എന്നിൽ നിന്നുണ്ടാവില്ല. അതു കഴിഞ്ഞ് ഞങ്ങൾ വിവാഹം കഴിക്കുമെങ്കിൽ ആശീർവ്വദിക്കാൻ അച്ചനും കടമയില്ലേ?"

"ഞാൻ സാറിനെ കുറ്റപ്പെടുത്തുകയല്ല. ഒരുതരത്തിൽ ഈ കോളജിന്റെ ഭരണം നടത്തിക്കൊണ്ടുപോകുകയാണ്. എവിടെയെങ്കിലും ഒരു പാളിച്ചവന്നാൽ എല്ലാവരുംകൂടി എന്റെ തലയിൽ കയറും. നന്നായിരുന്നാൽ എല്ലാവർക്കും അവകാശം, അന്തസ്സ്. ഇടയ്ക്കൊന്നു പാളിപ്പോയോ, കുറ്റം മുഴുവൻ എനിക്ക്. കരുതിയിരുന്നാൽ നന്ന്; സാറിനും എനിക്കും."

പ്രിൻസിപ്പാളിന്റെ ശബ്ദത്തിൽ ആർദ്രത നിറയുന്നു.

ആ സന്മനസ്സ് ഉൾക്കൊണ്ട് രാജീവൻ പറഞ്ഞു:

"ഞാൻ ശ്രദ്ധിച്ചോളാം."

"ഞാനാപ്പെണ്ണിന്റെ തന്തയെ വിളിച്ചൊന്നു പറയുന്നുണ്ട്."

"തെറ്റുണ്ടായിട്ടുണ്ടെങ്കിൽ അത് ഞാൻ കാരണമാണ്."

"എന്ന് സാറു പറഞ്ഞാൽ പോരല്ലോ. എന്തായാലും സാറ് പൊയ്ക്കൊള്ളു."

പ്രിൻസിപ്പാൾ സംസാരം തുടരാൻ താല്പര്യം പ്രകടിപ്പിച്ചില്ല.

രാജീവൻ മുറി വിട്ടിറങ്ങി. വറീതുചേട്ടൻ എല്ലാം ശ്രദ്ധിച്ചുനില്ക്കുന്നു. മുഖത്ത് ആശ്വാസകിരണങ്ങൾ.

പതിഞ്ഞ കാൽവയ്പുകളോടെ രാജീവൻ നടന്നു. ആരുടെയും കണ്ണുകൾ തന്നിൽ പതിയരുത്. ഒരേകാന്തജീവിയായി ഒതുങ്ങണം. ഇലത്തുമ്പിൽ തപസ്സിരിക്കുന്ന പുഴുവിനെപ്പോലെ. പുൽച്ചാടിയുടെ ജന്മം കൈവരിക്കാൻ കാലം നല്കുന്ന കരുത്ത് ആവശ്യമാണ്.

ലൈബ്രറിയിൽനിന്ന് ഇറങ്ങുമ്പോൾ നീലിമ എതിരെ വന്നു. വേറെയും കുട്ടികൾ. ചിരിച്ചു. ഒന്നും പറഞ്ഞില്ല. നീലിമയ്ക്ക് ഉള്ളിൽ പരിഭവം നിറഞ്ഞിരിക്കും. അവഗണിച്ചു എന്നു കരുതിക്കാണും. സാരമില്ല. നേർത്ത സ്പർശത്തിൽ പൊടിയുന്ന തളിരുപോലെയാണവൾ.

ജീവിതത്തിന്റെ ഏതു ദശാസന്ധിയിൽവച്ചാവും നീലിമ സ്ത്രീത്വത്തിന്റെ ശക്തി കൈവരിക്കുക?

അനുഭവങ്ങൾ, കവിജന്മത്തിലെ ശക്തിവാഹിനികൾ. ചിലത് ആഹ്ലാദകരമാകാം. ഏറെയും ദുഃഖസാന്ദ്രം. എല്ലാം ഒരുപോലെ സ്വാഗതം ചെയ്യേണ്ടതാണ്. അവയുടെ കൂടിച്ചേരലിലാണ് ജീവിതവൃത്തം പൂർണ്ണമാകുന്നത്.

പ്രഭാതമാകുകയാണ്. അതിന്റെ ഭംഗികൾ പ്രത്യക്ഷമാകുന്ന സമയം കാത്തു. മനസ്സ് വിഷുപ്പക്ഷിയെപ്പോലെ ചിറകു വിടർത്തി. ഒരു പുതിയ പാട്ട് പ്രകൃതിയെ ഉണർത്തുന്നു.

ഏറെനാൾകൂടി എഴുതിയ കവിത–വിഷുപ്പക്ഷിയുടെ പാട്ട്–കവറിലാക്കി. നീലിമയുടെ കൈയിൽ കൊടുക്കണം. അവൾക്കു സന്തോഷമാകും. രാജീവൻ വിചാരിച്ചു.

കോളേജിലേക്കു പുറപ്പെടുമ്പോൾ മാത്യു ജോസഫ് എങ്ങുനിന്നോ മുന്നിൽ പ്രത്യക്ഷപ്പെട്ടു:

"അറിഞ്ഞില്ലേ?"

എന്തെന്ന് അറിയാതെ രാജീവൻ തരിച്ചു നിന്നു.

"മാനേജ്മെന്റിന്റെ ധിക്കാരം. കെമിസ്ട്രിയിലും സുവോളജിയിലും പുതിയ പോസ്റ്റ്ഗ്രാഡ്വേറ്റ് പ്രൊഫസർമാരെ നിയമിച്ചിരിക്കുന്നു."

അതെന്തിന്? കോളേജിൽ സുസമ്മതരാണ് കെമിസ്ട്രിയുടെയും സുവോളജിയുടെയും ഇപ്പോഴത്തെ പ്രൊഫസർമാർ; കെ പി തോമസും പോൾ സെബാസ്റ്റ്യനും. മികച്ച അദ്ധ്യാപകർ. സർവ്വീസ് ചട്ടപ്രകാരം ഏതു പ്രമോഷനും അർഹതയുള്ളവർ. ഒരപാകതയും എടുത്തു പറയാനില്ല.

പിന്നെന്ത്?

"ഇവിടെയാര് അർഹത നോക്കുന്നു? അദ്ധ്യാപകസംഘടനയുടെ പ്രവർത്തകരായതാണു തെറ്റ്. ചിന്തിക്കാൻ തലച്ചോറും ഉരിയാടാൻ നാവും ഉണ്ടായിപ്പോയില്ലേ? പോരെങ്കിൽ വളയാത്ത നട്ടെല്ലും. ഈ അപകടക്കാരെ ഒഴിവാക്കി മന്ദബുദ്ധികളെ കണ്ടുപിടിച്ചാൽ മാനേജ്മെന്റ് പറയുന്നിടത്ത് ഒപ്പുവച്ചുകൊടുക്കും. ലാബറട്ടറിയിൽ സാധനങ്ങൾ വാങ്ങുമ്പോൾ കള്ളബില്ല് ഒപ്പിട്ട് മാനേജ്മെന്റിന് പണമുണ്ടാക്കിക്കൊടുക്കാൻ തോമസിനെയും സെബാസ്റ്റ്യനെയുമൊന്നും കിട്ടില്ല. അതുതന്നെ കാര്യം." മാത്യു ജോസഫ് രോഷാകുലനായി.

"പക്ഷേ അതെങ്ങനെ സാധിക്കും? സീനിയോറിറ്റി–" രാജീവൻ സംശയിച്ചു.

"ന്യൂനപക്ഷാവകാശം വച്ചു കളിക്കുകയാണ്. ഭൂരിപക്ഷത്തിന്റെ ചൂഷണത്തിൽനിന്ന് ന്യൂനപക്ഷത്തെ രക്ഷിക്കാൻ ഭരണഘടനാവിദഗ്ദ്ധർ എഴുതിവച്ച വ്യവസ്ഥ. ഇപ്പോൾ ന്യൂനപക്ഷാംഗങ്ങൾക്കെതിരെ മാനേജ്മെന്റ് എന്ന സ്ഥാപനം അതിന്റെ പേരിൽ ചാട്ടവാറോങ്ങുന്നു. അവരെ തറയ്ക്കാൻ മരക്കുരിശുകൾ നിർമ്മിക്കുന്നു."

"ദൈവത്തിന്റെ നീതിയെക്കുറിച്ചു പറയുന്നവർ–"

രാജീവൻ പറയാൻ വന്നത് മാത്യു ജോസഫ് പൂർത്തിയാക്കി:

"മനുഷ്യർക്കു നീതി നിഷേധിക്കുന്നു. ഇവർക്ക് ദൈവഭയവുമില്ല, മനുഷ്യസ്നേഹവുമില്ല. ദേവാലയത്തെ കള്ളന്മാരുടെ ഗുഹയാക്കുന്നു എന്ന് കർത്താവ് പറഞ്ഞത് യഹൂദപ്രമാണികളെക്കുറിച്ചു മാത്രമല്ല, ഇവരെക്കുറിച്ചുകൂടിയാണെന്നു തോന്നുന്നു. എന്തായാലും ഇതങ്ങനെ വെറുതേ വിടാനാവില്ല. അദ്ധ്യാപകരുടെ സംഘടനാശക്തിയും ഒന്നു പരീക്ഷിക്കണമല്ലോ."

രാജീവൻ മാത്യു ജോസഫിനോടൊപ്പം നടന്നു.

കോളേജ് കവാടത്തിനു മുന്നിൽ ആദ്യമായി സമരപ്പന്തൽ ഉയർന്നു. അദ്ധ്യാപകർ ഉപവാസമിരുന്നു. രാജീവനുമുണ്ടായിരുന്നു കൂട്ടത്തിൽ. കുട്ടികൾ സംഘം ചേർന്നെത്തി. അഭിവാദനങ്ങൾ അർപ്പിച്ചു. കോളേജിൽ ക്ലാസുകൾ മുടങ്ങി. പകുതിയിൽ അധികം അദ്ധ്യാപകരും സമരത്തിലേക്ക്.

പണിമുടക്കാത്ത അദ്ധ്യാപകർ പ്രിൻസിപ്പാളിന്റെ മുറിയിൽ ഒത്തു

കൂടി. പോസ്റ്റ്ഗ്രാഡ്വേറ്റ് കോഴ്സിനു പഠിപ്പിക്കാൻ മികച്ച അദ്ധ്യാപകരെ ക്ഷണിച്ചുവരുത്തിയതാണെന്ന് പ്രിൻസിപ്പാൾ. അമേരിക്കയിൽനിന്നു ഡോക്ടറേറ്റ് നേടിയവരാണ് പുതിയ പ്രൊഫസറന്മാർ.

"അമേരിക്കൻ ഡോക്ടറേറ്റാകുമ്പോൾ അതൊരന്തസ്സാണ്. ഇന്ത്യൻ യൂണിവേഴ്സിറ്റികളിൽ നിന്നല്ലല്ലോ. നന്നായി." ഒരദ്ധ്യാപകൻ പറഞ്ഞു.

പ്രിൻസിപ്പാൾ ഡോക്ടർബിരുദം നേടിയത് അമേരിക്കയിലെ ഒരു സർവ്വകലാശാലയിൽനിന്നാണ്. അതറിഞ്ഞ് വിത്തിറക്കിയതാണ് ആ മാന്യദേഹം.

"മാനേജ്മെന്റ് ഇത്തരം നല്ല കാര്യങ്ങൾ ചെയ്യുമ്പോൾ ചിലർ നിസ്സഹകരിക്കുന്നതെന്തുകൊണ്ടാണ്?"

തത്ത്വചിന്തകനായ ഒരദ്ധ്യാപകൻ ആലോചനാമഗ്നനായി.

"നമുക്കീ സമരക്കാരെ ഒരു മുറിയിൽ അടച്ചു പൂട്ടാം. എന്നിട്ട് ക്ലാസെടുക്കാം." മറ്റൊരാൾ ഒരുപായം കണ്ടെത്തി.

"അതിൽഭേദം കോളേജ്വാനിൽ കയറ്റി ഏതെങ്കിലും കാട്ടിൽ എത്തിക്കണം. അവിടെ തള്ളിയിട്ട് വാൻ തിരിച്ചുവരണം. അതാ വേണ്ടത്."

സിമ്മനാരിയിൽ ഏതാനും വർഷം കഴിച്ചുകൂട്ടി പിന്നീട് വൈദിക വൃത്തിക്കു പകരം അദ്ധ്യാപകജോലി സ്വീകരിച്ച ഒരു മഹാശയൻ പ്രതികരിച്ചു.

"മതി വിഡ്ഢിത്തം വിളമ്പിയത്." പ്രിൻസിപ്പാൾ സ്വരമുയർത്തി:

"കുറേപ്പേർ ആ വാതിൽക്കൽ മലർന്നു കിടക്കുന്നു. അതിൽച്ചേരാതെ ഇവിടെവന്ന് ഒപ്പുവച്ചിട്ട് നിങ്ങൾ ക്ലാസിൽ പോകാതെ എന്റെ മുന്നിൽ ചുറ്റിക്കറങ്ങുന്നതെന്താ?"

"അത് ഞങ്ങൾക്ക് കുട്ടികളെ ഭയമാണ്. അവർ ചിലപ്പോൾ ചീത്ത വിളിക്കും." ഒരദ്ധ്യാപകൻ നിസ്സഹായത വെളിപ്പെടുത്തി.

"നിങ്ങളെയൊക്കെ ചീത്തവിളിക്കുകയല്ല, ചിലപ്പോൾ തല്ലുകയും ചെയ്യും." പ്രിൻസിപ്പാളിന് രോഷം അടക്കാനായില്ല.

"ഒന്നുകിൽ പോയി സമരക്കാരുടെ കൂടെ ചേര്. അല്ലെങ്കിൽ ക്ലാസിൽ പോയി കുട്ടികളെ പഠിപ്പിക്ക്. ഏതെങ്കിലും ഒന്ന് ചെയ്യ്."

"ഞങ്ങൾ കുട്ടികളെ വീട്ടിൽ വരുത്തി ട്യൂഷൻ കൊടുക്കുന്നുണ്ട്." ഒരു സത്യസന്ധൻ പറഞ്ഞു.

"അതിനാണല്ലോ നിങ്ങൾക്കു കൂടുതൽ താല്പര്യം. ട്യൂഷന് കുട്ടികളെ റിക്രൂട്ട് ചെയ്യാനല്ലേ ഇവിടത്തെ അഭ്യാസം." പ്രിൻസിപ്പാൾ പുച്ഛിച്ചു ചിരിച്ചു.

അതൊരു പ്രശംസയായി കരുതിയ അദ്ധ്യാപകവൃന്ദത്തിന്റെ മുഖാരവിന്ദങ്ങളിലും ചിരി പടർന്നു.

വാതിൽക്കൽ നിന്ന വറീതുചേട്ടന് ഈ കോമാളിക്കളി ഇഷ്ടപ്പെട്ടില്ല. അയാൾ പുറത്തേക്ക് ഇറങ്ങി. വഴിയിൽ കണ്ട കുട്ടികളോട് വറീതു ചേട്ടൻ പറഞ്ഞു:

"ആണ്ടെ പ്രിൻസിപ്പാളച്ചന്റെ മുറിയിൽ കുറേ സാറന്മാര് കൂടിനിന്നു

നാടകം കളിക്കുന്നു. നിങ്ങളും ചെന്നു കാണ്."

കുട്ടികൾ അവിടേക്കു കുതിച്ചു. വാതിൽക്കൽ കൂട്ടംകൂടി ഒച്ചവച്ചു. അദ്ധ്യാപകർ അതുകണ്ട് പരിഭ്രമിച്ചു. തങ്ങളെ കൈയേറ്റം ചെയ്യാൻ ഒത്തുകൂടുകയാണ് അവരെന്നു ഭയന്ന് പ്രിൻസിപ്പാളിന്റെ പിന്നിൽ ഒതുങ്ങാൻ ശ്രമിച്ചു. ചില ധീരന്മാർ ടോയ്‌ലറ്റിൽ കടന്നുകൂടി.

കോളേജ് അന്തരീക്ഷം കലുഷിതമായി. അദ്ധ്യാപകരുടെ ചേരിതിരിവ് അസ്വാസ്ഥ്യം വളർത്തി. കുട്ടികൾ പല തട്ടുകളായി തിരിഞ്ഞ് ഏറ്റുമുട്ടി. രാജീവന് സ്വന്തം നിസ്സഹായത ബോദ്ധ്യപ്പെട്ടു. ഇത്തരം ഒരവസ്ഥയിൽ തനിക്ക് ഒന്നും ചെയ്യാൻ കഴിയില്ല. ഇത് അശാന്തിയുടെ ദിനങ്ങൾ. ഉഷ്ണക്കാറ്റിൽ ഭൂമിയുടെ സൗന്ദര്യം നഷ്ടമാകുന്നു. മനസ്സിന്റെ പുഴ വറ്റിവരളുന്നു. ദാഹാർത്തയായ പക്ഷി രാത്രിയുടെ മറവിലിരുന്ന് കരയുന്നു.

ആശ്വാസത്തിന്റെ കാറ്റ് ചിറകൊതുക്കി.

അജ്ഞാതശക്തിയെ ഉപാസിക്കാൻ രാജീവൻ വ്രതനിയമങ്ങൾ കൈക്കൊണ്ടു.

ഏഴ്

തപസ്സിന്റെ നാളുകളിൽ ഭൂമി തപിച്ചു. ആകാശഗംഗ വരണ്ടുണങ്ങി. കട്ടിയേറിയ ഇരുട്ടിൽ പ്രകാശരശ്മികൾക്ക് കടന്നുവരാൻ കഴിയാതെയായി.

മാനേജ്മെന്റും അദ്ധ്യാപകസംഘടനയും ബലപരീക്ഷണത്തിൽ തുല്യത പുലർത്തിയപ്പോൾ വിദ്യാർത്ഥികളുടെ ഭാവിയെക്കുറിച്ചു മുറവിളി ഉയർന്നു. പ്രശ്നപരിഹാരത്തിനു പോംവഴികൾ തിരയുകയായി.

സമരപ്പന്തലിൽ സഹപ്രവർത്തകർക്കൊപ്പം ഉപവാസം അനുഷ്ഠിച്ച രാജീവനെത്തേടി തിരക്കൊഴിഞ്ഞ നിമിഷങ്ങളിൽ നീലിമ വന്നു. അവൾ അരികിൽ ഇരിക്കാൻ ഒരുങ്ങിയപ്പോൾ രാജീവൻ വിലക്കി:

"അരുത്."

നീലിമയുടെ മുഖം വാടി.

അടുത്ത ദിവസം നീലിമയുടെ കൂട്ടുകാരി രാജീവനോട് ഒരു രഹസ്യം പറഞ്ഞു:

"നീലിമയും സാറിനെപ്പോലെ ഉപവസിക്കുകയാണ്. ഇന്നലെ രാത്രി മുതൽ ആഹാരം കഴിക്കുന്നില്ല."

"അത് പ്രശ്നമാകും. സാഹസമരുതെന്നു പറയൂ."

"അവൾ കേൾക്കണ്ടേ?"

കൂട്ടുകാരി നിസ്സഹായത പ്രകടിപ്പിച്ചു.

നീലിമയുടെ സാഹസികതയിൽ പതിയിരിക്കുന്ന അപകടം രാജീവൻ മനസ്സിലാക്കി. ഹോസ്റ്റലിൽ താമസിക്കുന്ന കുട്ടി. ഓരോ നീക്കവും ശ്രദ്ധിക്കപ്പെടും. മാനേജ്മെന്റിന് എതിരായ സമരം. ദൈവവിരോധമാ

യെണ്ണുന്ന കന്യാസ്ത്രീകൾ ഹവ്വയെപ്പോലെ അവളെ വെറുക്കും; ഭയപ്പെടും. അതിന്റെ പ്രത്യാഘാതങ്ങൾ ഓർക്കുക വയ്യ.

രാമഭദ്രനെ രാജീവൻ അടുത്തുവിളിച്ചു. നീലിമയെ കണ്ടു സംസാരിക്കാൻ അപേക്ഷിച്ചു. ആപത്ത് വിളിച്ചുവരുത്തരുത്. വികാരപ്രകടനങ്ങൾ വിപത്കരമാണ്. സാധാരണ നില അവലംബിക്കണം. സാഹചര്യങ്ങളുമായി പൊരുത്തപ്പെടണം.

രാമഭദ്രന്റെ ശ്രമം വിജയിച്ചില്ല.

നീലിമ ശാഠ്യംപിടിച്ചു.

സമരദിനങ്ങൾ ഇഴഞ്ഞു നീങ്ങി. കേരളവ്യാപകമായി അദ്ധ്യാപകർ പ്രതിഷേധദിനം ആചരിച്ചു. അതോടെ ഒത്തുതീർപ്പിനു വഴിതെളിഞ്ഞു. പുതുതായി നിയമിക്കപ്പെട്ട അദ്ധ്യാപകരെ അംഗീകരിക്കുക. അതേ, ശമ്പളവും പദവിയും കെ പി തോമസിനും പോൾ സെബാസ്റ്റ്യനും അനുവദിക്കുക.

ഉപവാസം അവസാനിപ്പിച്ച് ക്വാർട്ടേഴ്സിൽ മടങ്ങിയെത്തിയ രാജീവനെ കാത്തിരുന്നത് ക്ഷോഭജനകമായ വാർത്തയായിരുന്നു. നീലിമയെ ഹോസ്റ്റലിൽനിന്നു പുറത്താക്കി. അവളുടെ അച്ഛൻ വന്നു കൂട്ടിക്കൊണ്ടുപോയി.

എന്തു ചെയ്യണമെന്നറിയാതെ കുഴങ്ങി. കോളേജ് തുറക്കുമ്പോൾ നീലിമ മടങ്ങിയെത്തുമെന്ന് ആശ്വസിച്ചു. എല്ലാം നേർവഴിയിലെത്തും. യാത്ര സുഗമമാകും. അനുകൂലമായ കാറ്റു വീശും.

വിശ്വാസങ്ങൾക്ക് പാളംതെറ്റിയ ദുഃഖനിമിഷങ്ങൾ. ജീവിതത്തിന്റെ ഗതി തിരിച്ചുവിട്ട പരിണാമങ്ങൾ. ഇന്നും ഓർക്കുമ്പോൾ അവിശ്വസനീയത. കഥകളിൽ വായിച്ചറിയുന്നതിലും ഏറെ നാടകീയത.

ജീവിതം കൈവിട്ടുപോയി എന്ന് തീർച്ചപ്പെടുത്തിയ കാലമായിരുന്നു അത്.

എന്താണു സംഭവിച്ചത്? ഇന്നും ദുരൂഹതകൾ ബാക്കി.

സമരം തീർന്നു കോളേജ് തുറന്നിട്ടും നീലിമ മടങ്ങിയെത്തിയില്ല. ഓരോ ദിവസവും പ്രതീക്ഷയോടെ കടന്നുചെല്ലും; നിരാശനായി മടങ്ങും. എന്താണു സംഭവിച്ചതെന്നറിയാതെ മനസ്സ് ഉൽക്കണ്ഠാകുലമായി. അസുഖമോ അപകടമോ എന്തെങ്കിലും?

ഒരാഴ്ച കടന്നുപോയി.

പുതിയ ആഴ്ചപ്പിറവിയുടെ നാളിൽ അതു സംഭവിച്ചു. നീലിമ വീണ്ടും കോളേജിൽ എത്തി. അച്ഛൻ കാറിൽ കൊണ്ടുവിടുകയായിരുന്നു.

അവൾ പതിവുപോലെ ക്ലാസിൽ വന്ന് മുൻബഞ്ചിൽ ഇരുന്നു.

ഇടയ്ക്ക് ശ്രദ്ധിച്ചപ്പോൾ രാജീവൻ അറിഞ്ഞു. അത് പഴയ നീലിമയല്ല. രോഗബാധിതയായ മട്ട്. മുഖം കരിവാളിച്ചിട്ടുണ്ട്. നീളമുള്ള തലമുടി തോളറ്റം മുറിച്ചുമാറ്റിയിരിക്കുന്നു. പൊട്ട് ഇട്ടിട്ടില്ല. കൊടുങ്കാറ്റിൽ ഉലഞ്ഞ പ്രകൃതി. ശാഖകൾ ഒടിഞ്ഞ് സ്വയം തകർന്ന നില.

"എന്റെ കുട്ടീ, നിനക്ക് എന്തു സംഭവിച്ചു?"

ക്ലാസിൽവച്ചുതന്നെ ചോദിക്കാൻ തോന്നി. സ്വയം നിയന്ത്രിച്ചു. ഒരു സ്ഫോടനത്തിനു വഴി ഒരുക്കരുത്.

ക്ലാസ് കഴിഞ്ഞ് നീലിമ അരികിൽ വരുമെന്ന് രാജീവൻ പ്രതീക്ഷിച്ചു. കൂട്ടുകാരികളോടൊപ്പം അവൾ നടന്നകലാൻ ഒരുങ്ങി. ഒരു പരീക്ഷണത്തിനു നിന്നുകൊടുക്കാൻ മനസ്സ് അനുവദിച്ചില്ല.

സ്വരമുയർത്തി വിളിച്ചു:

"നീലിമേ വരൂ."

ഒന്നു മടിച്ചെങ്കിലും അവൾ രാജീവനെ പിന്തുടർന്നു. ചുറ്റും വിടർന്ന കണ്ണുകളെ അവഗണിച്ചുകൊണ്ട് അവർ ലൈബ്രറികോർണറിനു നേർക്ക് നടന്നു.

ആളൊഴിഞ്ഞപ്പോൾ രാജീവൻ ചോദിച്ചു:

"നീലിമയ്ക്ക് എന്തു പറ്റി? നീ ആകെ മാറിയിരിക്കുന്നല്ലോ."

ആദ്യം അവൾ ഒന്നും പറഞ്ഞില്ല.

"പറയൂ, എന്താണു സംഭവിച്ചത്?" രാജീവൻ നിർബ്ബന്ധിച്ചു.

"ഞാൻ മരിച്ചു. ഇപ്പോൾ സാറിന്റെ മുമ്പിൽ നില്ക്കുന്നത് നീലിമയല്ല. അവളുടെ പ്രേതമാണ്."

ശാന്തത വീണ്ടെടുക്കാൻ ശ്രമിച്ചുകൊണ്ട് നീലിമ പറഞ്ഞു.

രാജീവന് ഒന്നും മനസ്സിലായില്ല. അപകടകരമായ എന്തോ സംഭവിച്ചിട്ടുണ്ട്.

അത് എന്താവും?

"ഈ ആഴ്ചകൂടിയേ കോളേജിൽ വരാൻ എനിക്ക് അനുവാദമുള്ളൂ. അതു കഴിഞ്ഞാൽ ഞാനുണ്ടാവില്ല. ഒരാൾ എന്നെ കെട്ടിവലിച്ചുകൊണ്ടുപോകും. അതു വേണ്ടെങ്കിൽ എനിക്ക് ആത്മഹത്യ ചെയ്യാം. രണ്ടായാലും ഞാൻ എന്നെ കൊല്ലുകയാണ്." നീലിമ കരഞ്ഞു.

"നിനക്ക് എന്തു പറ്റി കുട്ടീ?" എന്തിന് ഇങ്ങനെ ആത്മനാശത്തിന് ഒരുങ്ങുന്നു? ഈ നിമിഷത്തിൽപ്പോലും നിന്നെ സ്വീകരിക്കാൻ ഞാനുണ്ടല്ലോ. പിന്നെന്ത്?

ധൈര്യം പകരാൻ ശ്രമിച്ചു.

"സാറൊരു പാവമാണ്. നേർവഴി ചിന്തിക്കുന്നു. ഞാനും അങ്ങനെയായിരുന്നു. സ്നേഹിക്കാൻ മാത്രം അറിയുന്ന നാം സ്വപ്നങ്ങളിൽ ജീവിച്ചു. പക്ഷേ, ജീവിതം ഒരു ക്രൂരതയാണ്. ബന്ധങ്ങൾ സ്വാർത്ഥത നിറഞ്ഞവ. എല്ലാം എനിക്കിപ്പോൾ മനസ്സിലാവുന്നു. സാറിനെന്നെ വിവാഹം ചെയ്യാം. അതിന്റെ ഫലം എന്തായിരിക്കുമെന്ന് അറിയാമോ? നവവധുവായ എന്റെ വിധി വൈധവ്യമാകും. സാറിനെ ഒരു സൂര്യോദയം കാണാൻ അവർ അനുവദിക്കില്ല."

നീലിമയുടെ മുഖം ഭയംകൊണ്ടു വിറങ്ങലിച്ചു.

"ഇത് സ്വതന്ത്ര ഇന്ത്യയാണ്." രാജീവൻ പറഞ്ഞു.

"ഈ ഇന്ത്യയിൽ സ്വാതന്ത്ര്യം എവിടെയാണ് സാർ? സ്വന്തം ഇഷ്ടപ്രകാരം ജീവിക്കാൻ ആർക്കാണിവിടെ അവസരം? പണവും പ്രതാപവും

കൈയ്യാളുന്നവരുടെ ഇന്ത്യയാണിത്. അവർ സാധാരണക്കാരെ നിർദ്ദയം ചവിട്ടിമെതിക്കുന്നു. സ്ത്രീകളെ കാൽക്കീഴിൽ നിർത്തുന്നു. പുറംനാടുകളിൽനിന്നു വന്നവരല്ല. അന്യരാരുമല്ല. ജന്മം നല്കിയ അച്ഛൻ; പാലൂട്ടി വളർത്തിയ അമ്മ; വാത്സല്യം പകർന്ന സഹോദരങ്ങൾ. പോരെങ്കിൽ ഇപ്പോൾ എന്നെ വിലയ്ക്കുവാങ്ങാൻ വിദേശത്തുനിന്ന് വന്നെത്തിയ പണക്കാരനും അയാളുടെ കരുത്തരായ ബന്ധുക്കളും. അവർ എന്തിനും തയ്യാറാണെന്ന് എന്നോടു പറഞ്ഞതു മറ്റാരുമല്ല, എന്റെ അമ്മ തന്നെയാണ്."

"ഭീഷണികളിൽ നീ ഭയപ്പെടുന്നോ?"

"എനിക്ക് എന്നെക്കുറിച്ച് ഭയമില്ല. അവസാന വിധിയും നേരിടാൻ ഞാൻ ഒരുക്കമാണ്. ഒന്നിനെയും ഭയമില്ല എന്നതു മാത്രമാണ് എനിക്കുള്ള ഭയം. പക്ഷേ ഞാനിപ്പോൾ ഒരിരയാണ്. സ്വന്തം ഇരയെ രക്ഷിക്കാനൊരുങ്ങുന്ന ആൾക്കുനേരെ ചാടിവീഴാൻ ഒരാളല്ല, ഏറെപ്പേരുണ്ട്. എന്തിനും മടിക്കാത്തവർ. അവരുടെ കൈയിൽ സാറിനെ ഞാൻ വിട്ടുകൊടുക്കില്ല."

രാജീവൻ ശൂന്യമായ മനസ്സോടെ പ്രതിമയായി നിന്നു.

"അതുകൊണ്ട് ഞാൻ സാറിനോടു യാത്ര ചോദിക്കുകയാണ്. ജീവിതത്തിൽ ഏറെ ആശിച്ചത് സാറിനോടൊത്തുള്ള ജീവിതമാണ്. എനിക്കതിനു ഭാഗ്യമില്ല. എന്റെ നിർഭാഗ്യങ്ങൾ ആരംഭിക്കുകയാണ്. സാർ രക്ഷപ്പെടണം. ഭാവിയുടെ പാത സുഗമമാകട്ടെ. എന്റെ പതനങ്ങളിൽ സാർ എന്നെ അന്വേഷിക്കരുത്. വേദനിക്കരുത്. രക്ഷിക്കാമെന്നു വ്യാമോഹിക്കരുത്."

നീലിമ തേങ്ങി.

"നിനക്കെന്തുകൊണ്ട് നമ്മുടെ ബന്ധം തുറന്നു പറഞ്ഞുകൂടാ? അതറിഞ്ഞുകൊണ്ട് ഒരാൾ നിന്റെ കഴുത്തിൽ മിന്നുകെട്ടുമോ?" രാജീവൻ ചോദിച്ചു.

"ഞാൻ പറഞ്ഞില്ലെന്നോ? അതിനു ലഭിച്ച മറുപടി എന്തെന്നുകൂടി പറയാം. അയാൾക്കും ഇങ്ങനെ ചില പൂർവ്വബന്ധങ്ങൾ ഉണ്ടായിരുന്നത്രേ. പക്ഷേ, എന്നെ കണ്ടപ്പോൾ ഇഷ്ടമായിപോലും. വിവാഹത്തിനു മുമ്പുള്ള അടുപ്പങ്ങളൊന്നും പ്രശ്നമല്ല; ഇനി ഞാൻ അടങ്ങിക്കഴിഞ്ഞാൽ മതി. അത്രയ്ക്ക് ഒരു സൗമനസ്യം അനുവദിച്ചു കിട്ടിയിട്ടുണ്ട്."

"നീലിമതന്നെ മുൻകൈ എടുത്തു തുടക്കമിട്ടതാണ് നമ്മുടെ ബന്ധം. ആദ്യം ഞാനതിനു വഴങ്ങിത്തന്നു. ഇപ്പോൾ അതെന്റെ ആത്മദാഹമാണ്. ഈ അവസ്ഥയിൽ എന്നെ ഒറ്റപ്പെടുത്തുന്നതിനു പകരം വിധിയെ നമുക്ക് ഒരുമിച്ച് നേരിടാമെന്നു പറയാൻ മാത്രം ഞാൻ സ്വാർത്ഥനാകുന്നു."

രാജീവന്റെ മനസ്സ് അജ്ഞാത തീരങ്ങൾ തേടി. ഉഷ്ണഭൂമിയിൽ ആർദ്രതയുടെ പനിമഞ്ഞ് കൊതിച്ചു.

"വേണ്ടാ, സാറിന്റെ ജീവൻ അപകടത്തിലാകും. എനിക്കതു തീർച്ച

യാണ്. ആ നിലയ്ക്ക് എന്നെ വലിച്ചെറിയുകയാണു നല്ലത്. ദേഹത്തു പറ്റിയ പുഴുവിനെപ്പോലെ ദൂരേക്ക്. പക്ഷേ അതിനു മുമ്പ്, എനിക്കൊരപേക്ഷയുണ്ട്. സ്ത്രീകളുടെ മാനം പന്താടി രസിച്ച അയാൾ എന്നെ ബലാത്സംഗം ചെയ്യാൻ മുതിരുന്നതിന് മുമ്പ്."

സ്ത്രീത്വത്തിന്റെ നിലവിളി ഏഴു സമുദ്രങ്ങൾക്കപ്പുറത്ത്. ഗിരിശൃംഗങ്ങളിൽ അതിന്റെ പ്രതിദ്ധ്വനി. എല്ലാ നഷ്ടങ്ങൾക്കും നടുവിൽ രാജീവൻ തപഃസ്ഥിതനായി. മനസ്സ് നീലിമയിൽ ലയിച്ചു. ഒരു സൂക്ഷ്മാണുവായി അവളുടെ രോമകൂപങ്ങളിലൂടെ ഇറങ്ങിച്ചെന്നു. ഹൃദയകോശങ്ങളിൽ ലയിച്ചു.

നീലിമയുടെ വിവാഹവാർത്ത പത്രങ്ങളിൽ വായിച്ചു. അതോ, ചരമഅറിയിപ്പോ? രാജീവന് വേർതിരിച്ചറിയാൻ കഴിഞ്ഞില്ല. ആശുപത്രിക്കിടക്കയിൽ മരണം മുന്നിൽ നിന്നു ചിരിച്ചു. കൈകൾ നീട്ടി.

സ്നേഹനിർഭരമായ ക്ഷണം.

"വരൂ നമുക്ക് ഓർമ്മകളില്ലാത്ത ലോകത്തേക്കു യാത്രയാകാം. അവിടെ കുന്നുകളും കടലുകളുമില്ല. സമതലങ്ങൾ മാത്രം."

വറീതുചേട്ടൻ കാവലിരുന്നു. രാമഭദ്രൻ അരികിൽനിന്നു മാറിയതേയില്ല. ബോധാബോധതലങ്ങളിൽ അലയുമ്പോൾ കാവൽമാലാഖയെപ്പോലെ മാത്യു ജോസഫിനെ കണ്ടു. സഖറിയയെ കണ്ടു. സ്നേഹത്തിന്റെ നനവുനിറഞ്ഞ പല മുഖങ്ങൾ.

അക്കൂട്ടത്തിൽ നീലിമ ഉണ്ടായിരുന്നില്ല. അവൾ വാനമേഘങ്ങളിൽ മറഞ്ഞു. പിന്നാലെ പറക്കാനുള്ള ശ്രമം വിഫലമാക്കി. ആരോ ചിറകുകൾ മുറിച്ചുകളഞ്ഞു.

സഹതാപപൂർണ്ണമായ നോട്ടങ്ങളിൽനിന്ന് ഒഴിഞ്ഞുനില്ക്കാൻ ആശിച്ചു. ആശ്വസിപ്പിക്കാനെന്ന മട്ടിൽ എത്തുന്നവർ സ്വന്തം ദൈന്യം നോക്കി രസിക്കുന്നോ എന്ന് രാജീവൻ സംശയിച്ചു.

ബാഹ്യലോകത്തുനിന്ന് ബോധപൂർവ്വം പിൻവാങ്ങി. വായനയിൽ മനസ്സർപ്പിച്ചു.

ഏതു പുസ്തകങ്ങളാണ് വായിച്ചു തീർത്തതെന്ന് രാജീവൻ ഓർക്കുന്നു. *വിവേകാനന്ദസാഹിത്യ*ത്തിൽ മനസ്സ് വിശ്രാന്തി തേടി. അരവിന്ദഘോഷിന്റെ *ഗീതാദർശന*ത്തിൽ സ്വയം ഉരുകിവീണു.

വിഭ്രാന്തമായ രാത്രികൾ. ഇപ്പോഴും ഒരു പരീക്ഷണം അതിജീവിച്ചതിന്റെ ഉള്ളുറപ്പില്ല. ഓർമ്മകളിൽ ദുഃഖത്തിന്റെ കറുത്ത പൂക്കൾ വിടരുന്നു. ഏതു തെറ്റിനാണ് താൻ ശിക്ഷിക്കപ്പെട്ടത്? ജീവിതത്തിന്റെ ദുരന്തഗതിയിലേക്കു വലിച്ചെറിയപ്പെട്ടത്?

തിരിഞ്ഞുനോക്കുമ്പോൾ ആരോടും പരിഭവമില്ല. അജ്ഞാതന്റെ വിധി. അതിനു വിധേയനാകാതെ വയ്യ എന്ന നിസ്സഹായത.

ഏതാനും നാളുകൾ അവധിയെടുക്കണം; അനിശ്ചിതമായ യാത്രകൾ; രാജീവൻ വിചാരിച്ചു. ഗിരിതടങ്ങളിൽ സഞ്ചരിക്കാം.

ഏകാന്തപഥങ്ങളിൽ ശാന്തി തിരയാം. കാട്ടരുവിയിലെ ശൈത്യത്തിൽ ഞരമ്പുകളെ ശാന്തമാക്കാം.

രാമഭദ്രൻ ആ ആലോചന തടഞ്ഞു.

“അരുത്, ഇപ്പോൾ അവധിയെടുത്താൽ കഥകൾ പലതുണ്ടാകും. അതിന് ഇടനല്കരുത്. ഈ വിധി നേരിടണം. അതിജീവിക്കണം. അതിനുള്ള കരുത്ത് ആർജ്ജിക്കുകയാണ് ആവശ്യം.”

എളുപ്പം പറഞ്ഞുതീർക്കാം; കഴിയുമോ? മനസ്സ് മറ്റു കാര്യങ്ങളിൽ വ്യാപരിപ്പിക്കാം. ഏകാന്തത ഒഴിവാക്കാൻ ശ്രമിക്കാം. വേറൊന്നും സാദ്ധ്യമല്ല.

രാജീവൻ തിയേറ്റർ ഗ്രൂപ്പിന്റെ പ്രവർത്തനങ്ങൾ സജീവമാക്കാൻ ശ്രമിച്ചു. സിനിക്ലബ്ബിനു രൂപംനല്കി. നല്ല സിനിമകൾ, നാടകാവതരണങ്ങൾ, സർഗ്ഗാത്മകതയുടെ ഭൂമിയിൽ തന്റേതെന്ന് അവകാശപ്പെടാൻ ഒരുപിടി മണ്ണ്.

കാലുറപ്പിച്ചു നില്ക്കാൻ ഒരിടത്തിനുവേണ്ടിയാണ് എല്ലാവരും ബദ്ധപ്പെടുന്നതെന്ന് രാജീവൻ ഓർത്തു. ചിലർക്ക് സ്തംഭങ്ങൾ കെട്ടിയുയർത്താൻ വ്യാമോഹം. തനിക്കത്തരം ചിന്തകളില്ല. സമാധാനത്തിന്റെ രാത്രികൾ മതി. സ്വപ്നങ്ങൾ നഷ്ടമാകാത്ത ജീവിതം.

ഇനിയെന്തു സ്വപ്നങ്ങൾ? രാജീവന്റെ മനസ്സിൽ ദുഃഖത്തിന്റെ കനലുകൾ എരിഞ്ഞു. മോഹങ്ങളുടെ നിലാവിൽ നിർത്തി ശിരസ്സിൽ ഉഷ്ണജലം ചൊരിയുക. – ഈ നിർഭാഗ്യത്തിന്റെ ഇരുണ്ട ഗുഹകൾ എവിടെയാണ്?

എല്ലാ സമസ്യകൾക്കും ഉത്തരമുണ്ടാവുമോ? നിഴലുകൾ മാഞ്ഞ് പ്രകാശപൂർണ്ണിമ യാഥാർത്ഥ്യമാകുമോ?

മരണത്തിന്റെ നിമിഷത്തിലും ജീവിതത്തെ കൊതിയോടെ ഉറ്റുനോക്കുന്ന നിരർത്ഥകത.

എല്ലാറ്റിനോടും യാത്ര പറയുക. അനന്തമായ അന്ത്യയാത്രയുടെ ആദ്യത്തെ കാൽവയ്പ്.

രാമഭദ്രൻ ശാസിച്ചു:

“എന്തു മടയത്തരമാണിത്? സർഗ്ഗധനനായ ഒരു ചെറുപ്പക്കാരൻ. താങ്കൾ വൃദ്ധനെപ്പോലെ ചിന്തിക്കരുത്. ജീവിതം ഇനിയും ഏറെ ബാക്കിയുണ്ട്. ഈ ദുരനുഭവങ്ങളുടെ തീപ്പൊരികൾ ഊതിപ്പടർത്തണം. സ്വന്തജീവിതം ഒരു മഹാകാവ്യമായിത്തീരുന്ന കാലംവരും. ജീവിതത്തിന് പുതിയ തത്ത്വം സമ്മാനിക്കുന്ന കവിയെ തലമുറകൾ ആദരിക്കും. അന്ന്, രാഗദ്വേഷങ്ങൾക്കപ്പുറത്തു നിന്നുകൊണ്ട് ജീവിതത്തെ ഉറ്റുനോക്കാം. സ്വയം നഷ്ടപ്പെടുത്തരുത്.”

“എനിക്ക് സാറിനെ ഉപദേശിക്കാനൊന്നും കഴിയില്ല. എന്നാലും സ്വയം നശിപ്പിക്കരുത്. മനുഷ്യായുസ്സ് നൂറ് വർഷമെന്നല്ലേ നിങ്ങൾ കവികൾ പറയുക. അതിന്റെ നാലിലൊന്നുപോലും തികഞ്ഞിട്ടില്ല. ഈ അനുഭവങ്ങളിലൂടെ മുന്നോട്ടൊഴുകണം. വലിയ പ്രവാഹമാകണം. സമൂഹ

ത്തിന് നന്മയും നനവും നല്കണം." മാത്യു ജോസഫ് പറഞ്ഞു.

അജ്ഞാതന്റെ കരങ്ങൾ ശിരസ്സിൽ തലോടുംപോലെ സ്വാമിവിവേകാനന്ദന്റെയും ശ്രീ അരവിന്ദന്റെയും സാന്നിദ്ധ്യം ശക്തിപകരുംപോലെ. എവിടെയോ ഒരു പൂവിരിയുന്നുണ്ട്. ഇരുട്ടിൽ നിലാവ് പരക്കുന്നുണ്ട്. ഒരു കിളി പാടുന്നു.

കാതോർത്തിരുന്നു. അതിന്റെ ഗാനം ആത്മാവിലേക്ക് ഇറങ്ങി വരുന്നു.

നീലിമയെ മനസ്സിന്റെ സൂക്ഷ്മതയിലും ശരീരത്തിന്റെ കോശങ്ങളിലും രാജീവൻ ലയിപ്പിച്ചു. അവൾക്ക് രൂപമില്ലാതെയായി. കാറ്റിൽ പടരുന്ന നീലമേഘംപോലെ അവൾ പ്രകൃതിയിൽ അലിഞ്ഞു. ജീവശ്വാസമായി മാറി. അവൾ അകലെയല്ല. തന്നിൽത്തന്നെയാണ് എന്ന ദർശനം രാജീവനിൽ പുതിയ ചൈതന്യം സൃഷ്ടിച്ചു.

ആ ഉദാത്തനിമിഷത്തിൽ മഞ്ഞുപാളികൾ അപ്രത്യക്ഷമായി. പ്രകാശത്തിന്റെ മുഖം തെളിഞ്ഞു. പ്രഭാതമായി എന്ന ചിന്തയിൽ മനസ്സ് ചിറകടിക്കേ, ഒരു കടലാസ്സുതുണ്ട് രാജീവനെ തേടി വന്നു. അത് കോളേജിൽ രാജീവന്റെ സേവനം അവസാനിപ്പിച്ചതായി അറിയിക്കുന്ന കുറിമാനമായിരുന്നു.

പഴയ വർത്തമാനക്കടലാസിലെ വാർത്തപോലെ രാജീവൻ അതു നോക്കിയിരുന്നു.

എട്ട്

ഇത് ക്രൂരതയാണ്, നീതിക്കു നിരക്കുന്നതല്ല.

എന്തു കുറ്റമാണ് ആ യുവാവിൽ ചുമത്തിയിരിക്കുന്നത്?

പ്രതികരണങ്ങൾ. പ്രതിഷേധങ്ങൾ.

അതിനിടയിൽ നിർമ്മമനായി രാജീവൻ നിലകൊണ്ടു. ഒന്നും തന്നെ സ്പർശിക്കുന്നില്ല എന്ന തോന്നൽ. ഭൂമിയുടെ അവകാശികളുടെ ഗണത്തിൽ തന്റെ പേർ എഴുതപ്പെട്ടിട്ടില്ല. അതു വേറെ ചിലരുടെയും അവരുടെ ജാരസന്തതികളുടെയും പേരിലാണ്.

രാജീവൻ ആശ്വസിച്ചു. ഈ അന്തരീക്ഷത്തോടു വിട പറയാമല്ലോ. അവശേഷിക്കുന്ന ഓർമ്മകളുടെ പടുമുളകൾകൂടി പിഴുതെറിയാം.

"അജ്ഞാതകാരുണ്യമേ, നന്ദി. നീ ശാന്തതയുടെ ഭൂമിയിലേക്ക് എന്നെ നയിക്കുന്നു. സമുദ്രങ്ങളുടെ ഉപരിതലത്തിൽ നടത്തുന്നു. പർവ്വതങ്ങളുടെ മുകളിൽ പാർപ്പിടമൊരുക്കുന്നു."

രാമഭദ്രൻ രാജീവനെ കെട്ടിപ്പിടിച്ച് കൊച്ചുകുട്ടിയെപ്പോലെ കരഞ്ഞു.

"താങ്കളെ അവർക്കു തിരിച്ചറിയാൻ കഴിഞ്ഞില്ലല്ലോ."

"ഞങ്ങൾ പ്രിൻസിപ്പാളിനെ കാണുന്നുണ്ട്. എന്തിന്റെ പേരിലാണ് ഈ അധാർമ്മിക നടപടി?" മാത്യു ജോസഫ് രോഷംകൊണ്ടു.

രാജീവൻ സംയമനം വെടിഞ്ഞില്ല.

"തെറ്റ് എന്റേതാവും, ഞാൻ അവരുടെ നിയമാവലികൾ അംഗീകരിച്ചില്ലല്ലോ." രാജീവൻ പറഞ്ഞു.

"ഞങ്ങൾക്കുവേണ്ടി സാർ സ്വയം മറന്നു. സമരം ചെയ്തു. ഇപ്പോൾ സാറിനെതിരെ പ്രതികാരത്തിന്റെ കാറ്റ് വീശുമ്പോൾ ഞങ്ങൾ നിസ്സഹായതയോടെ നോക്കിനില്ക്കുന്നു."

പ്രൊഫസർ പോൾ സെബാസ്റ്റ്യന്റെ വാക്കുകളിൽ ദുഃഖം.

രാജീവൻ പുഞ്ചിരി തൂകാൻ ശ്രമിച്ചു.

"എനിക്കു പരാതിയില്ലല്ലോ. പിതാവിന്റെ ഭവനത്തിൽ അനേകം വാസസ്ഥലങ്ങളുണ്ട് എന്ന ചിന്തയിൽ എന്റെ ഉള്ളം ശാന്തിപ്രാപിക്കുന്നു. ഈ താവളത്തിൽനിന്ന് മറ്റൊന്നിലേക്ക്. നമ്മുടെ സഞ്ചാരപഥങ്ങൾ എവിടെയെങ്കിലും ഒക്കെ ഇനിയും ഒത്തുചേരും. അപ്പോൾ സന്തോഷത്തോടെ ഒരു സായാഹ്നം പങ്കുവയ്ക്കാം."

രാജീവൻ യാത്രയാരംഭിക്കാൻ തയ്യാറായി.

വറീതുചേട്ടൻ ഓടിക്കിതച്ചെത്തി.

"കൊച്ചുസാറ് പോകാൻ വരട്ടെ. എന്തു കാര്യത്തിനാ ഇത്? അങ്ങനെ ഓരോരുത്തർക്ക് തോന്നുമ്പോ പറഞ്ഞുവിടാൻ അത്ര വിലകെട്ട ആളൊന്നുമല്ലല്ലോ."

"എനിക്കോ? എനിക്കെന്തു വില? കാറ്റിൽ പറക്കുന്ന പട്ടത്തിന്റെ വില അതിനെ നിയന്ത്രിക്കുന്ന ചരടിലാണെന്നു ചിലർ വിചാരിക്കുന്നു. ചരട് പൊട്ടിപ്പോയാൽ പട്ടം അനന്തതയിൽ അപ്രത്യക്ഷമാകാം. എങ്ങോ കുരുങ്ങി ഇല്ലാതെയാകാം. ഇപ്പോൾ എല്ലാ ചരടുകളും നഷ്ടപ്പെട്ടിരിക്കുന്നു. ബാക്കിയുള്ളത് കുറച്ചു നിമിഷങ്ങൾ. ആ നേരത്ത് നീലമേഘങ്ങൾക്കു താഴെ ഞാൻ ഒന്നു പറന്നു നടക്കട്ടെ." രാജീവൻ പറഞ്ഞു.

വറീതുചേട്ടന് കരച്ചിലടക്കാൻ കഴിഞ്ഞില്ല.

"വറീതുചേട്ടന് ഞാൻ എന്താ തരേണ്ടത്?"

"എന്റെ കുഞ്ഞേ, എനിക്കൊന്നും വേണ്ട. എന്നും ഈ സ്നേഹമുണ്ടായിരുന്നാമതി."

"അതെന്നും ഉണ്ടാകും. പക്ഷേ, അതു പോരല്ലോ. വറീതുചേട്ടൻ മുറിയിൽ വരൂ. അവിടെ എന്റെ കിടക്കയുണ്ട്. അതെടുത്തുകൊള്ളൂ. ഞാനിവിടെ വരുമ്പോൾ അതുണ്ടായിരുന്നില്ല. ഇനി എവിടേക്കാണ് പോകുന്നതെന്നു നിശ്ചയമില്ല. കിടക്കാൻ ഒരിടമുണ്ടാകുമോ എന്നറിയാതെ കിടക്കയും ചുമന്നു യാത്ര തിരിക്കുന്നതു ലജ്ജാകരമല്ലേ?"

"കൊച്ചുസാറ് ഇതിനെക്കാളൊക്കെ വലിയ നിലയിൽ വരും."

വറീതുചേട്ടന്റെ കണ്ണുകളിൽ പ്രാർത്ഥന നിറഞ്ഞു. വിടർത്തിയ കൈകൾ അനുഗ്രഹം ചൊരിഞ്ഞു.

ഭാവിയെക്കുറിച്ച് വ്യക്തമായ ചിത്രമില്ല. എവിടേക്കു പോകും എന്നു തീർച്ചയില്ല. പരീക്ഷയുടെ ഫലമറിയും മുമ്പ് ലഭിച്ച നിയമനം. ഇപ്പോൾ പൊതുവഴിയിലേക്കു വലിച്ചെറിയപ്പെട്ടിരിക്കുന്നു. ഇനിയെന്ത് എന്നത് ഒരു ചോദ്യചിഹ്നം.

യാത്രയയയ്ക്കാൻ എത്തിയ സ്നേഹിതർക്ക് നന്ദി പറഞ്ഞിറങ്ങുമ്പോൾ പ്രിൻസിപ്പാളിന്റെ സന്ദേശവുമായി ശിപായി എത്തി.

"സാറ് പോകാൻ തുടങ്ങുന്നോ? പ്രിൻസിപ്പാളച്ചൻ വിളിക്കുന്നു. സാറിനെ കാണണമെന്ന്."

ഇനിയും ഒരു കൂടിക്കാഴ്ച എന്തിന്? സ്വയം ചോദിച്ചു. മരണാനന്തരക്രിയകൾക്കോ? അതിനു താൻ മരിച്ചിട്ടില്ലല്ലോ. ഒരുപക്ഷേ അതും തോന്നൽ മാത്രം. മരണപോലും യാഥാർത്ഥ്യമല്ലെങ്കിൽ സത്യമെന്നു പറയാൻ എന്തുണ്ട്?

പ്രിൻസിപ്പാളിന്റെ മുന്നിൽ നിസ്സംഗനായി നിന്നു.

"സാറിരിക്ക്."

പ്രിൻസിപ്പാൾ കണ്ണട മാറ്റിവച്ചു.

"സാറിന് എന്നോട് വിരോധമുണ്ടാകും." അദ്ദേഹം പറഞ്ഞു.

"ഇല്ല. സത്യം. ഞാനിപ്പോൾ ആ മാനസികതലത്തിനും അപ്പുറത്താണ്."

അത്തരം ഒരു പ്രതികരണം പ്രിൻസിപ്പാൾ പ്രതീക്ഷിച്ചിരിക്കില്ല.

"അതൊരുപക്ഷേ സാർ കവിയായതുകൊണ്ടാകാം. സാറിന്റെ കവിതകൾ എനിക്കിഷ്ടമാണ്. ക്ലാസുകളും കവിതപോലെ ഭംഗിയുള്ളതാണ്. എല്ലാവർക്കും പ്രിയപ്പെട്ടതുമാണ്. പക്ഷേ, അതിനിടയിൽ അപ്രതീക്ഷിതമായ പ്രതിസന്ധികൾ വന്നുചേരുന്നു. കീഴ്വഴക്കങ്ങൾ ലംഘിക്കപ്പെടുന്നു."

രാജീവൻ നിർമ്മമനായി കേട്ടിരുന്നു.

"മാനേജ്മെന്റിന്റെ തീരുമാനങ്ങൾക്കെതിരെ സാറിന്റെ ശക്തമായ നിലപാടുകൾ. ഒരു സ്ഥാപനം നടത്തുന്നവർക്ക് അത്തരം നീക്കങ്ങൾ വലിയ തലവേദനയാണ്. എത്ര ശ്രമിച്ചാലും ക്ഷമിക്കാൻ കഴിയാത്തതാണ്. അതോടൊപ്പം സാറിന്റെ ചില അഫേഴ്സ്. പുറമേ നിന്നു നോക്കിയാൽ അതിൽ തെറ്റില്ലായിരിക്കും. ശരിയും തെറ്റും വേർതിരിക്കാൻ ഞാൻ ശ്രമിക്കുന്നില്ല. പക്ഷേ, ഈ കോളജിൽ അതു സൃഷ്ടിച്ച ഇളക്കങ്ങൾ അവസാനിക്കാൻ സമയമെടുക്കും."

"എന്റെ തെറ്റുകൾ എന്നോടൊപ്പം അവസാനിക്കട്ടെ." രാജീവൻ പറഞ്ഞു.

"സാറിനെപ്പോലെ പ്രഗല്ഭനായ ഒരദ്ധ്യാപകനെ റിലീവു ചെയ്യുന്നതിൽ എനിക്കു ദുഃഖമുണ്ട്. പക്ഷേ ഞാൻ നിസ്സഹായനാണ്."

"നല്ലത്, ഞാൻ ഈ പടികൾ ഇറങ്ങുമ്പോൾ സ്നേഹപൂർവ്വം രണ്ടു നല്ലവാക്കു പറയണമെന്ന് അങ്ങേക്ക് തോന്നിയല്ലോ. നന്ദി."

രാജീവൻ എഴുന്നേറ്റു.

പ്രിൻസിപ്പാൾ ഒരു കവർ രാജീവന്റെ നേർക്കു നീട്ടി.

"മാസികയ്ക്ക് സാറിന്റെ സേവനം വളരെ വിലപ്പെട്ടതായിരുന്നു. അതിന് പ്രതിഫലമൊന്നും സാർ വാങ്ങിയിട്ടില്ല. ഈ ഘട്ടത്തിൽ സാറിന് സാമ്പത്തികക്ലേശമുണ്ടാകും. ഇതു വാങ്ങുക. ഒരുപഹാരം എന്നു കരുതിയാൽ മതി."

രാജീവൻ ചിരിക്കാൻ ശ്രമിച്ചു.

"ഓരോ നന്മയ്ക്കും ഇങ്ങനെ പ്രതിഫലം ലഭിക്കുമെങ്കിൽ നന്മ ചെയ്യുന്നവർ എത്ര സമ്പന്നരായേനെ. നിർഭാഗ്യത്തിന് മറിച്ചല്ലേ അനുഭവം? നന്മ പ്രവർത്തിക്കുന്നവർ ദരിദ്രരാകുന്നു. തിന്മ കാട്ടുന്നവർ സമ്പത്തുകൊണ്ടും പ്രതാപൈശ്വര്യങ്ങൾകൊണ്ടും അനുഗൃഹീതരും. ഈ സാമാന്യനീതി നമുക്കു ലംഘിച്ചുകൂടാ. അതുകൊണ്ട് ഞാനിതു സ്വീകരിക്കുന്നില്ല. ക്ഷമിക്കുക."

രാജീവൻ പ്രിൻസിപ്പാളിനെ നമസ്കരിച്ചു. തിരിഞ്ഞുനോക്കാതെ മുറിവിട്ടിറങ്ങി.

ജീവിതനാടകത്തിന്റെ ഒന്നാം അങ്കം പരിസമാപിക്കുന്നു. ക്ലാസ്മുറികളിൽ വിജ്ഞാനത്തിന്റെ ചൈതന്യമണച്ച പ്രതിഭാശാലിക്ക് ഇനി മുതൽ അവിടെ പ്രവേശനമില്ല. അധികാരത്തിന്റെ കരങ്ങൾ ആ വാതിൽ കൊട്ടിയടിച്ചിരിക്കുന്നു. എവിടെയാണ് അഭയം? ഒന്നും തീർച്ചപ്പെടുത്താനായില്ല. അനിശ്ചിതമായ ഭാവിയുടെ ഇടുങ്ങിയ പാതയിലൂടെ നടന്നു നീങ്ങാൻ രാജീവൻ ഉറച്ചു.

പുസ്തകങ്ങളും മറ്റും പെട്ടിയിലടച്ച് രാമഭദ്രന്റെ മുറിയിൽ വച്ചു. ഒരു ചെറിയ യാത്രയ്ക്ക് വേണ്ടതു മാത്രം ബ്രീഫ് കേസിലാക്കി. പ്രഭാതത്തിനുമുമ്പ് ക്വാർട്ടേഴ്സിൽനിന്നു പുറപ്പെട്ടു.

റെയിൽവേ സ്റ്റേഷനിൽ ടിക്കറ്റ് എടുക്കുന്നതിനു ക്യൂ നില്ക്കുമ്പോൾ രാജീവൻ സ്വയം ചോദിച്ചു:

"എവിടേക്കാണ് യാത്ര?"

ഉത്തരം കണ്ടെത്താൻ കഴിഞ്ഞില്ല.

മുമ്പിൽ നില്ക്കുന്നവർ ഓരോരോ സ്ഥലങ്ങളുടെ പേരു പറയുന്നു. ടിക്കറ്റ് വാങ്ങുന്നു.

രാജീവന്റെ ഊഴമായി. നാവിൽനിന്നു ശബ്ദങ്ങൾ ഉതിർന്നു. മനസ്സിൽ അവ്യക്തത. ഒന്നും ഓർമ്മിച്ചെടുക്കാൻ കഴിഞ്ഞില്ല.

കൗണ്ടറിൽനിന്നും പിന്തിരിയുമ്പോൾ ടിക്കറ്റിൽ നോക്കി.

"കോട്ടയം."

ഏതോ ഒരുൾവിളിപോലെ അങ്ങനെ പറഞ്ഞതാവാം. കോട്ടയത്ത് ബന്ധുക്കളില്ല. സുഹൃത്തുക്കൾ? ഒരു ചിത്രവും തെളിയുന്നില്ല.

എന്നിട്ടും പുതിയൊരു ജന്മത്തിന്റെ കവാടം അവിടെ തുറന്നുകിട്ടുമെന്ന തോന്നൽ ഉള്ളിലുണർന്നതെങ്ങനെ? അജ്ഞാതശക്തിയുടെ പ്രേരണയോ? കാത്തിരിക്കുന്ന വിധിയുടെ പൂർവ്വാനുശാസനമോ?

ആരെയും ശ്രദ്ധിക്കാതെ തീവണ്ടിമുറിയിൽ ചാരിയിരുന്നു. പുസ്തകം വായിക്കാൻപോലും ശ്രമിച്ചില്ല. കണ്ണുകൾ അടച്ചു.

ഉറങ്ങാൻ കഴിയില്ല. മറക്കാൻ എത്ര ശ്രമിച്ചാലും മനസ്സിൽ വേദന

കളുടെ നെരിപ്പോട് എരിയുന്നുണ്ട്. അതിന്റെ ചൂടും പുകയും നിസ്സാരമല്ല. അതിനെ അതിജീവിക്കുക സാദ്ധ്യവുമല്ല.

ഈ യാത്രയിൽ താൻ തനിച്ചാണ്. മനസ്സ് പങ്കുവയ്ക്കാൻ മറ്റൊരാളില്ല.

തീവണ്ടി തളർന്ന മട്ടിൽ യാത്ര തുടർന്നു. കൃത്യമായി എത്തിച്ചേരാൻ ഒരു ലക്ഷ്യമുണ്ട് എന്ന തോന്നൽ ജനിപ്പിക്കാത്ത മന്ദഗതി. എങ്ങുനിന്നോ വന്നു; ഇനി എവിടേക്ക് എന്ന തീർച്ചയില്ലാത്ത യാത്ര.

യാത്രയ്ക്കിടയിൽ ആരോ പേരുചൊല്ലി വിളിച്ചതു കേട്ട് രാജീവൻ കണ്ണുതുറന്നു. രണ്ട് വിദ്യാർത്ഥികൾ. ഡിഗ്രി ക്ലാസിൽ താൻ അവരെ പഠിപ്പിച്ചതാണ്. വിശ്വനാഥനും സേതുമാധവനും. അപൂർവ്വസഹോദരങ്ങൾ എന്നാണ് അവരെ കളിയാക്കി വിളിക്കാറ്. ജ്യേഷ്ഠനും അനുജനുമാണ്. പക്ഷേ രണ്ടുപേരും ഒരു ക്ലാസിൽ.

“സാർ എവിടേക്കാണ്?” വിശ്വനാഥൻ തിരക്കി.

രാജീവൻ ചിരിക്കാൻ ശ്രമിച്ചു.

“ഞങ്ങൾ വിവരമറിഞ്ഞു. ഇനി എന്താ സാറിന്റെ പ്ലാൻ?”

“തീരുമാനിച്ചിട്ടില്ല.”

“വീട്ടിൽ പോവുകയാണോ, ഇപ്പോൾ?”

“അല്ല.”

“പിന്നെ?”

എവിടേക്കാണ് തന്റെ യാത്ര? ഉറൂബിന്റെ കഥാപാത്രത്തെപ്പോലെ ഭൂമിയുടെ അറ്റംവരെ എന്നു പറയാമോ? ഭൂമിയും ആകാശവും കൂട്ടിമുട്ടുന്നിടംവരെ യാത്ര ചെയ്താൽ ഉയരങ്ങളിലേക്കു കയറിപ്പോകാൻ എളുപ്പമാകും. അജ്ഞാതന്റെ കൈകൾ തന്നെ കോരിയെടുക്കുമോ? അതോ പാതാളത്തിലേക്കു ചവിട്ടിത്താഴ്ത്താൻ വാമനന്മാരുടെ കാല്പാദങ്ങൾ ഉയരുമോ?

സ്വന്തം ശിരസ്സ് ഇന്നോളം ആർക്കു മുന്നിലും കുനിച്ചുകൊടുത്തിട്ടില്ല. ആ അഭിമാനംകൂടി നഷ്ടമായാൽ ജീവിതത്തിൽ പിന്നെന്തുണ്ട് ബാക്കി?

“പ്രത്യേകിച്ചു പരിപാടിയൊന്നുമില്ലെങ്കിൽ സാർ ഞങ്ങളോടൊപ്പം വരണം. വീട്ടിൽ വന്നിട്ടു പോകാം. എന്നെങ്കിലും ഒരിക്കൽ സാറിനെ വീട്ടിലേക്കു ക്ഷണിക്കണമെന്നു വിചാരിച്ചതാ. ഇനി മറ്റൊരവസരം കിട്ടുമോ? സാർ വരണം.”

വിശ്വനാഥൻ നിർബ്ബന്ധം പിടിച്ചു. രാജീവന് ഒഴിഞ്ഞുമാറാൻ കഴിയാതായി.

ചെങ്ങന്നൂരിൽ ഇറങ്ങി. അവിടെ കാർ കാത്തു കിടക്കുന്നുണ്ടായിരുന്നു. പമ്പയുടെ തീരത്തുകൂടി യാത്ര.

നദിയായി ഒഴുകാൻ കഴിയുക ഭാഗ്യമാണ്; രാജീവൻ ഓർത്തു. ഉഷ്ണഭൂമികളിൽ നനവുപകർന്ന് ഉൾത്താപങ്ങളില്ലാതെ ഒരു യാത്ര.

പർവ്വതങ്ങളുടെ മലമുകളിൽനിന്ന് ഒഴുകുന്ന പാൽനുരപോലെ, കടൽത്തിരകൾക്കിടയിൽ മറയുന്ന ജീവജാലംപോലെ.

മുന്നറിയിപ്പില്ലാതെ കടന്നുചെന്നിട്ടും രാജീവന്റെ വരവിന് ഒരുങ്ങി നിന്നതുപോലെ തോന്നി ആ വീട്. വിശ്വനാഥൻ അച്ഛന് രാജീവനെ പരിചയപ്പെടുത്തി.

രാജീവനെക്കുറിച്ച് കേട്ടറിവ് ധാരാളം. ഞാനിവരെ ചേർക്കാൻ വന്നതാ കോളജിൽ. പിന്നാവഴിക്ക് തിരിഞ്ഞു നോക്കീട്ടില്ല. തുണിക്കടയിലും ഓയിൽ മില്ലുമായി കഴിയുന്ന ഒരുത്തന് അതൊക്കെയല്ലേ പറ്റൂ. എന്നാലും അവിടെ നടക്കുന്നതൊക്കെ അറിയുന്നുണ്ട്. രണ്ടാഴ്ചയിലൊരിക്കൽ ഇവരിങ്ങെത്തും. വിവരങ്ങളൊക്കെ പറയും."

രാജീവൻ വിനയപൂർവ്വം ചിരിച്ചു.

"സാറിന്റെ ഒരാരാധികയുണ്ടിവിടെ. എന്റെ മോൾ. സ്കൂളിലാ. പഠിത്തമൊക്കെക്കുറവ്. കവിതയും ഡാൻസുമൊക്കെയാണെങ്കിൽ അവൾക്ക് റാങ്ക് കിട്ടും. അവളെവിടെ, അമ്പിളി?"

ഒരു വർണ്ണത്തുമ്പിയെപ്പോലെ പറന്നു വന്ന കൊച്ചുപെൺകുട്ടി. സ്വീകരണമുറിയിൽ അപരിചിതനെ കണ്ട് അവൾ ഒന്നു പരുങ്ങി.

"നിനക്കറിയാമോടീ ഇതാരെന്ന്. ഇതാണ് ഞങ്ങളുടെ രാജീവൻ സാറ്, കവി." വിശ്വനാഥൻ പറഞ്ഞു.

അമ്പിളിയുടെ കണ്ണുകൾ വിടർന്നു. അവിശ്വസനീയതയോടെ അവൾ രാജീവനെ നോക്കി നിന്നു.

"സാറിന്റെ കവിതകൾ ഇവൾ ഇവിടെ ചൊല്ലിക്കൊണ്ട് നടക്കാറുള്ളതല്ലേ? ഇപ്പോൾ പെണ്ണെന്താ വായുംപൊളിച്ച് നില്ക്കുന്നത്?" സേതുമാധവൻ കളിയാക്കി.

"മോളാ കവിതകളൊന്നു ചോല്ല്. സാറ് കേൾക്കട്ടെ." അച്ഛന്റെ നിർദ്ദേശം.

വയ്യെന്ന മട്ടിൽ അമ്പിളി മുഖം തിരിച്ചു.

"വില കേറ്റുകയാണോ? എന്നാൽ ഞാൻ ചൊല്ലിക്കളയും." വിശ്വനാഥൻ പറഞ്ഞു.

അമ്പിളി ചിരിച്ചു. അതുവേണ്ട, അപകടമാണ് എന്ന മട്ടിൽ തല ചെരിച്ചു.

"എങ്കിൽ അമ്പിളി ചൊല്ലൂ. കേൾക്കട്ടേ." രാജീവനും പറഞ്ഞു.

"ചൊല്ലൂ മോളേ."

നിർബ്ബന്ധങ്ങൾ.

ഒടുവിൽ അമ്പിളി കവിത ചൊല്ലാൻ തുടങ്ങി. അജ്ഞാത മധുരിമ നിറഞ്ഞ ശബ്ദസൗന്ദര്യം. വാക്കുകൾ കൂടിച്ചേരുന്നു. ഒരു പുതിയ കവിത ജനിക്കുകയാണ്. അത് തന്റേതെന്ന് അവകാശപ്പെടാൻ രാജീവന് കഴിഞ്ഞില്ല. ആ വാക്കുകൾ ചേർത്തെഴുതിയതു താനാവാം. പക്ഷേ, അതുൾക്കൊള്ളുന്ന ഭാവം. പുതിയതാണ്; തനിക്കുപോലും അപരിചിതമാണ്.

അപൂർവ്വമായ ആ അനുഭവത്തിൽ ലയിക്കുമ്പോൾ രാജീവൻ ഓർത്തു; ഈ യാത്ര വ്യർത്ഥമല്ല. ഈ പകൽവെളിച്ചത്തിൽ സ്വന്തം ആത്മാവിൽ എരിയുന്ന നേർത്ത തിരിയുടെ പ്രകാശമുണ്ട്. ഈ കാറ്റിൽ തന്റെ ചലനമുണ്ട്. തന്നെ പുറംതള്ളാം. ഇരുട്ടിൽ വലിച്ചെറിയാം. അപ്പോഴും ചന്ദ്രകാന്തംപോലെ ഒരു ചെറുപ്രഭ ഉയരാതിരിക്കില്ല.

മതി; ഇതുതന്നെ ധാരാളം. വിടരാതെ കൊഴിയുന്ന മൊട്ടുകൾക്കിടയിൽ ഒരു പകൽ മുഖമുയർത്തി നില്ക്കാൻ കഴിഞ്ഞല്ലോ.

അമ്പിളിയെ അഭിനന്ദിച്ചു.

"നീ ചൊല്ലിയ കവിത എന്റെ അസ്തിത്വത്തിന്റെ വെളിപാട്. ഒരു ജലബിംബമായി തീരില്ല ഈ ജീവിതം എന്നതിനു സാക്ഷി. കൂടുതലൊന്നും പ്രതീക്ഷയില്ല. ഇത്തരമൊരു ദിവസം എന്റേതാകുമെന്ന് ആരോർത്തു?"

"സാറ് ഒന്നുരണ്ടുദിവസം ഇവിടെ കഴിയൂ. അതിനിടയിൽ കോളേജ് അധികാരികളുമായി ഞാനൊന്നു ബന്ധപ്പെടട്ടെ. തുണിക്കച്ചവടക്കാരനാണെങ്കിലും എന്നെ അവർക്ക് മതിപ്പ് കാണും. ചോദിക്കുമ്പോഴൊക്കെ കൈനിറച്ചു കൊടുത്തിട്ടുണ്ട്. പണത്തിനു മീതെ പരുന്തും പറക്കില്ല. ഇക്കാര്യം ഞാനേറ്റു."

വിശ്വനാഥന്റെ അച്ഛൻ ധൈര്യപ്പെടുത്തി.

രാജീവൻ തടഞ്ഞു:

"അരുത്. എനിക്കുവേണ്ടി അങ്ങ് അവരോട് അപേക്ഷിക്കരുത്. ആരുടെയും അപേക്ഷകൾകൊണ്ട് ഒരു ഹൃദയകവാടം തുറക്കപ്പെടരുത്. ഈ ശിക്ഷാവിധി ഞാൻ സ്വീകരിച്ചതാണ്. ആവുന്നത്ര നിസ്സംഗതയോടെ ഞാനതംഗീകരിച്ചു. മാറ്റം ഒരുപക്ഷേ ഗുണകരമാകാം. ഈ പീഡനത്തിൽ നിന്ന് മോചിതനായി പുതിയ ജന്മം കൈവരാം. എത്ര ജന്മങ്ങൾ കഴിയേണ്ടിവന്നാലും അതിലൊന്നുപോലും അടിമയുടെതായിരുന്നില്ലെന്ന് എനിക്കഭിമാനിക്കണം."

"സാർ ഇനി എന്തു ചെയ്യും?"

"ആത്മഹത്യ ചെയ്യുമെന്നു കരുതുന്നവരുണ്ട്. അതുണ്ടാവില്ല. ഞാൻ എന്നെ ശരിക്കൊന്നു കണ്ടുകൊള്ളട്ടെ. എന്റെ തെറ്റും ശരിയും എനിക്ക് തിരിച്ചറിയണം. അവയുടെ കണക്കെടുക്കണം. ഞാൻ തെറ്റു ചെയ്തവരോട് മാപ്പു ചോദിക്കും. എന്റെ ശരികളിൽ എന്നെ ശിക്ഷിച്ചവരോട് ക്ഷമിക്കാൻതക്ക മഹത്ത്വം ഇപ്പോൾ എനിക്കില്ല. കാലം അതിന് ശക്തി തരട്ടെ."

വീണ്ടും യാത്ര ആരംഭിക്കുമ്പോൾ രാജീവൻ ആ ഇടത്താവളത്തെക്കുറിച്ച് മനസ്സിൽ കുറിച്ചിട്ടു.

ഇത് നന്മയുടെ ലോകം. സ്നേഹിക്കാനറിയുന്ന മനുഷ്യർ. ഈ നിസ്വാർത്ഥതയ്ക്ക് ഞാൻ എന്തു പകരം കൊടുക്കും?

പാതയോരത്ത് ഒരു ഭ്രാന്തൻ പൊട്ടിച്ചിരിച്ചു.

"നന്മയ്ക്ക് തിന്മയും

തിന്മയ്ക്ക് ഉയർച്ചയും
കാട്ടുനീതിയാണയ്യാ
നെറികെട്ട നാട്ടുനീതിയാണയ്യാ."

വികൃതമായ ചേഷ്ടകളോടെ പാട്ടു പാടി ചുവടുകൾ വയ്ക്കുന്ന ഭ്രാന്തന് ഈ ജീവിതതത്ത്വം വെളിപ്പെട്ടതെങ്ങനെ?

അജ്ഞാതന്റെ ശബ്ദത്തിനു കാതോർത്തു.

എങ്ങും മുഴങ്ങുന്നത് ഭ്രാന്തന്റെ ജല്പനങ്ങളാണ്.

ആ ഉറച്ച ശബ്ദത്തിൽ മറ്റൊക്കെ അവ്യക്തമാകുന്നു.

അങ്കം രണ്ട്

ഒന്ന്

ആശുപത്രിക്കവലയിൽനിന്ന് രോഗിക്ക് എന്ന നാട്യത്തിൽ പൊടിയരിക്കഞ്ഞിയും ഉപ്പിലിട്ടതും വാങ്ങി ഇരുളിന്റെ മറവിൽനിന്ന് മോന്തിക്കുടിച്ചു. അത്താഴം കഴിഞ്ഞു. ഇനി അർദ്ധരാത്രിവരെ ജോലി. ടെലിപ്രിന്ററിൽ വന്നുകൊണ്ടിരിക്കുന്ന വാർത്തകൾ തർജ്ജമ ചെയ്യണം. മൗലികഭംഗി നല്കാൻ ഏറ്റക്കുറച്ചിലുകൾ വരുത്തണം. തലക്കെട്ടു നല്കി തയ്യാറാക്കുമ്പോൾ കമ്പോസിറ്റർ കാത്തുനില്ക്കുകയാവും.

'ഇനിയും വേണം നാലു കോളം; രണ്ടു കോളം' എന്നിങ്ങനെ ആവശ്യങ്ങൾ വന്നുകൊണ്ടിരിക്കും. അതിനനുസരിച്ച് പുതിയ വാർത്തകൾ തേടണം. അപ്രതീക്ഷിതമായി അടിയന്തര പ്രാധാന്യമർഹിക്കുന്ന എന്തെങ്കിലും സംഭവിച്ചുപോയാൽ ചെയ്തുവച്ചതത്രയും വിഫലം. അതു മാറ്റിവച്ച് പുതിയ ഇരയെ പിടികൂടുക. യുദ്ധപ്രഖ്യാപനങ്ങൾ, ഭരണാധിപന്മാരുടെ രാജി, മഹാന്മാരുടെ മരണം ആദിയായ ചരിത്രസംഭവങ്ങൾ പകൽവേളയിൽ സംഭവിക്കണേ എന്നാണ് പത്രമാഫീസിൽ ജോലിചെയ്യുന്നവർ നിത്യേന പ്രാർത്ഥിക്കുക.

രാജീവൻ ഈ ഗണത്തിൽ വന്നുപെട്ടത് അജ്ഞാതമായ നിയോഗത്താലാണ്. ദിവസങ്ങൾ നീണ്ട നിർലക്ഷ്യമായ യാത്രയും പട്ടിണിയും വൈവശ്യം വളർത്തി. ഏതോ പ്രഭാതത്തിൽ റെയിൽവേസ്റ്റേഷനിൽ വണ്ടിയിറങ്ങിയ പ്രാകൃതൻ തലചുറ്റിവീഴുമ്പോൾ താങ്ങിയ കൈകൾ ഒരു പത്രസ്ഥാപനത്തിന്റെ അധിപന്റേതായി. തികച്ചും യാദൃച്ഛികം. ആ മഹാമനസ്കത ആതുരശുശ്രൂഷാകേന്ദ്രത്തിൽ എത്തിച്ചു. അവിടെവച്ചാണ് തിരിച്ചറിയപ്പെട്ടത്. കോളജധ്യാപകനായിരുന്ന കവിയുടെ പുനർജ്ജന്മം. അത് *പ്രകാശം* ദിനപ്പത്രത്തിന്റെ എഡിറ്റോറിയൽ വിഭാഗത്തിലായിരുന്നു.

യാത്രയിൽ ഓരോ വഴിയമ്പലം. രാപാർക്കണം. പുലരുമ്പോൾ

വീണ്ടും യാത്ര തുടരണം. അത് കർമ്മവിധി. രാജീവൻ ആ അവസ്ഥയോട് പൊരുത്തപ്പെട്ടു. പരാതിയില്ല. പരിഭവമില്ല. ആരും ലാളിച്ചു വളർത്തുമെന്നു മോഹിക്കാൻ താൻ ഒരോമനക്കുഞ്ഞല്ല. അധികാരികൾ ആശ്രയം നല്കുമെന്നു പ്രതീക്ഷിക്കാൻ താൻ അടിമയുമല്ലല്ലോ. സ്വാതന്ത്ര്യം പരമപ്രധാനമെന്നു നിർണ്ണയിക്കുമ്പോൾ ചില പരിമിതികൾ അവഗണിക്കുക വയ്യ. പ്രതിസന്ധികൾ നേരിടുകതന്നെ വേണം. അതിന് രാജീവൻ തന്നെത്തന്നെ ഒരുക്കിയെടുത്തു.

പരിചയമേഖലയുടെ വ്യാപ്തി വർദ്ധിച്ചു. ജീവിതത്തിന്റെ ഉന്നത വൃത്തങ്ങളിൽ വ്യാപരിക്കുന്നവർ തേടിയെത്തി. മാദ്ധ്യമങ്ങളുടെ പ്രാധാന്യം രാജീവൻ മനസ്സിലാക്കി. എല്ലാവർക്കും പേരും പെരുമയും വേണം. അതിന് എത്ര താഴാനും സന്നദ്ധർ. ഏതു മാർഗ്ഗം സ്വീകരിക്കാനും മടിയില്ല. സമൂഹത്തിൽ കിന്നരിത്തൊപ്പികൾ വച്ച് ആടിത്തിമിർക്കുന്നവരുടെ പൊയ്മുഖങ്ങൾ അഴിയുന്നതു കണ്ടു. ദേശസേവാനിരതരായ രാഷ്ട്രീയക്കാർ, സ്വാർത്ഥരഹിതരായ പൊതുജനസേവകർ, ദൈവരാജ്യം കാത്തിരിക്കുന്ന മതമേധാവികൾ, ബുദ്ധിജീവികൾ.

പത്രമാഫീസിന്റെ ഉള്ളിൽ വരാന്തയോടു ചേർന്നു സ്ക്രീൻവച്ചു തിരിച്ചതായിരുന്നു രാജീവന്റെ താമസസ്ഥലം. ഉപയോഗശൂന്യമായി മുറിച്ചു മാറ്റിയ ന്യൂസ് പ്രിന്റിനു മുകളിൽ രാത്രി കഴിച്ചു. വൈകി രണ്ടു മണിയോടടുപ്പിച്ചാണ് ഉറങ്ങാൻ കിടക്കുക. ക്ഷീണംകൊണ്ടു വേഗത്തിൽ മയങ്ങിപ്പോകും. രാവിലെ തൂപ്പുകാരി വന്നുവിളിക്കുമ്പോൾ ഉണരും. കട്ടൻകാപ്പി അവർ വാങ്ങിക്കൊടുക്കും.

പകൽ മൂന്നുമണിവരെ ആഫീസിൽ ജോലിയില്ല. നേരെ ലൈബ്രറിയിൽ പോകും. വിശിഷ്ടഗ്രന്ഥങ്ങൾ നിറഞ്ഞ ലൈബ്രറി. സ്വദേശിയും വിദേശിയുമായ ജേർണലുകൾ ഒട്ടുമിക്കതും അവിടെ ലഭ്യമാണ്. ഒന്നൊന്നായി അതു വായിച്ചു തീർക്കും. പ്രഭാതഭക്ഷണം ഉപേക്ഷിക്കുന്നതുകൊണ്ട് പന്ത്രണ്ട് മണിയാകാൻ കാത്തിരിക്കും ഉച്ചയൂണിന്. വൈകിട്ട് പൊടിയരിക്കഞ്ഞി. അതു വാങ്ങാൻ ആശുപത്രിക്കവലയിലേക്കു നീങ്ങുന്നത് ആരും അറിയാതിരിക്കാൻ ശ്രദ്ധിക്കും. അങ്ങനെ ഒരു ദുരഭിമാനം എന്തിനോ വെച്ചുപുലർത്തി.

കോളേജിൽ കിട്ടിയിരുന്ന വേതനത്തിന്റെ പകുതിയിൽ താഴെ ഒരു തുകയാണ് *പ്രകാശം* വാഗ്ദാനം ചെയ്തിരുന്നത്. പത്തും ഇരുപതും വർഷം സേവനപരിചയമുള്ള പത്രാധിപസമിതി അംഗങ്ങൾക്ക് ഏറിയാൽ പത്തോ മുപ്പതോ ആണ് കൂടുതലായി നല്കിയിരുന്നത്. അതുകൊണ്ട് ശമ്പളക്കാര്യത്തിൽ കുണ്ഠിതത്തിനു കാരണമുണ്ടായില്ല. കോളജ് ലാവണവുമായി താരതമ്യം ചെയ്യുന്നതും നിരർത്ഥകം; മരിച്ച കുട്ടിയുടെ ജാതകം നോക്കുംപോലെ.

ജീവിതത്തിന്റെ പുതിയ മുഖം ആരുടെ മുന്നിലും പ്രദർശിപ്പിച്ചില്ല. ആത്മഹത്യ കീഴടങ്ങലായി വ്യാഖ്യാനിക്കപ്പെട്ടേക്കുമെന്ന ഭീതിയിൽ യാത്ര തുടരാൻ സ്വയം തീരുമാനിച്ചതാണ്. എത്ര ഇടുങ്ങിയതുമാവാം

യാത്രാപഥം. ആരോടും പരാതി പറയാനില്ല. അനുകമ്പ ആഗ്രഹിക്കുന്നില്ല. ആ നിലയ്ക്ക് എന്തിനു പരസ്യപ്രകടനങ്ങൾ?

എന്നിട്ടും ഒരു സായാഹ്നത്തിൽ രാമഭദ്രൻ രാജീവനെ കാണാനെത്തി. തിരക്കു കുറവുള്ള സമയമായിരുന്നതുകൊണ്ട് ഇരുവരും ഹോട്ടലിൽ പോയി ചായ കഴിച്ചു. രണ്ടുപേരുടെ മനസ്സിലും വികാരത്തിന്റെ വിങ്ങലുകൾ. ഏറെ നേരം നിശ്ശബ്ദരായിരുന്നു.

"രാജീവന് പത്രത്തിലെ അന്തരീക്ഷം ഇഷ്ടമായോ?" രാമഭദ്രൻ തിരക്കി.

രാജീവന് പെട്ടെന്നു മറുപടി പറയാൻ കഴിഞ്ഞില്ല.

"കുട്ടികൾക്ക് നല്ല ഒരദ്ധ്യാപകൻ നഷ്ടമായി."

രാമഭദ്രൻ ആരോടെന്നില്ലാതെ പറഞ്ഞു.

"രാജീവന് പകരം നിയമിച്ചിരിക്കുന്നത് അബ്കാരിയുടെ സൺ ഇൻ ലായെയാണ്. അയാൾ ക്ലാസിൽ വന്നാലായി. സദാ കുട്ടികളുടെ ബഹളവും കൂക്കിവിളിയും. ദേഷ്യപ്പെട്ട് പുസ്തകം വലിച്ചെറിഞ്ഞ് ഇറങ്ങിപ്പോകുന്നതു കാണാം."

രാമഭദ്രൻ കോളേജിലെ കഥ വിവരിച്ചു.

"പാവം കുട്ടികൾ."

രാജീവന് ആ അറിവ് വേദനയായി.

"ഒരുദിവസം രാജീവൻ കോളേജിൽ വരണം. ആ മാമാങ്കം ഒന്നു കാണാമല്ലോ." രാമഭദ്രൻ ക്ഷണിച്ചു.

എന്തിന്? അന്യരുടെ പരാജയങ്ങൾ തന്നെ സന്തോഷിപ്പിക്കുന്നില്ല. അവർ വിജയിക്കുന്നതാണ് ആഹ്ലാദകരം. തനിക്കു യാത്രചെയ്യാൻ ഒറ്റയടിപ്പാത മതി; രാജീവൻ ഓർത്തു.

രാമഭദ്രൻ മടങ്ങിപ്പോയപ്പോൾ ഉള്ളിൽ നീറ്റൽ അനുഭവപ്പെട്ടു. ഇഷ്ടലോകത്തുനിന്നു പുറന്തള്ളപ്പെട്ടതിന്റെ ദുഃഖമുണർന്നു. അവഗണനകളാണ് തന്റെ ജീവിതത്തിൽ ഏറെ. നഷ്ടങ്ങൾ; അതിന്റെ മുറിവുകൾ. പൂർവ്വകാലചിത്രങ്ങൾ മനസ്സിൽ നിറഞ്ഞു. ഓർമ്മിക്കരുത് എന്നു നിശ്ചയിച്ചുറപ്പിച്ചിട്ടും മനസ്സ് പലപ്പോഴും കാട്ടുകുതിരയെപ്പോലെ അനുസരണയില്ലാതായി. ഏകാന്തനിമിഷങ്ങളിൽ കാർമേഘങ്ങൾക്കുള്ളിൽനിന്ന് ഒരു ജ്യോതിസ്സ് പ്രഭചൊരിഞ്ഞു.

രാജീവൻ കാൽമുട്ടുകൾക്കിടയിൽ മുഖം മറച്ചിരുന്നു. അരുത്! ഇനിയും വഞ്ചിക്കപ്പെടരുത്. വികാരങ്ങൾക്കു മുറിവേല്പിക്കരുത്. ശൂന്യമായ വഴിയിലൂടെ സ്വന്തം ജഡവും പേറി നടന്നു നീങ്ങട്ടെ.

"രാജീവനെന്താ ഇവിടെ? കോളേജും കുട്ടികളുമൊക്കെ വേണ്ടെന്നു വച്ചോ?"

ലോകവാർത്തകളിൽ സ്വയം നഷ്ടപ്പെടുമ്പോൾ ഒരു പുതിയ സ്വരം രാജീവനെ സ്പർശിച്ചു.

മുഖമുയർത്തുമ്പോൾ മുന്നിൽ ഫാദർ ആന്റണി സേവിയർ. രക്ഷാദൂതനെപ്പോലെ ഈ മനുഷ്യൻ ഇപ്പോൾ എവിടെനിന്നു കടന്നുവന്നു?

രാജീവൻ അത്ഭുതപ്പെട്ടു.

ഫാദർ ആന്റണി. ചിരപരിചിതൻ. രാജീവൻ പഠിച്ച കോളജിൽ ചരിത്രാദ്ധ്യാപകനായിരുന്നു. അതിനുശേഷം *പ്രകാശം* പത്രാധിപരായി ചുമതലയേറ്റു. അക്കാലത്ത് രാജീവന്റെ കവിതകൾ *പ്രകാശ*ത്തിൽ പ്രസിദ്ധപ്പെടുത്തിയിട്ടുണ്ട്. പ്രോത്സാഹനം നല്കിയിട്ടുണ്ട്. പുതുതായി തുടങ്ങിയ മേരി മാതാ കോളജിന്റെ പ്രിൻസിപ്പാളായി അദ്ദേഹം നിയമിതനായെന്ന് അറിഞ്ഞിരുന്നു. സ്നേഹവും ആർദ്രതയും കിനിയുന്ന മനസ്സ്. പെരുമാറ്റത്തിൽ ശാന്തത. പരമഭക്തൻ. സാത്വികൻ.

രാജീവൻ ഹൃദയം തുറന്നു. പരിണാമവൈചിത്ര്യങ്ങൾ. പുറന്തള്ളപ്പെടലുകളുടെ കഥകൾ ഒന്നും മറച്ചുവച്ചില്ല. എല്ലാം കേട്ടുകഴിഞ്ഞ് ഫാദർ ആന്റണി ചോദിച്ചു:

"രാജീവനിപ്പോൾ എത്ര വയസ്സുണ്ട്?"

"ഇരുപത്തിമൂന്ന്."

ഫാദർ ആന്റണിയുടെ കണ്ണുകളിൽ വേദന കലർന്നു.

എന്നുവച്ചാൽ ജീവിതത്തിന്റെ നാലിലൊന്നുപോലും എത്തിയിട്ടില്ല. ഈ ഘട്ടത്തിൽ അർഹതയുള്ള കർമ്മമേഖലകളിൽനിന്ന് പുറന്തള്ളപ്പെടുന്നതു കഷ്ടമാണ്. ഞാൻ നീതീകരിക്കുന്നില്ല. പുറമേനിന്നു നോക്കുമ്പോൾ പിശകുകൾ രാജീവന്റെ ഭാഗത്തുമുണ്ട്. പക്ഷേ, ഞങ്ങൾ വൈദികർ ക്ഷമിക്കാനും മനുഷ്യനന്മയ്ക്ക് ശ്രമിക്കാനും കടപ്പെട്ടവരാണ്. രാജീവനെ ജോലിയിൽനിന്നു പിരിച്ചുവിട്ടതുകൊണ്ട് ഒരാത്മാവിന്റെ രക്ഷയ്ക്കുപകരം നാശമാണ് സംഭവിക്കുക എന്ന് ഓർക്കേണ്ടതായിരുന്നു. തിരുത്താൻ എത്ര സമയമുണ്ട്. ഈ ചെറുപ്പത്തിൽ ഇങ്ങനെയൊന്നും സംഭവിക്കരുതായിരുന്നു. കഷ്ടമായിപ്പോയി."

രാജീവനെ ഫാദർ ആന്റണി അത്താഴത്തിനു ക്ഷണിച്ചു. ഒഴിഞ്ഞുമാറാൻ നോക്കി. രക്ഷപ്പെടാനായില്ല.

"എവിടെനിന്നാണ് ആഹാരമൊക്കെ?"

ഫാദർ ആന്റണി തിരക്കി.

രാജീവൻ ചിരിച്ചൊഴിഞ്ഞു. ആശുപത്രിയുടെ മുന്നിൽ കഞ്ഞി വില്ക്കുന്ന കടയെക്കുറിച്ച് ഇദ്ദേഹത്തോടു പറയാമോ?

രാജീവന്റെ കിടക്കറയിലും ഫാദർ ആന്റണി കടന്നുചെന്നു.

സഹതപിക്കുന്ന വാക്കുകൾ ഏറെ പറഞ്ഞില്ല ഫാദർ എന്നത് രാജീവന് ആശ്വാസമായി.

ആദ്യമായി സ്വന്തം നഗ്നത വെളിപ്പെട്ടോ എന്ന കുണ്ഠിതം ബാക്കിനിന്നു. സഹായം അർഹിക്കുന്ന ഒരു നിരാശ്രയനെന്ന് തന്നെക്കുറിച്ചു കരുതിയിരിക്കുമോ? തന്റെ ശബ്ദത്തിൽ യാചനയുടെ സ്വരം ഒരിക്കലും ഉണ്ടായില്ല. പക്ഷേ അദ്ദേഹം എന്തു ധരിച്ചിട്ടുണ്ടാവുമോ ആവോ!

ഒരാഴ്ച കഴിഞ്ഞപ്പോൾ രാജീവന് ഒരു കത്തു വന്നു. തനിക്ക് വീണ്ടും മേൽവിലാസമുണ്ടായിരിക്കുന്നു എന്നോർത്തപ്പോൾ ഉള്ളിലുണർന്നത് ആഹ്ലാദമോ? നഷ്ടബോധമോ?

അത് ഫാദർ ആന്റണി സേവിയറിന്റെ കത്തായിരുന്നു. ഒപ്പം നിയമന അറിയിപ്പും. മേരി മാതാ കോളജിൽ അദ്ധ്യാപകനായി പ്രവേശിക്കാനുള്ള ഉത്തരവ്.

അന്ന് ന്യൂസ് പ്രിന്റിനു മുകളിൽ കൈമടക്കിൽ തലവച്ച് കിടക്കുമ്പോൾ രാജീവൻ കരഞ്ഞു. രാത്രി മുഴുൻ കരഞ്ഞു. അജ്ഞാതന്റെ കൈകൾ തന്നെ ഉപേക്ഷിച്ചിട്ടില്ല. താനിപ്പോഴും ജീവിച്ചിരിക്കുന്നു – ആർക്കും പരാജയപ്പെടുത്താനാകാതെ.

കടൽത്തിരകളിൽ ഉലയുന്ന തന്റെ നിസ്സഹായതയെക്കുറിച്ച് നീലിമ എപ്പോഴെങ്കിലും ഓർമ്മിച്ചിട്ടുണ്ടാവുമോ? പർവ്വതങ്ങളുടെ മുകളിൽനിന്നു പതിച്ച തന്റെ ജീവിതദുഃഖങ്ങൾ അവളെ എപ്പോഴെങ്കിലും അസ്വസ്ഥയാക്കിയിരിക്കുമോ?

ദാമ്പത്യത്തിന്റെ ആദ്യനാളുകൾ സ്ത്രീക്ക് സുഖശയ്യ. അവളെ താലോലിക്കാൻ മിന്നു കെട്ടിയ പുരുഷന്റെ കൈകൾ. അവളെ ഊട്ടാനും ഒരുക്കാനും ഭർത്തൃഗൃഹത്തിൽ നിറയെ ബന്ധുജനങ്ങൾ. പുത്തൻ ആഹ്ലാദത്തിന്റെ ലഹരിയിൽ കൈവിട്ടുകളഞ്ഞതിനെക്കുറിച്ച് വധു ഓർക്കുന്നില്ല.

'ഭാഗ്യവതിയായ പെൺകുട്ടി, നിന്റെ ഓർമ്മകളിൽ കരിനിഴലായി ഞാൻ വീഴാതിരിക്കട്ടെ. രാത്രിയുടെ ഇളം നീലവെളിച്ചത്തെ മറയ്ക്കുന്ന കാർമേഘമായി ഞാൻ മാറാതിരിക്കട്ടെ. നിനക്ക് നന്മയുണ്ടാകട്ടെ.'

രാവിലെ കട്ടൻകാപ്പിയുമായി തൂപ്പുകാരി വന്നപ്പോൾ രാജീവൻ പറഞ്ഞു:

"നാളെ മുതൽ ഈ മൂലയിൽ ഞാനുണ്ടാവില്ല."

അവർ അമ്പരപ്പോടെ ആരാഞ്ഞു:

"അതെന്താ, സാറിന്റെ ജോലി പോയോ?"

രാജീവൻ ചിരിക്കാൻ ശ്രമിച്ചു.

"എനിക്കൊരു പുതിയ ജോലി. വീണ്ടും കോളേജിലേക്ക്."

"ദൈവത്തിനു സ്തുതി."

ആ പാവപ്പെട്ട സ്ത്രീ അജ്ഞാതനായ ദൈവത്തിന് കൈ കൂപ്പി നന്ദി പറയുമ്പോൾ രാജീവൻ നന്മയുടെ മുഖം കണ്ടു.

ആരെങ്കിലും ശ്രദ്ധിക്കുന്നുണ്ടോ എന്നു തിരക്കാൻ ബദ്ധപ്പെടാതെ പകൽവെളിച്ചത്തിൽ അന്ന് ആശുപത്രിക്കവലയിൽനിന്നു കഞ്ഞിവാങ്ങി. ഉപ്പിലിട്ടതും ചേർത്ത് റോഡരികിൽനിന്ന് രാജീവൻ അതു കുടിച്ചു. ജീവിതത്തിൽ ഏറ്റവും രുചികരമായത്. ഔദാര്യങ്ങളെക്കാൾ അഭിമാനകരമാണ് ഈ പൊടിയരിയും കഞ്ഞിവെള്ളവും. ഏതു പ്രാതികൂല്യങ്ങൾക്കിടയിലും ഇത്രയും സമ്പാദിക്കാൻ തനിക്കു കഴിയും. അതുമതി. തന്നെ പരാജയപ്പെടുത്താൻ ആർക്കും സാദ്ധ്യമല്ല.

*പ്രകാശ*ത്തിന്റെ അന്തരീക്ഷം തനിക്കു പ്രയപ്പെട്ടതാണെന്ന് നന്ദിയോടെ രാജീവൻ ഓർത്തു. വഴിയിൽനിന്ന് തന്നെ ഉയർത്തിക്കൊണ്ടുവന്നത് ആ സ്ഥാപനമാണ്; അതിന്റെ അധിപനാണ്. ആ നന്മയുടെ മുന്നിൽ

നമസ്കാരം. പാതയിൽ പുഴുവായി ചതഞ്ഞരയേണ്ട ജന്മം. അതിൽനിന്നാണ് പുനർജ്ജനി സംഭവിച്ചത്. ഇപ്പോൾ പുതിയൊരു ജീവിതത്തിന്റെ ഭംഗകളിലേക്കു വാതിൽ തുറന്നുകിട്ടുന്നു. നന്ദി നിറഞ്ഞ ഹൃദയത്തോടെ യാത്ര.

ഒന്നരമാസമാണ് രാജീവൻ *പ്രകാശ*ത്തിൽ സേവനമനുഷ്ഠിച്ചത്. പിരിഞ്ഞപ്പോൾ ആയിരം രൂപയുടെ ചെക്ക് മാനേജിങ് എഡിറ്റർ നല്കി. ആറു മാസം ജോലി ചെയ്താലും അത്രവരില്ല.

ചെക്ക് സ്വീകരിക്കാൻ രാജീവൻ മടിച്ചു.

"മടിക്കണ്ട, ഇത് ഔദാര്യമൊന്നുമല്ല. *പ്രകാശ*ത്തിന്റെ വാരാന്ത്യപതിപ്പിൽ രാജീവന്റെ കവിതകൾ തുടർച്ചയായി വേണം. അതിനുള്ള മുൻകൂർ പ്രതിഫലമെന്നു കരുതിയാൽ മതി. പുതിയ കോളേജാണ്. നല്ല സ്മാർട്ടായി ഡ്രസ്സ് ചെയ്ത് പോകണം. അതിനിപ്പോൾ മറ്റൊരിടത്തുനിന്നും കടം വാങ്ങേണ്ടിവരരുത്."

ഹൃദയം തരളിതമാകുന്നു. വാക്കുകൾ തൊണ്ടയിൽ തടയുന്നു. മുഖം മറച്ചുപിടിച്ചു. ധിക്കാരിയെന്നു പേരുകേട്ട തന്റെ തനിമ ആർക്കും ദൃശ്യമാകരുത്.

കോളേജിൽ പുതിയ ക്ലാസുകൾ തുടങ്ങാൻ ദിവസങ്ങൾ ബാക്കി. പ്രത്യേകിച്ച് ഒന്നും ചെയ്യാനില്ല. പുസ്തകങ്ങളുമായി ഒത്തുകൂടി. വായനയുടെ രാത്രികൾ. ഒന്നും എഴുതാൻ കഴിഞ്ഞില്ല. സുഖങ്ങൾക്കിടയിൽ ശൂന്യത അനുഭവപ്പെട്ടു. നഷ്ടപ്പെട്ടത് എന്തൊക്കെയെന്ന് ഇടയ്ക്കിടെ ഓർത്തുപോയി.

രാമഭദ്രന് എഴുതി;

"സുഹൃത്തേ, ഞാനിപ്പോൾ സമതലങ്ങളിലാണ്. കടൽത്തിരകൾ എന്നെ വീണ്ടും ഈ തീരത്തെത്തിച്ചിരിക്കുന്നു. ഇവിടെ പരമസുഖം. നല്ല ആഹാരം കിട്ടുന്നു. കിടക്കാൻ മെത്തയുണ്ട്. പ്രകൃതിയുടെ താരാട്ട്. എല്ലാമുണ്ട്. പക്ഷേ എന്റെ മനസ്സിൽ ഇപ്പോഴും പഴയ ഒരു ആശുപത്രിക്കവല. അവിടെ പൊടിയരിക്കഞ്ഞി വില്ക്കുന്ന കട. ഉപ്പിലിട്ടത് ചേർത്ത് അവിടെ നിന്നു കഴിച്ച കഞ്ഞിയുടെ സ്വാദ് ഇവിടത്തെ ഭക്ഷണത്തിനില്ല. *പ്രകാശ*ത്തിന്റെ വരാന്തയിൽ ന്യൂസ് പ്രിന്റിനു മുകളിൽ കൈമടക്കി തലയണയാക്കിയ രാത്രിയുടെ അന്ത്യയാമങ്ങളിലെ സുഖനിദ്ര ഇപ്പോൾ നഷ്ടപ്പെട്ടിരിക്കുന്നു. ഈ യാത്രാനുഭവങ്ങൾ താങ്കൾക്ക് തമാശയായി തോന്നുന്നുണ്ടോ? കൂട്ടുവേണ്ടാത്ത കുരുവി എന്നോ മറ്റോ എന്നെക്കുറിച്ച് ഓർക്കാം. മരച്ചുവട്ടിലെ സന്ന്യാസി എന്നു ഞാൻ ഇന്നലെ സ്വയം വിശേഷിപ്പിച്ചു നോക്കി. പിന്നീടോർത്തു: സന്ന്യാസിയുടെ മുഖംമൂടി എനിക്ക് ചേരില്ല. എന്റെ മനസ്സിൽ ഇപ്പോഴും മരിക്കാത്ത മനുഷ്യത്വമുണ്ട്."

രാമഭദ്രന്റെ മറുപടി വന്നു.

"താങ്കൾ ഉയിർത്തെഴുന്നേറ്റിരിക്കുന്ന എന്ന അറിവ് ആഹ്ലാദകരം. നഷ്ടജീവിതത്തിന്റെ സ്മരണകൾ സർഗ്ഗകർമ്മങ്ങൾക്ക് ശക്തിപകരണം. ഇത്ര ചെറുപ്പത്തിൽ അനുഭവങ്ങളുടെ മുൾമുടി ചൂടാൻ ഭാഗ്യമുണ്ടായ

മനുഷ്യപുത്രനാണ് താങ്കൾ. തെറ്റൊന്നും ചെയ്തിട്ടില്ല. എങ്കിലും ന്യായ വിധിയേറ്റു. പരിഹാസം സഹിച്ചു. സ്നേഹിച്ചവർ ഉപേക്ഷിച്ചുപോയി. ആത്മഹത്യയെ അതിജീവിക്കാൻ കഴിഞ്ഞ താങ്കൾക്ക് മൃത്യുപീഢക ളിൽനിന്ന് മുക്തിയായി. താങ്കളുടെ സിദ്ധികൾ തലമുറകൾക്ക് ശക്തി യാകട്ടെ."

മാത്യുജോസഫിന്റേതായിരുന്നു മറ്റൊരു കത്ത്:

"സാറിന്റെ കഴിവുകൾ അവഗണിക്കപ്പെടുകയില്ല എന്ന വിശ്വാസമുണ്ടായിരുന്നു. ഇവിടെനിന്നു പിരിയേണ്ടിവന്നപ്പോൾ നിസ്സഹാ യരായി നോക്കിനില്ക്കാനേ ഞങ്ങൾക്കു കഴിഞ്ഞുള്ളൂ. സംഘടനയ്ക്കു വേണ്ടി സാർ അനുഷ്ഠിച്ച ത്യാഗങ്ങൾ മറന്നിട്ടില്ല. പ്രൊബേഷൻ കാലത്ത് മാനേജ്മെന്റിനു നല്കപ്പെട്ട അധികാരങ്ങൾ ദുർവിനിയോഗം ചെയ്യുന്നതിന്റെ ദൃഷ്ടാന്തം. പുതിയ അദ്ധ്യാപകരെ ഹിംസിക്കാനുള്ള മാർഗ്ഗം. രണ്ടു വർഷക്കാലം നട്ടെല്ല് വളച്ചുനില്ക്കണമത്രേ. അങ്ങനെ വളയുന്ന നട്ടെല്ല് പിന്നൊരിക്കലും നേരെയാവില്ലെന്നാണ് അധികാരിവർഗ്ഗ ത്തിന്റെ കണക്കുകൂട്ടൽ. ഈ വ്യവസ്ഥയ്ക്ക് മാറ്റമുണ്ടാകണം. സർവ്വീ സിൽ പ്രവേശിച്ചു കഴിഞ്ഞാൽ അകാരണമായി പിരിച്ചുവിടുന്ന നടപ ടിയെ ചെറുക്കുന്നതിന് അദ്ധ്യാപകരുടെ സംഘടിതശക്തി ഉണരേണ്ട തുണ്ട്. പുതിയ കർമ്മരംഗത്ത് സംഘടനയുടെ വേരുകൾ ഉറപ്പിക്കുന്ന തിന് സാറിന്റെ കഴിവുകൾ പ്രയോജനപ്പെടുത്തുമല്ലോ."

അദ്ധ്യാപകരുടെ അവകാശങ്ങൾ പരിരക്ഷിക്കപ്പെടേണ്ടതിന്റെ ആവ ശ്യകത രാജീവൻ ഓർത്തു. സംഘടനാബലത്തോടൊപ്പം ആത്മാഭിമാ നവും ഉണർന്നുവരണം. സംഘടിതശക്തിയിൽ മാത്രം വിശ്വാസമർപ്പി ച്ചാൽപ്പോരാ. ആത്മശക്തിയുടെ ചൈതന്യവും വികസിക്കണം. ഇവയുടെ സമന്വയത്തിലൂടെ മാത്രമേ അദ്ധ്യാപകവർഗ്ഗത്തിന്റെ വിമോചനം സാദ്ധ്യ മാകൂ എന്ന് രാജീവൻ അറിഞ്ഞു. പുതിയ കലാലയമാണ്. അവിടെ സംഘടിതമായ വിലപേശലുകൾക്ക് അർത്ഥമില്ല. സഹപ്രവർത്തകരുടെ വ്യക്തിബോധം വികസിപ്പിച്ചെടുക്കുകയാണ് പ്രധാനം.

രാജീവൻ കാമ്പസ് ന്യൂസ്പേപ്പർ ആരംഭിച്ചു. അദ്ധ്യാപകരുടെയും വിദ്യാർത്ഥികളുടെയും സാഹിത്യവാസനകൾക്ക് പ്രകാശനവേദി. തിയേ റ്റർ ഗ്രൂപ്പിൽ അവർ ഒരുമിച്ചു. നാടകാഭിനയം പരിശീലിച്ചു; വേദിയിൽ അവതരിപ്പിച്ചു. മ്യൂസിക് ക്ലബ് രൂപപ്പെടുത്തി ഏതാനും പ്രതിഭാശാലി കളുടെ ചുമതലയിലാക്കി. ഡാൻസ് ട്രൂപ്പ് സംഘടിപ്പിച്ചു. ഡിബേറ്റിംങ് സൊസൈറ്റി രൂപീകരിച്ചു. സിനി ക്ലബ് പ്രവർത്തനം തുടങ്ങി.

കർമ്മോത്സാഹത്തിന്റെ നാളുകൾ.

രാജീവൻ സംവിധാനം ചെയ്ത നാടകം സർവ്വകലാശാല യുവജ നോത്സവത്തിൽ സമ്മാനാർഹമായി. സമൂഹനൃത്തത്തിനും സംഘഗാ നത്തിനും മേരിമാതാകോളേജ് ഒന്നാം സ്ഥാനം കരസ്ഥമാക്കി. ഏറ്റവും കൂടുതൽ പോയിന്റുനേടി ട്രോഫി ഏറ്റുവാങ്ങാൻ രാജീവൻ വേദിയിൽ കയറുമ്പോൾ ആഡിറ്റോറിയത്തിൽ നിലയ്ക്കാത്ത കൈയടി. ആ ചട

ങ്ങിൽനിന്ന് ഒഴിഞ്ഞുനിന്നതാണ്. ഫാദർ ആന്റണി സേവിയറിന്റെയും വിദ്യാർത്ഥികളുടെയും നിർബ്ബന്ധത്തിന് ഒടുവിൽ വഴങ്ങേണ്ടിവന്നു.

വേദിയിൽനിന്ന് ട്രോഫിയുമായി ഇറങ്ങിയ രാജീവനെ കുട്ടികൾ തോളിലേറ്റി ആനന്ദനൃത്തം ചെയ്തു.

ഒറ്റപ്പെട്ട ചില സമ്മാനങ്ങളുമായി തന്റെ പൂർവ്വകലാലയം ചിറകൊതുക്കി നില്ക്കുന്നു. രാമഭദ്രനാണ് കോളജ് ടീമുമായെത്തിയത്. അയാൾ രാജീവനെ ആലിംഗനം ചെയ്ത് അഭിനന്ദിച്ചു. കുട്ടികൾ പരാതി പറയാൻ ചുറ്റും കൂടി. തങ്ങളെ വിട്ടുപോയതിലുള്ള ദുഃഖപ്രകടനം.

രാജീവന്റെ മുഖത്ത് വേദന കലർന്ന ചിരി. ആ നഷ്ടം തന്റെ മനസ്സിലുണ്ട്. ഒന്നും സ്വന്തം ഇഷ്ടമായിരുന്നില്ലല്ലോ. ഒരു മരക്കഷണം എങ്ങുനിന്നോ ഒഴുകിയെത്തി. അതിൽ പിടികിട്ടി. മുങ്ങിപ്പോകാതെ സ്വയം രക്ഷിച്ചു. തിരകൾ കരയിലേക്കു നയിച്ചു. തീരത്ത് അടിഞ്ഞു. ആരുടെയോ അനുഗ്രഹം സ്വന്തം പ്രാഗല്ഭ്യമല്ല.

രാമഭദ്രൻ പറഞ്ഞു:

“ഈ വളർച്ചയിൽ ഞാൻ അഭിമാനിക്കുന്നു.”

തന്റെ ജീവിതം ഒരഗ്നിപരീക്ഷണമാണെന്ന് രാജീവൻ ഓർത്തു. ചുറ്റും തീയാളുന്നു. അതിനുള്ളിലൂടെ നടക്കുകയാണ്; നഗ്നപാദനായി. പൊള്ളലേൽക്കാതെ കാത്തു സൂക്ഷിക്കുന്നു മാന്ത്രികശക്തിക്കു നന്ദി.

“വല്ലപ്പോഴും ഞങ്ങളെയൊക്കെ ഒന്നു കാണാൻ വരാത്തതെന്ത്?”

ആ അന്തരീക്ഷത്തിലേക്കു മടങ്ങുകയോ? തനിക്ക് ശ്വാസംമുട്ടുകയില്ലേ? സ്വപ്നഭംഗങ്ങളിൽ ദുഃഖം വളരുകയില്ലേ?

തീക്ഷ്ണവും സുരഭിലവുമായ എത്ര മോഹങ്ങളുടെ മൃതഭൂമിയാണ് അത്.

“നീലിമയുടെ വിവരങ്ങൾ?” രാമഭദ്രൻ ചോദിച്ചു.

അരുത്. ആ ഓർമ്മകൾ ഉണർത്തരുത്. അവഗണനയുടെ ഇടിമിന്നലുകളിൽ കത്തിക്കരിഞ്ഞ ജീവിതം. ജഡവും പേറിയാണ് തന്റെ യാത്ര. ഈ ശവയാത്രയിൽ ചാരുവായ ചിന്തകൾ നിരർത്ഥകം.

ശ്മശാനഭൂമിയിൽ വിടരുന്ന ശവംനാറിപ്പൂ മാത്രമാണ് താനെന്ന് രാജീവനു തോന്നി. ആരും അത് തലയിൽ ചൂടില്ല. മരിച്ച മണ്ണിന്റെ നെടുവീർപ്പുപോലെ വിടരുന്നു. ദുഃഖത്തിന്റെ മണം പരത്തുന്നു.

അതും ഇനി എത്രനാൾ?

രണ്ട്

കലാലയാന്തരീക്ഷത്തിൽ വിജയാഹ്ലാദത്തിന്റെ അലകൾ ഇളകുമ്പോൾ രാജീവൻ ഏകാന്തതയിൽ അലിയാൻ ഇഷ്ടപ്പെട്ടു. അനുമോദനവേദിയിൽ ശ്രദ്ധാകേന്ദ്രമാകാൻ വിസമ്മതിച്ചു. ഫാദർ ആന്റണി സേവിയറും വിദ്യാർത്ഥികളും വലിയ ശ്രമം നടത്തി. രാജീവൻ സ്നേഹപൂർവ്വം ഒഴിഞ്ഞുമാറി.

"നമ്മുടെ കോളേജിന് അപൂർവ്വമായ നേട്ടമുണ്ടാക്കിയത് രാജീവൻസാറിന്റെ പ്രതിഭാവിലാസമാണ്." പ്രിൻസിപ്പാൾ പറഞ്ഞു: "എന്നിട്ടും സാർ ഈ വേദിയിൽ ഇല്ല. അതുല്യനായ ആ കലാകാരൻ ആരെയും അത്ഭുതപ്പെടുത്തുന്നതരത്തിൽ അന്തർമുഖനാണ്. തീരെ ചെറുപ്പത്തിൽത്തന്നെ ഒട്ടേറെ ആഘാതങ്ങൾ ഏറ്റുവാങ്ങിയ കലാകാരൻ. ആ സർഗ്ഗധനനെ കണ്ടെത്തി ഈ കോളേജിൽ നിയമിക്കാൻ കഴിഞ്ഞതിൽ ഞാൻ കൃതാർത്ഥനാണ്. നമ്മുടെ സ്നേഹാദരങ്ങളുടെ പ്രതീകമായി ഒരുപഹാരം രാജീവൻസാറിനു സമർപ്പിക്കുകയാണ്. അത് ക്രൂശിതനായ രക്ഷകന്റെ ഈ രൂപമാണ്."

ഫാദർ ആന്റണി രൂപം ഉയർത്തിക്കാട്ടി. ഓഡിറ്റോറിയത്തിൽ ഹർഷാരവം ഉയർന്നു.

രാജീവൻ ക്രൂശിതരൂപത്തിൽ നോക്കിയിരുന്നു. സമതലങ്ങളിൽ നിന്നും കാൽവരിമലയിലേക്കു നയിക്കപ്പെടുന്നത് താൻതന്നെയാണ്. ഈ കുരിശിൽ പിടയുന്നത് സ്വന്തം ആത്മാവാണ്. പരിഹാസത്തിന്റെ മുൾമുടി ശിരസ്സിൽ. ക്രൂരമായ കുന്തമുനയേറ്റ് മാറിടം പിളരുന്നു. രക്തം ഒഴുകുന്നു. ഭൂമി നഷ്ടപ്പെട്ട് കത്തിയെരിയുന്ന ആകാശത്തിനു ചുവട്ടിൽ ഇപ്പോഴും മൂന്നാണികളിൽ താൻ പിടയുകയാണ്.

കുരിശിനു താഴെ സ്നേഹാർദ്രമായ കണ്ണുകളോടെ ആരെയും രാജീവൻ കണ്ടില്ല. ജീവിതത്തിന്റെ അലംഘനീയമായ വിധി. അതിനു മാറ്റമില്ല. ആർക്കും മാറ്റാൻ കഴിയില്ല.

"സാറെന്തിനാ ഇങ്ങനെ ഇണങ്ങാത്ത കിളിയെപ്പോലെ കൂട്ടിന്റെ അഴികളിൽ തലയിട്ടടിക്കുന്നത്?"കുട്ടികൾ ചോദിച്ചു. സഹപ്രവർത്തകരുടെ അന്വേഷണങ്ങൾ. ഒടുവിൽ ഫാദർ ആന്റണിതന്നെ രാജീവനെ പിടികൂടി.

ജീവിതത്തിൽ കുറേ ദുരനുഭവങ്ങൾ ഉണ്ടായിട്ടുണ്ട്. ഭാഗ്യത്തിന് കാലം അതു തിരുത്തി. ഇനിയിപ്പോൾ കടന്നുപോകുന്ന ദുർഘടങ്ങൾ ഓർത്ത് മനസ്സുകൊണ്ട് ഒരു മടക്കയാത്ര എന്തിന്? ഫാദർ ആന്റണി ചോദിച്ചു.

രാജീവൻ നിശ്ശബ്ദത പാലിച്ചു.

"എന്തിനും പോംവഴിയുണ്ട്. തുറന്നു സംസാരിക്കുമ്പോൾ മനസ്സിലെ ഭാരം കുറയും. എപ്പോഴും വിങ്ങുന്ന മനസ്സുമായി കഴിയുന്നത് ആരോഗ്യത്തിനും നന്നല്ല." ഫാദർ ആന്റണി.

സൗമനസ്യത്തിനു മുന്നിൽ മുഖം തിരിച്ചുനില്ക്കാൻ സാദ്ധ്യമല്ല. തനിക്ക് പുനർജ്ജന്മമേകിയ ഔദാര്യനിധി. ആ സന്നിധിയിൽ മനസ്സിന്റെ വാതിലുകൾ സ്വയം തുറന്നുപോകുന്നു.

നിശ്ചല തടാകംപോലെ ചൈതന്യശൂന്യമായ ബാല്യം. ഗൗരവക്കാരനായ അച്ഛൻ. വീടിന്റെ അകത്തളങ്ങളിൽ ഒതുങ്ങുന്ന അമ്മ. അതിനിടയിൽ ഒറ്റപ്പെട്ട നിശ്ശബ്ദജീവി. ഗ്രന്ഥപ്പുരകളിൽ ജീവിതത്തിന്റെ സമതലങ്ങൾ തേടി അലഞ്ഞ താൻ വലിച്ചെറിയപ്പെട്ടതു കടൽത്തിരകളിലേ

ക്ക്. നയിക്കപ്പെട്ടതു കൊടുമുടികളിലേക്ക്. അശാന്തിയുടെ യാത്രകളിൽ ഏകാകിയാകുമ്പോൾ സ്നേഹം കിനിയുന്ന ഒരു നോട്ടം, വാക്ക്–

എന്ത് കൊതിയായിരുന്നു,

ഒന്നും സ്വന്തമാക്കാൻ കഴിയാതെ അശരണമായിത്തീർന്ന ജീവിതം.

കാലിടറാതെ, പുറന്തള്ളപ്പെടാതെ സ്വന്തം ഭൂമിയിൽ നിലയുറപ്പിക്കാൻ കഴിഞ്ഞത് അത്ഭുതം. വാശിയോടെ പഠിച്ചുകയറി. അജ്ഞാതശക്തിയുടെ അനുഗ്രഹവർഷമാകാം. തേടിയെത്തിയ ജീവിതമാർഗ്ഗം കൈവിട്ടുപോയപ്പോഴും അതേ ശക്തി തുണ.

ദുഃഖത്തിന്റെ ചുമടുകൾ ഇനി ഏതു ചുമലിൽ അർപ്പിച്ചാണ് ശാന്തി നേടുക?

"ജീവിതയാത്രയിൽ ക്ലേശങ്ങളുടെ ചുമട് എല്ലാവർക്കുമുണ്ട്. തീവണ്ടിയിലിരിക്കുമ്പോൾ നാം എന്തുചെയ്യും? ലഗേജ് അതിന്റെ സ്ഥാനത്തു വയ്ക്കും. അല്ലാതെ ശിരസ്സിൽ ഏറ്റിയിരിക്കുമോ? ജീവിതത്തിലും അതു മതി. ഭൂതകാലത്തെ അതിന്റെ അറയിൽ സൂക്ഷിക്കുക. ആ ഭാരം ക്ലേശകരമാക്കരുത്. ഭാവിസ്വപ്നങ്ങൾ നഷ്ടമാക്കരുത്." ഫാദർ ആന്റണി ഓർമ്മിപ്പിച്ചു.

"അത്ര ആത്മനിഷേധിയോ ഞാൻ?" രാജീവൻ ചോദിച്ചു.

"എന്നല്ല, പക്ഷേ ഈ ലോഡ്ജിലെ ഏകാന്തവാസം മതിയാക്കണം. ഇതൊരു ഗുഹയിൽ ഒളിച്ചതുപോലുണ്ട്. സാറ് ഹോസ്റ്റലിൽ വന്നു താമസിക്കൂ. കുട്ടികൾക്ക് പ്രയോജനപ്പെടും. സാറിനും ഒരു ചെയ്ഞ്ചാകും."

"അതുകൊണ്ടൊന്നും ഞാൻ രക്ഷപ്പെടില്ല; അച്ചൻ കരുതുംപോലെ അത്രവേഗം പരിഹരിക്കപ്പെടാവുന്നതല്ല എന്റെ ജീവിതാവസ്ഥ." രാജീവൻ പറഞ്ഞു.

"എന്നാൽ ഞാനൊരു കാര്യം പറയാം. ഞങ്ങൾ അച്ചന്മാർ അങ്ങനെ ഉപദേശിച്ചുകൂടാത്തതാണ്. പക്ഷേ, ഈ കള്ളനാട്യമൊന്നും എനിക്കാവില്ല. സാറൊരു കല്യാണം കഴിക്ക്. സാറിന്റെ മനസ്സും സ്വപ്നങ്ങളുമൊക്കെ പങ്കുവയ്ക്കാൻ യോഗ്യതയുള്ള ഒരിണ. ഇപ്പോഴത്തെ ഈ ഒറ്റപ്പെടലിന് അറുതിയാകും. സാറിന്റെ ഭാവനയ്ക്ക് ഉയർന്നുപറക്കാൻ അതു പ്രേരണയാകും." ഫാദർ ആന്റണി ഉത്സാഹിപ്പിച്ചു.

"കല്യാണമോ, എനിക്കോ? അച്ചനിൽനിന്ന് ഒന്നും ഞാൻ മറച്ചുവച്ചിട്ടില്ല. എന്നിട്ടും എന്നോടിങ്ങനെ?" രാജീവന്റെ ശബ്ദം ഇടറി.

"കുപ്പായമിട്ടതുകൊണ്ട് ഞാനൊരു മുരടനാണെന്ന് സാറ് കരുതരുത്. ഓരോ ജീവിതാന്തസ്സിനും അതാതിന്റേതായ വിലയുണ്ടെന്നു തിരിച്ചറിയുന്നവനാ ഞാൻ. ഒരു ദുരനുഭവമുണ്ടായതുകൊണ്ട് വിവാഹമേ വേണ്ടെന്നു വയ്ക്കണോ? അങ്ങനെ തീരുമാനിച്ചാൽ അതിൽ കാപട്യമുണ്ടെന്ന് ഞാൻ പറയും. കാരണം കുടുംബജീവിതം ഉപേക്ഷിക്കുന്ന മനോഭാവമല്ല സാറിന്റേത്. മറിച്ച് ഇതൊരു വാശിതീർക്കലോ നിശ്ശബ്ദ

മായ പ്രതികാരം ചെയ്യലോ ആണ്. നിസ്സാരമായ മനുഷ്യജന്മത്തിൽ അതിനു തുനിയുന്നതിൽ എന്തർത്ഥം?"

രാജീവന് പറയാൻ ഏറെയുണ്ട്. മനസ്സ് പകുത്തെടുക്കാൻ കഴിയുമോ? കൊടുങ്കാറ്റിൽ ആടിയിളകി വീണ ഗോപുരംപോലെയായിരുന്നു തന്റെ പ്രണയം. കല്ലുകൾ നിലംപൊത്തി; ദൂരേക്ക് ചിതറി; ഇനി അതൊക്കെ കൂട്ടിച്ചേർത്ത് മറ്റൊന്നു കെട്ടി ഉയർത്തുകയോ?

എന്തും സ്വീകരിക്കാനും ഏതു സാഹചര്യത്തോടും പൊരുത്തപ്പെടാനും ശ്രമിക്കുന്നത് വഞ്ചനയാണ്; ആത്മാവിന്റെ സത്യത്തെ ബലികഴിക്കലാണ്.

"സാറിനു തോന്നും ഞാനേതോ അരുതാത്തത് പറയുന്നെന്ന്. ആട്ടെ, ഞാനൊന്നു ചോദിക്കട്ടെ, സാറ് സ്നേഹിച്ച പെൺകുട്ടി അവളുടെ ഇഷ്ടത്തിനോ അല്ലാതെയോ വിവാഹിതയായി, ഒരു പുരുഷനോടൊത്ത് ജീവിക്കുന്നു. അയാളുടെ കുട്ടുകളെ പ്രസവിക്കുന്നു. സാറിങ്ങനെ ഗാനം നഷ്ടപ്പെട്ട ഗായകനെപ്പോലെ നിരാശനും ദുഃഖിതനും ആയി കഴിയുന്നു. അതിൽ എന്തർത്ഥമാണുള്ളത്? സാറിനെ മനസ്സിലാക്കാൻ കഴിയുന്ന മറ്റൊരു പെൺകുട്ടി ഈ ഭൂമിയിൽ ഇല്ലെന്നു വരുമോ? ഉണ്ടെങ്കിൽ എന്തിന് ജീവിതം പാഴാക്കുന്നു? നന്മ ചെയ്യാൻ ഒട്ടേറെ അവസരങ്ങളുണ്ട് നമ്മുടെ ജീവിതയാത്രയിൽ. അത് ശാപത്തിന്റെ വീഴ്ചകളാക്കി മാറ്റാൻ ബുദ്ധിയുള്ളവർ ഒരുങ്ങില്ല. ഞാൻ എനിക്കു തോന്നിയതു പറഞ്ഞു. ഇനിയൊക്കെ സാറിന്റെ ഇഷ്ടം."

ഫാദർ ആന്റണി എഴുന്നേറ്റു. രാജീവൻ അച്ചന്റെ പിന്നാലെ ചെന്നു. അവർ ഒരുമിച്ചു നടന്നു. ഒന്നും പറയാതെ.

കുറേ കഴിഞ്ഞപ്പോൾ നേർത്ത നിശ്വാസംപോലെ രാജീവന്റെ ഉള്ളിൽനിന്ന് ഏതാനും വാക്കുകൾ പുറത്തുവന്നു.

"അച്ചൻ പറഞ്ഞ കാര്യം ഞാൻ ആലോചിക്കാം."

ഫാദർ ആന്റണി തിരിഞ്ഞുനിന്നു. രാജീവന്റെ ഇരുചുമലിലും പിടിച്ചു:

"ഇതൊരു കലാകാരന്റെ അസാധാരണ ജന്മമാണ്. അതിന്റെ ശക്തിയും സൗന്ദര്യവും നഷ്ടപ്പെടരുത്."

ആകാശത്തിൽ ചുവപ്പു രേഖകൾ നിറഞ്ഞു. സന്ധ്യയുടെ തുടിപ്പ് വർദ്ധിച്ചു. സൂര്യൻ സമുദ്രത്തിന്റെ മടിയിലേക്ക് ഇറങ്ങിവരികയാണ്. തിരകൾ പകുത്ത് അതിന്റെ ശൂന്യതയിൽ മറയുന്നു.

രാജീവൻ മെല്ലെ കുന്നുകൾ കയറി. പൂക്കളുടെ മണമുള്ള കാറ്റ് താഴ്വരകളെ തലോടി. കാട്ടരുവിയുടെ സംഗീതം ദുഃഖങ്ങൾക്ക് താരാട്ടായി.

പിന്നീടൊരിക്കൽ ഫാദർ ആന്റണി രാജീവനെയും കൂട്ടി വീട്ടിൽ പോയി.

ഭാഗ്യത്തിന് രാജീവന്റെ അച്ഛൻ വീട്ടിലുണ്ടായിരുന്നു. പൂമുഖത്ത് നാട്ടുകാര്യങ്ങൾക്ക് തീർപ്പു കല്പിക്കുന്ന നേരത്താണ് അവർ കയറി

ച്ചെന്നത്. അച്ചൻ സ്വയം പരിചയപ്പെടുത്തി.

രാജീവന്റെ അച്ഛൻ ചിരിച്ചു.

"അച്ചനെ ഞാനറിയും. കൂടെ വന്ന ഈ അതിഥിയെ പരിചയപ്പെടുത്തിയാൽ മതി."

"അതു തമാശ." ഫാദർ ആന്റണി പ്രതികരിച്ചു.

"തമാശയല്ല, ഞാനിങ്ങനെ ഒരുത്തനെ കണ്ട കാലം മറുന്നു. ആട്ടെ അച്ചന്റെ കോളജിലും ഇവൻ സമരമുണ്ടാക്കുന്നുണ്ടോ? അവർ വിളിച്ചു കൊടുത്ത ജോലിയാ. അതാണ് കളഞ്ഞുകുളിച്ചത്." അച്ഛന്റെ സ്വരത്തിൽ കുറ്റപ്പെടുത്തൽ.

അമ്മ അകത്തളത്തിൽ വാതിൽ മറഞ്ഞുനിന്ന് മകനെ നോക്കി.

"എന്റെ കാര്യം കള. പെറ്റതള്ളയെ ഇടയ്ക്കൊക്കെ വന്നു കണ്ടാലെന്താ?" അച്ഛൻ ചോദിക്കുന്നു.

''കഴിഞ്ഞതൊക്കെ മറക്കുക. നമുക്കൊരു പുതിയ യാമം തുടങ്ങാം."

സംഘർഷത്തിന് അയവുവരുത്താൻ ഫാദർ ആന്റണി ബോധപൂർവ്വം ശ്രമിച്ചു. ഒരുദിവസം അദ്ദേഹം അവിടെ തങ്ങി. രാജീവന്റെ അച്ഛനോട് ലോകകാര്യങ്ങൾ പറഞ്ഞു. സൗഹൃദം പങ്കുവച്ചു.

അമ്മ വിരുന്നൊരുക്കി. ധൂർത്തപുത്രൻ മടങ്ങിയെത്തിയ നിഗൂഢമായ ആഹ്ലാദം അച്ഛന്റെ കണ്ണുകളിൽ നിറഞ്ഞു.

"നമുക്ക് രാജീവനെക്കൊണ്ട് ഒരു കല്യാണം കഴിപ്പിക്കണം." ഫാദർ ആന്റണി അതു പറയാൻ ബോധപൂർവ്വം അവസരം ഉണ്ടാക്കി.

"അച്ചന്റെ കാർമ്മികത്വത്തിൽ നടത്തിക്കൊള്ളൂ..." രാജീവന്റെ അച്ഛൻ പറഞ്ഞു.

"പെൺകുട്ടിയെ അന്വേഷിക്കണ്ടേ?"

"അതും അച്ചന് വിട്ടുതന്നിരിക്കുന്നു."

എല്ലാ ഉത്തരവാദിത്വവും ഏറ്റെടുക്കുന്നതിൽ ആഹ്ലാദിച്ച മനസ്സായിരുന്നു ഫാദറിന്റേതെന്ന് രാജീവൻ ഓർക്കുന്നു. അങ്ങനെയും ഒരു വലിയ മനുഷ്യൻ. തന്റെ ജീവിതത്തെ പരിണമിപ്പിച്ച മഹാത്മാവ്. പാതവക്കിൽ വീണ പക്ഷിക്കുഞ്ഞ് ചതഞ്ഞരയേണ്ടതായിരുന്നു. അതിനെ ഇലക്കുമ്പിളിൽ കോരിയെടുത്ത് മരപ്പൊത്തിൽ സുരക്ഷിതമാക്കി. പാലും പഴങ്ങളും നല്കി പോഷിപ്പിച്ചു.

എന്തിന്? അത് ഏതൊരു നിയോഗമായിരുന്നു? ഏതു ശക്തിയുടെ പ്രേരണയായിരുന്നു? എല്ലാം അറിഞ്ഞിട്ടും ഒന്നും അറിയുന്നില്ലെന്ന് നടിക്കുന്ന അദൃശ്യമായ ചൈതന്യകേന്ദ്രമുണ്ട്. അതിന്റെ അനുശാസനമോ?

ഓർമ്മകൾ ഇരുണ്ടും പ്രകാശിച്ചും ജീവിതമാകെ നിറഞ്ഞു നില്ക്കുന്നു. മേഘപാളികൾക്കിടയിൽ ഉറഞ്ഞും പിന്നെ തെളിഞ്ഞും യാത്ര ചെയ്യുന്ന സൂര്യനെപ്പോലെ കാലം. കാറ്റടിക്കുമ്പോൾ ഇലകൊണ്ടു പൊതിഞ്ഞും പിന്നെ പതിയെ കണ്ണു തുറന്നും പരിമളം ചൊരിയുന്ന പൂവായി സ്വപ്നങ്ങൾ.

യാദൃച്ഛികതകളായിരുന്നു ജീവിതത്തിൽ ഏറെയും. സമതലങ്ങളി

ലെത്തി എന്നു സമാധാനിക്കുമ്പോൾ ഒരു വലിച്ചെറിയൽ. ചുഴലിക്കാറ്റിൽ പീഠഭൂമികളിലേക്ക് ഉയർന്നു പൊങ്ങും. കാറ്റ് കടലിലേക്ക് നീങ്ങിയാൽ തിരകളിൽ തള്ളപ്പെടും. കാട്ടിൽ ഒരു വള്ളിക്കുടിൽ; കടലിൽ കൊതുമ്പുതോണി. എപ്പോഴുമുണ്ടായിരുന്നു ഒരു താങ്ങ്; സംരക്ഷണം.

ജീവിക്കുക എന്ന സാമാന്യവിധിക്ക് അപ്പുറം ഉള്ളിൽ വർണ്ണപ്രപഞ്ചം ഇതൾ വിടർത്തുകയില്ല എന്ന് ഭയപ്പെട്ടു. അങ്ങനെ സംഭവിക്കണമെന്ന് ആശിച്ചതുമില്ല.

"സാറിന്റെ കവിത വറ്റിയോ?"

ഇടയ്ക്ക് അന്വേഷണങ്ങൾ തേടിവന്നപ്പോൾ അലസത ഭാവിച്ചു.

"സാർ പറഞ്ഞു തന്നാൽ മതി. ഞാൻ എഴുതാം." സഹപ്രവർത്തകയായ ലേഖ സ്നേഹപൂർവ്വം നിർബ്ബന്ധിച്ചു.

ആ സ്വരത്തിന്റെ ആഴങ്ങൾ അറിഞ്ഞു.

"എനിക്ക് ആ ശീലമില്ല ടീച്ചർ." പറഞ്ഞൊഴിഞ്ഞു.

"എപ്പോൾ നോക്കിയാലും ലേഖടീച്ചർ രാജീവൻസാറിന്റെ പിന്നിലുണ്ടല്ലോ, നിഴൽപോലെ." സ്നേഹിതർ അർത്ഥംവച്ചു ചിരിച്ചു.

"മധ്യാഹ്നസൂര്യനു കീഴിൽ നില്ക്കുകയാണ് ഞാൻ. ഒരിക്കലും പിന്നിൽ നിഴലുണ്ടാവില്ല." ആ സംസാരത്തിനു വിരാമം കുറിച്ചു.

"കവിയാണെങ്കിലും സൗന്ദര്യബോധമില്ല."

കമന്റുകൾ.

അജ്ഞനാവുക സുഖം. പ്രതികരണമില്ലാതെ, പ്രതീക്ഷകളില്ലാതെ. മനസ്സിനെ പാകപ്പെടുത്താൻ മാത്രം പരിശ്രമം.

ഇങ്ങനെ ഒരു ജീവിതം എന്തിന്? ചിലപ്പോഴൊക്കെ ഓർമ്മകൾ വഴി തെറ്റി. കാലത്തിന്റെ പുസ്തകത്തിൽ ഒരക്ഷരത്തെറ്റുപോലെ. തിരുത്താനാവുന്നതേയുള്ളൂ. അതിനുള്ള പ്രേരണകൾ ഏറെ. അജ്ഞത നടിക്കുകയാണ്. ബോധപൂർവ്വം ഒഴിഞ്ഞുമാറുകയാണ്.

"ഇങ്ങനെ ത്യാഗം ചെയ്യുന്നത് ആർക്കുവേണ്ടിയാണ്? ഒരു ഘട്ടം കഴിയുമ്പോൾ ആരുണ്ടാകും ശ്രദ്ധിക്കാൻ? സ്വന്തം പ്രതിഭയോടു പുലർത്തുന്ന ഈ നീരസഭാവം ഒരിക്കലും നീതീകരിക്കപ്പെടുകയില്ല. പിന്നെ സ്വയം വരിക്കുന്ന ഈ ഏകാന്തത. വെറും മോഹഭംഗമെന്നേ മറ്റുള്ളവർക്കു തോന്നൂ. അതിൽ ത്യാഗത്തിന്റെ അംശംപോലുമില്ല. അതുകൊണ്ട് ഈ ആവരണം ഉപേക്ഷിക്കണം. പ്രതിഭയെ ഊതിപ്പടർത്തണം. അഗ്നി സൃഷ്ടിക്കണം. അതിലുരുകി പുതിയ ജന്മം കൈക്കൊള്ളണം."

രാമഭദ്രന്റെ കത്ത്.

വായനയുടെ നൈരന്തര്യത്തിൽ ഉൾക്കൊണ്ട ആഹ്ലാദം മുറിഞ്ഞു. സമകാലിക രചനകൾ പലതും നിരാശ വളർത്തി. എന്തുകൊണ്ട് എഴുതിക്കൂടാ? ചില സമയങ്ങളിൽ ഊർജ്ജത്തിന്റെ ഉറവിടങ്ങൾ തുറക്കപ്പെടുന്നതുപോലെ. അക്ഷരങ്ങളുടെ ലോകം തന്നിൽനിന്ന് അകലെയല്ല; താൻ അന്യനാക്കപ്പെട്ടിട്ടില്ല.

നിർന്നിദ്രമായ രാത്രിയുടെ അന്തിമയാമത്തിൽ രാജീവൻ പുതിയ

കവിത എഴുതാൻ തുടങ്ങി.

–ഭൂമിയുടെ ഉപരിതലം പ്രശാന്തമാണ്. വൃക്ഷങ്ങൾ വേരുറപ്പിച്ച് നില്ക്കുന്നു. പക്ഷികൾ പാടുന്നുണ്ട്. പക്ഷേ, ചെറുകാറ്റിലും മരച്ചില്ലകൾക്ക് താളംതെറ്റുന്നില്ലേ? പക്ഷികളുടെ സ്വരം ഇടറുന്നില്ലേ? ഭൂമിയുടെ ഉള്ളിൽ അമർത്തപ്പെട്ട തേങ്ങലുകൾ. ഹൃദയം പിളരുകയാണോ?

മനുഷ്യദുഃഖങ്ങൾ ഏറ്റുവാങ്ങാൻ അജ്ഞാതകരങ്ങൾ ഉയരുന്നുണ്ടോ?

ഒരു പകലും രാത്രിയും രാജീവൻ മുറിവിട്ടിറങ്ങിയില്ല. അവധി ദിവസമായിരുന്നു. ആരുടെയും ശ്രദ്ധയിൽപ്പെടാതെ രചനയിൽ സ്വയം അർപ്പിച്ചു. രണ്ടാം രാത്രിയുടെ അന്തിമയാമത്തിൽ കവിത എഴുതിത്തീർത്തു. വിവശനായി കിടക്കയിൽ വീണു.

കടുത്ത പനിയും ക്ഷീണവും രാജീവനെ പിടികൂടി. ഒരാഴ്ച ആശുപത്രിയിൽ കിടക്കേണ്ടിവന്നു. ഇടയ്ക്കിടെ മറവിയുടെ താഴ്വരകളിലേക്ക് മനസ്സ് ഊളിയിട്ടു. ചുറ്റും നില്ക്കുന്നവരുടെ ഉൽക്കണ്ഠാകുലമായ നോട്ടങ്ങളും വാക്കുകളും ഏതോ അവ്യക്തഭൂമിയിൽനിന്ന് എന്നപോലെ തിരിച്ചറിഞ്ഞു.

അഞ്ചാംനാൾ കട്ടിലിൽ ചാരിയിരിക്കുമ്പോൾ അരികിൽ ഫാദർ ആന്റണി സേവിയർ.

“ഞങ്ങൾ ലേശമൊന്നു ഭയന്നു കേട്ടോ. മുറിയിൽ ഓർമ്മയില്ലാതെ കിടക്കുകയായിരുന്നല്ലോ. പെട്ടെന്ന് ആശുപത്രിയിലാക്കി. ഡ്രിപ്പ് കേറ്റിയപ്പോൾ ക്ഷീണമൊക്കെ മാറി. എന്നാലും സ്വന്തം കാര്യങ്ങളിൽ ഇത്ര അശ്രദ്ധനാകുന്നത് കഷ്ടംതന്നെ.”

കുറ്റപ്പെടുത്തൽ.

രാജീവന്റെ ചുണ്ടിൽ മങ്ങിയ ചിരി വിടരാൻ കൊതിച്ചു.

“വീട്ടിൽ അറിയിക്കണം എന്നു തോന്നി. പിന്നെ വേണ്ടെന്നുവച്ചു.”

“നന്നായി.” രാജീവൻ പതുക്കെപ്പറഞ്ഞു.

“എന്തായാലും ഇനി ആ ഗുഹയിലേക്കു മടങ്ങണ്ട. നമുക്ക് ഹോസ്റ്റലിൽ കൂടാം. അല്ലെങ്കിൽ ഇവിടെ അടുത്ത് നല്ലൊരു വീട് വാടകയ്ക്കെടുക്കാം. എന്നിട്ട്–”

ഫാദർ ആന്റണി പറയാൻ വന്നത് പൂർത്തിയാക്കിയില്ല. എങ്കിലും സൂചന എളുപ്പത്തിൽ മനസ്സിലാക്കി. ഈ അവസ്ഥയിൽ ഇനി ഒരു പിൻവാങ്ങിന് തന്നെ അനുവദിക്കുകയില്ലെന്ന് രാജീവനും ബോദ്ധ്യമായി.

എങ്ങനെയാണ് ഫാദർ ആന്റണി തന്നെ കണ്ടെത്തിയത്? ആരും അറിയാതെ കടന്നുപോകുമായിരുന്നു. ഭൂമിയുടെ ഉള്ളിൽ വിടർന്ന കൈകൾ തന്നെ തേടിയെത്തിയതോ? എന്തിന് ആ രക്ഷാവലയത്തിൽ നിന്ന് പിടിച്ചകറ്റി? വിധിയുടെ ക്രൂരത. അതിൽനിന്ന് ഇപ്പോഴും മോചനമില്ലേ?

“വാരാന്ത്യത്തിൽ രാജീവൻസാറിനെയും കൂട്ടി യാത്രയ്ക്കൊരുങ്ങിയതാ പ്രിൻസിപ്പാളച്ചൻ. സാറിന് ഒരു ചേഞ്ചും അച്ചന് ഒരു കമ്പനിയും.

അന്വേഷിച്ചു വന്നപ്പോൾ സാറീ പരുവത്തിൽ. രക്ഷപ്പെട്ടത് ഭാഗ്യമെന്നു കരുതിയാ മതി." സഹാദ്ധ്യാപകനായ പോൾ പറഞ്ഞു.

ഭാഗ്യമോ? അതിന്റെ നിറമെന്താണ്? മരണത്തിന്റെ നിറം തന്നെയല്ലേ? പറഞ്ഞത് ആരെന്ന് ഓർമ്മയില്ല. കറുത്ത വസ്ത്രവുമണിഞ്ഞ് കടന്നെത്തുന്ന മരണത്തെപ്പറ്റി. രാത്രിയുടെ ഇരുട്ടിൽ ഒച്ചവയ്ക്കാതെ മരണം കടന്നുവരും. അടുത്തെത്തുമ്പോഴാണ് ആ സാന്നിദ്ധ്യമറിയുക. അപ്പോഴേക്ക് പിടി മുറുക്കിയിരിക്കും. വിഭ്രാന്തിയോടെ രക്ഷപ്പെടാൻ ശ്രമിക്കും. കഴിയില്ല. ഏതോ മാന്ത്രികസ്പർശത്തിലെന്നപോലെ മനസ്സ് മരവിക്കും. ബുദ്ധി മന്ദീഭവിക്കും. യാന്ത്രികമായ കാൽവയ്പുകളോടെ മരണത്തിന്റെ പാത പിന്തുടരും.

ആ യാത്ര തടയപ്പെട്ടിരിക്കുന്നു. ഏതോ അജ്ഞാതശക്തി താല്ക്കാലികമോചനം നല്കിയിരിക്കുകയാണ്. എന്തിന്? സ്വയം ചോദിച്ചു. പൂർത്തീകരിക്കാത്ത ഏതു നിയോഗമാണ് ബാക്കിയുള്ളത്? ദുഃഖത്തിന്റെ കയ്പുനീർ ഇനിയും എത്ര കുടിച്ചുതീർക്കാനുണ്ട്?

"സാറിന്റെ മേശപ്പുറത്ത് വളരെക്കാലംകൂടി ഒരു കവിത കണ്ടു. നന്നായിരിക്കുന്നു എന്നു പറായൻ തക്ക വിവരമൊന്നും എനിക്കില്ല. പക്ഷേ പ്രസിദ്ധപ്പെടുത്തണം. കൂടുതൽ എഴുതാനും അതു പ്രേരണയാകും." പോൾ പറഞ്ഞു.

"ലേഖടീച്ചർ അതു പകർത്തിത്തരും."

– അരുത്. ഉഷ്ണഭൂമിയിൽ വെറുതേ ഒരു വിത്തു പാകരുത്. അത് മുളപൊട്ടുകയില്ല. അഥവാ, പാഴ്മുളകൾ ഉണർന്നാലും സൂര്യതാപത്തിൽ വാടിക്കരിയും. സമതലങ്ങളിൽ നല്ല നീരോട്ടമുള്ള നിലങ്ങൾ ഏറെ. അവിടെ ബീജാങ്കുരങ്ങൾ അനായാസം. അതുമതി.

രാജീവൻ മുഖം തിരിച്ചു.

നഷ്ടമായ ആരോഗ്യം വീണ്ടുകിട്ടിയ ആദ്യനാളുകളിൽത്തന്നെ രാജീവൻ കവിത പകർത്തി. പകർത്തിയെഴുതുമ്പോൾ അതിനൊരു പേരും മനസ്സിൽ തെളിഞ്ഞു.

'ഉൾക്കടൽ.'

മൂന്ന്

ഹോസ്റ്റലിന്റെ രണ്ടാം നിലയിൽ മൈതാനത്തിനു നേർക്കു ജാലകങ്ങളുള്ള വലിയ മുറിയിലേക്ക് രാജീവൻ താമസം മാറ്റി. അതിന്റെ ആഡംബരം താങ്ങാവുന്നതിൽ ഏറെ. ഫാദർ ആന്റണി സേവിയറിന്റെ സ്നേഹപൂർണ്ണമായ നിർബ്ബന്ധത്തിനു വഴങ്ങുകയായിരുന്നു. മനസ്സിൽ അപരിചിതത്വം വിട്ടൊഴിയാതെ നിന്നു. പത്രമാഫീസിന്റെ വരാന്തയിലെ ന്യൂസ്പ്രിന്റ് മെത്തയിൽനിന്നുള്ള പരിണാമം.

ജാലകത്തിലൂടെ നോക്കിയിരിക്കുമ്പോൾ പകൽ പരിണമിക്കുന്നത് ദൃശ്യമാകും. വെയിൽ മങ്ങുന്ന സായാഹ്നങ്ങൾ. കുട്ടികൾ മൈതാനത്ത്

ഒത്തുചേർന്നു. അവരുടെ ഉത്സാഹത്തിമിർപ്പിൽ മറയാൻ മടിക്കുന്ന സൂര്യൻ. സന്ധ്യയുടെ വെളിച്ചം ദിങ്മുഖങ്ങളിൽ കുങ്കുമം പൂശുന്നു.

വായിക്കാനും എഴുതാനും സാഹചര്യങ്ങൾ ഏറിയിട്ടും മനസ്സിൽ മൗഢ്യം നിറഞ്ഞുനിന്നു. ഒന്നും തനിക്ക് അവകാശപ്പെട്ടതല്ല. ദാനം കിട്ടിയതാണ് ഈ സുഖസൗകര്യങ്ങൾ. അതിന്റെ ലഹരിയിൽ മയങ്ങിയാൽ സ്വയം നഷ്ടപ്പെട്ടുപോകും. സുഖം ഏറിവരണമെന്ന മോഹം വളരും. സത്യത്തിന്റെ മുഖം അവ്യക്തമാകും.

"എന്നെ ഒരു സ്വർണ്ണക്കൂട്ടിൽ ഇട്ടിരിക്കുകയാണ്."

രാജീവൻ ഫാദർ ആന്റണിയോടു പറഞ്ഞു.

ഒരു തമാശ ആസ്വദിക്കുന്ന മട്ടിൽ അദ്ദേഹം ചിരിച്ചു.

"ഇത്ര പെട്ടെന്നു മടുത്തുവോ?"

"ഞാനിപ്പോഴും പഴയ കാടനാണ്.

"വിഷമിക്കണ്ട, കുറച്ചു കഴിയുമ്പോൾ താനേ ഇണങ്ങിക്കൊള്ളും."

"അതിനിടയിൽ ഞാൻ മറ്റൊരാളാവുമോ എന്നാണു ഭയം."

"അതുണ്ടാവരുത്. ഏതു സാഹചര്യവും വരട്ടെ. ഭൗതികമായ മാറ്റം നമ്മുടെ ആന്തരഭാവത്തെ ബാധിക്കാതെ ശ്രദ്ധിച്ചാൽ മതി."

കഴിയുമോ സുഖതീരങ്ങളിലൂടെ യാത്രചെയ്യുന്ന ഒരാൾക്ക് വനാന്തരത്തിലെ ഊടുവഴികൾ തേടാൻ താല്പര്യമുണരുമോ?

"കോളജ് തുറക്കാൻ ഇനിയും ഉണ്ടല്ലോ ദിവസങ്ങൾ നമുക്ക് ഒരു യാത്ര പോകാം." ഫാദർ ആന്റണി ക്ഷണിച്ചു.

"എവിടേക്കാണ്?" രാജീവൻ ചോദിച്ചു.

"സ്വർഗ്ഗത്തിലേക്ക് എന്താ?"

"ഞാൻ കൂടെയുള്ളപ്പോൾ അച്ചന് അവിടെ പ്രവേശനം കിട്ടുമോ?" അച്ചൻ ചിരിച്ചു.

"സാറിന്റെ നഷ്ടമായ നർമ്മബോധം വീണ്ടുകിട്ടിയല്ലോ. നന്നായി മനസ്സിന്റെ സമതലങ്ങൾകൂടി കണ്ടെത്തിയാൽ യാത്ര സുഗമമാകും."

"സമതലങ്ങൾക്കപ്പുറത്ത് യാത്ര ചെയ്യാനാണ് എന്റെ വിധി."

"അതു ജീവിതത്തിന്റെ വെല്ലുവിളിയാണ്. അസാധാരണമായ ജന്മം. കവിതയുടെ ലോകത്തിലേക്കു മടങ്ങാനായല്ലോ. ഭാഗ്യം."

"ആ വാതിൽ അടഞ്ഞെന്നു കരുതിയതാണ്. ആരോ തുറന്നു തന്നു." രാജീവൻ പറഞ്ഞു.

"ദൈവത്തിനു സ്തുതി."

ഫാദർ ആന്റണി സേവിയർ കുരിശു വരച്ചു.

മേശപ്പുറത്ത് ക്രൂശിതരൂപം. തന്റെ കലാജീവിതത്തിൽ ലഭ്യമായ ഒരേ ഒരംഗീകാരം. രാജീവൻ അതു നോക്കിയിരുന്നു.

"ഇനിയും ഏറെ അംഗീകാരങ്ങൾ സാറിനെ തേടിവരും." ഫാദർ ആന്റണി ആശംസ ചൊരിഞ്ഞു.

"അംഗീകാരമോ? എനിക്കോ?"

"സാറിനോളം പ്രതിഭയുള്ള ചെറുപ്പക്കാർ എത്ര ചുരുക്കമാണ്."

രാജീവൻ ഒന്നും പറഞ്ഞില്ല. തന്റെ കഴിവുകൾ ആരും ശ്രദ്ധിച്ചിട്ടില്ല. വ്യക്തിത്വം പാടേ വിഗണിക്കപ്പെടുകയായിരുന്നു. തീരെ വിലയില്ലാത്തവനെപ്പോലെ വലിച്ചെറിയപ്പെട്ടു. സ്നേഹിച്ച പെണ്ണിന്റെ മുന്നിൽപ്പോലും താൻ ആരുമല്ലാതായി. ആത്മാർത്ഥസേവനം അർപ്പിച്ച സ്ഥാപനം പ്രതികാരബുദ്ധിയോടെ പുറത്താക്കി.

ഇനിയും ഏറെ അംഗീകാരങ്ങൾ തേടിവരും പോലും.

എന്താവും അവയുടെ ഭീകരരൂപം?

“പോയകാലത്തെക്കുറിച്ച് സാർ ഓർക്കുന്നു. പക്ഷേ അതു തിരുത്തിക്കുറിച്ച വർത്തമാനവും പുതിയ പ്രതീക്ഷകൾ നല്കുന്ന ഭാവിയും ഉൾക്കൊള്ളാത്തതെന്ത്?” ഫാദർ ആന്റണി ചോദിച്ചു.

‘‘ഞാനതിനു ശ്രമിക്കുന്നുണ്ട്. എന്തോ എന്റെ ഉള്ളിൽ എനിക്കുപോലും പിടിതരാത്ത മറ്റൊരാളുണ്ട്. ഒന്നിനും സമ്മതിക്കാതെ–” രാജീവൻ സ്വന്തം നിസ്സഹായത വെളിപ്പെടുത്തി.

“അത് ഏകാന്തതയുടെ ശാപമാണ്. സാറിനെ ഈ മായാവലയത്തിൽനിന്നു രക്ഷപ്പെടുത്താൻ ഒരു ഇണ വേണം. ദുഃഖകരമായ പൂർവ്വാനുഭവത്തിന്റെ പ്രേതത്തെ ഉള്ളിൽനിന്ന് പുറത്തു കളയാതെ സാറിന് രക്ഷപ്പെടാനാവില്ല.”

ഫാദർ ആന്റണി പറഞ്ഞു.

“അച്ചൻ അത് എളുപ്പത്തിൽ പറഞ്ഞു.”

“അതിനെക്കാൾ എളുപ്പത്തിൽ ഞാനത് പ്രായോഗികമാക്കാൻ പോകുന്നു. എന്റെ മകനാകാൻ പ്രായമേയുള്ളു സാറിന്. എന്നെ അനുസരിക്കണമെന്ന് ഞാൻ പറയില്ല. അത് സാറിന്റെ വ്യക്തിത്വത്തിന്റെ മേലുള്ള കടന്നാക്രമണമാകും. പക്ഷേ, സഹകരിച്ചേ പറ്റൂ. പരാജയപ്പെടാൻ എനിക്കിഷ്ടമില്ല.”

രാജീവൻ ഒന്നും പറയാതെ എല്ലാം കേട്ടിരുന്നു.

“നാളെ രാവിലെ നാം യാത്രയാകുന്നു. എവിടേക്ക് എന്ന് സാർ ചോദിച്ചല്ലോ? ഞാൻ ഉത്തരവും പറഞ്ഞു. സ്വർഗ്ഗത്തിലേക്ക് എന്ന്. എന്തായാലും പുതിയൊരു സ്വർഗ്ഗം തേടിയാണ് ഈ യാത്ര.”

പിറ്റേന്ന് ഫാദർ ആന്റണി കാറുമായി എത്തുമ്പോൾ രാജീവൻ തയ്യാറായിക്കഴിഞ്ഞിരുന്നു.

“നാമെന്നാണ് മടങ്ങിവരിക?” രാജീവൻ തിരക്കി.

“ദൈവത്തിനിഷ്ടമുള്ളപ്പോൾ.”

രാജീവൻ രണ്ടു ജോഡി ഡ്രസ്സ് ബ്രീഫ്കേസിൽ വച്ചു. യാത്രയുടെ ലക്ഷ്യം അറിയില്ല. അറിയണമെന്നില്ല. എല്ലാം ഫാദർ ശരിക്ക് പ്ലാൻ ചെയ്തിരിക്കും. ഒന്നും പറഞ്ഞിട്ടില്ല. ആ അജ്ഞതയിൽ ഒരു ത്രിൽ അടങ്ങിയിട്ടുണ്ട്. അത് ആസ്വദിക്കണം. ഉള്ളിൽ കരുതി.

യാത്ര ആരംഭിക്കുമ്പോൾ ആകാശം നിറയെ നീലമേഘങ്ങൾ. ക്രമേണ അതിന്റെ നിറം കറുപ്പായി. ഇടയ്ക്ക് മഴ ചാറ്റൽ. ഒരു തണുത്ത പ്രഭാതം.

"രാജീവൻസാർ ഒരു സഞ്ചാരപ്രിയനല്ലേ?" ഫാദർ ആന്റണി ചോദിച്ചു.

"അത് ഒരുതരം ഒളിച്ചോട്ടമാണ്. ഒറ്റയ്ക്ക് വനാന്തരങ്ങളിലും പുഴയോരങ്ങളിലും എല്ലാം ഞാൻ അലഞ്ഞുനടന്നിട്ടുണ്ട്. നാട്ടിൽ ജീവിക്കാനുള്ള ഊർജ്ജം ഈ വന്യതയിൽനിന്നാണ് ലഭിക്കുക. പക്ഷികളുടെയും മൃഗങ്ങളുടെയും കാപട്യമില്ലാത്ത മുഖങ്ങൾ. പലതരം പൂക്കളുടെ ഗന്ധം ഇടകലർന്നു വീശുന്ന കാറ്റ്. കാട്ടരുവിയിലെ ശുദ്ധജലം. അങ്ങനെ പ്രകൃതിയുടെ അനുഗ്രഹങ്ങൾ ഏറെ."

രാജീവനിലെ കവി ഉണർന്നു.

"ഉൾക്കടലിൽ ഈ വന്യമായ അനുഭവത്തിന്റെ സജീവതയുണ്ട്." ഫാദർ ആന്റണി പറഞ്ഞു.

രാജീവൻ ഓർത്തു: സമതലങ്ങളിലെ പരാജയങ്ങളിൽ നഷ്ടപ്പെടാതെ നിലയുറപ്പിച്ചത് ഈ പ്രകൃതി പകർന്ന ഊർജ്ജസ്രോതസ്സുകൾകൊണ്ടല്ലേ? ഈ കാടും ഇവിടത്തെ ജൈവവൈവിദ്ധ്യവും അനന്യമായ അനുഭവസാന്ദ്രത സൃഷ്ടിച്ചു. ഈ ധന്യതയ്ക്കു പകരം നല്കാൻ എന്റെ പക്കൽ എന്തുണ്ട്?

"ഈ യാത്ര അവിസ്മരണീയമാകും."

ഫാദർ ആന്റണി സേവിയർ പറഞ്ഞപ്പോൾ കാർ ചാലക്കുടി പുഴയോരത്തുകൂടി കിഴക്കോട്ട് നീങ്ങുകയായിരുന്നു. മുപ്പത് കിലോമീറ്ററിനപ്പുറം ഭൂമിയുടെ മനസ്സ് കുളിർപ്പിക്കുന്ന അതിരപ്പള്ളി വെള്ളച്ചാട്ടം. പിന്നെയും അഞ്ചാറു കിലോമീറ്റർ പിന്നിടുമ്പോൾ വാഴച്ചാൽ. അതു കഴിഞ്ഞാൽ ഷോളയാർ കാടുകളായി. വാഴച്ചാലിലൂടെയുള്ള കാട്ടുവഴികൾ കടന്ന് നെല്ലിയാമ്പതി മലകളിലെ കാടരും മലയരുമൊത്തു കഴിഞ്ഞ നാളുകൾ രാജീവൻ ഓർത്തു.

മലക്കപ്പാറയിൽ ടാറ്റായുടെ തേയിലക്കാടുകൾ, അവിടെ നിരനിരയായി നിന്ന് ഇലനുള്ളുന്ന തമിഴത്തികൾ. വെറ്റിലപ്പാറയിൽ എണ്ണപ്പനകൾ വളരുന്നു. പ്രകൃതിയുടെ താളം തെറ്റുന്നുണ്ടോ? രാജീവന്റെ മനസ്സിന് കാറ്റുപിടിച്ചു.

ഭൂമിയുടെയും ആകാശത്തിന്റെയും ഭംഗി നുണയുന്ന കണ്ണുകൾ മനുഷ്യന് നഷ്ടപ്പെട്ടത് എപ്പോഴാണ്? എണ്ണപ്പനകളിൽ കാറ്റുവീശുമ്പോൾ അന്ധതയിൽ കരിഞ്ഞുണങ്ങിയ സ്വപ്നങ്ങളുടെ നിലവിളി ഉയരുന്നു. ഈ ഭൂമിയിൽ ഒരിടത്ത് വള്ളിക്കുടിൽ തീർക്കുന്ന കാടുകൾക്കുള്ളിൽ പ്രാകൃതനായി കഴിയാൻ രാജീവൻ എന്നും ഇഷ്ടപ്പെട്ടിരുന്നു. പരിഷ്കാരത്തിന്റെ പൊയ്മുഖങ്ങളില്ലാതെ, നാഗരികതയുടെ നാട്യങ്ങളില്ലാതെ, പച്ചമനസ്സുള്ള മനുഷ്യനായി ജീവിക്കാൻ കൊതി.

അത് സഫലമായില്ല. പകരം തന്നെത്തേടിയെത്തിയ പ്രലോഭനങ്ങളുടെ കുരുക്കിൽ വീണു. മാനത്ത് പറക്കാനുള്ള മോഹം നിലച്ചു. നീലമേഘങ്ങളുടെ ചിറകുകളിൽ യാത്ര ചെയ്യാനാശിച്ച മഴത്തുമ്പിയുടെ

മരണം. എങ്ങുനിന്നോ പറന്നെത്തിയ കറുത്ത കുരുവിക്ക് ഇരയായിത്തീരാനുള്ള ജീവിതവിധി.

കാടിന്റെ പ്രശാന്തതയിൽ രാജീവൻ ഉത്സാഹം വീണ്ടെടുത്തു. ചോലയിലെ തണുത്ത ജലത്തിൽ മുങ്ങിക്കുളിച്ചു. നീന്തിത്തുടിച്ചു.

"ഇവിടെ ഒരു കുടിലിൽ രാജീവൻസാറിനെ കുടിയിരുത്തുന്നതാണു ശരി. പട്ടണത്തിലെ ബഹളങ്ങളിലേക്കു വലിച്ചിഴയ്ക്കാതിരുന്നാൽ നല്ല കവിതകൾ ജനിക്കും." ഫാദർ ആന്റണി പറഞ്ഞു: "പക്ഷേ ഒറ്റയ്ക്ക് എങ്ങനെ ഈ കാട്ടിൽ കഴിയും? അതിനൊരു വഴികാണണം. വരൂ-"

മടങ്ങുമ്പോൾ ഫാദർ ഒരു പഴയ കഥ പറഞ്ഞു. മുനികൾ യുവരാജാവിന് കന്യകയെ തേടിപ്പോയ കഥ. ബുദ്ധിയും സ്വഭാവഗുണവും ഉള്ള കന്യകമാരെ പരീക്ഷിച്ച് കുമാരന് അനുയോജ്യമായ വധുവിനെ തെരഞ്ഞെടുക്കാൻ കഴിഞ്ഞവർ.

"രാജീവൻ സാറിന്റെ ജീവിതത്തിൽ തുണയായി. തോഴിയായി ഒരു കന്യകയെ കണ്ടെത്തുകയാണ് ഈ യാത്രയുടെ അന്തിമലക്ഷ്യം. ദയവായി പിന്തിരിയരുത്. കഴിഞ്ഞ കാലങ്ങളിലേക്ക് തിരിച്ചു പോകുന്നവർ വൃദ്ധന്മാരാണ്. സാറിന്റെ യുവത്വം ബലികൊടുക്കരുത്." ഫാദർ ആന്റണി പറഞ്ഞു.

രാജീവന് അത് അവിശ്വസനീയമായി തോന്നി. എങ്കിലും ആ ആത്മാർത്ഥത അവഗണിക്കാൻ കവിഞ്ഞില്ല. സ്നേഹത്തിനുമുന്നിൽ നിർവ്വചിക്കാനാകാത്ത നിസ്സഹായത.

താൻ എന്തുചെയ്യും? ജീവിതത്തിൽ മറ്റൊരധ്യായത്തിന് ശീർഷകം തേടുകയോ? നഷ്ടപ്പെട്ട ആത്മവിശ്വാസം വീണ്ടെടുക്കാൻ കഴിഞ്ഞാൽ നന്ന്. പക്ഷേ, എത്ര ദൂരം യാത്ര ചെയ്യേണ്ടിവരും? തന്നോടൊത്തു ചേരുന്ന ഒഴുക്ക് ഇടയ്ക്കുവെച്ചു കലങ്ങുക ദുഃഖകരമാണ്.

രാജീവൻ ഓർത്തു. മനസ്സ് ഇപ്പോഴും ശുദ്ധമല്ല. അതിൽ പോയ കാലത്തിന്റെ കരിനിഴലുകൾ വിട്ടൊഴിയാതെ നില്ക്കുന്നു. ബോധപൂർവ്വമായ പരിശ്രമത്തിലൂടെ മറ്റൊരു വർത്തമാനത്തിലേക്ക്, ഭാവിയിലേക്ക്, വയ്യ.

"രാജീവൻസാറിന് ഞാനൊരു കുടുംബത്തെ പരിചയപ്പെടുത്തുകയാണ്. എന്റെ അടുത്ത സുഹൃത്ത്. മറുനാട്ടിലായിരുന്നു ഏറെ നാൾ. എങ്കിലും സ്വന്തം വേരുകൾ മറന്നിട്ടില്ല. രക്തബന്ധമില്ലെന്നേയുള്ളൂ. അതിലേറെ ശക്തമാണ് ഞങ്ങളുടെ സൗഹൃദം. അവിടെ അല്പസമയം തങ്ങുന്നതിൽ വിരോധം തോന്നരുത്." ഫാദർ ആന്റണി പറഞ്ഞു.

കാർ ഒരു ഗേറ്റിനു മുന്നിൽ നിന്നു. ഹോൺ അടിച്ചപ്പോൾ ഒരു പാവാടക്കാരി ഓടിവന്നു വാതിൽ തുറന്നു. അച്ചനെ കണ്ടു ചിരിച്ചെങ്കിലും കൂടെ അപരിചിതമുഖം കണ്ട് തല താഴ്ത്തി. അവൾ പിന്തിരിഞ്ഞോടുമ്പോൾ മനസ്സ് തിരയുകയായിരുന്നു; ഈ കുട്ടിയെ എവിടെവെച്ചാണ് കണ്ടത്?

കുടുംബനാഥനാകണം, ഇറങ്ങി വന്നു.

"കാത്തിരുന്നു മടുത്തല്ലോ. വൈകിയപ്പോൾ ഞാൻ കരുതി, അച്ചനിന്ന് വരില്ലെന്ന്." അദ്ദേഹം പറഞ്ഞു.

“നാടുചുറ്റിവരികയാ ബേബിച്ചാ. ഇങ്ങേരെപ്പോലെ വീടിനുള്ളിൽ കുത്തിയിരിക്കുകയല്ല. ഇതാണ് എന്റെ സ്നേഹിതൻ. പത്തുപതിനൊന്നു കൊല്ലം ഒരേ ബഞ്ചിലിരുന്നു നിരങ്ങിയതാ ഞങ്ങൾ. സ്കൂൾ ഫൈനലിൽ ജയിച്ചപ്പോൾ എനിക്ക് ദൈവവിളി. ഇങ്ങേര് കോളജിൽ ചേർന്നു.” ഫാദർ ആന്റണി പറഞ്ഞു.

രാജീവൻ അപരിചിതത്വം മറന്നു ചിരിക്കാൻ ശ്രമിച്ചു.

“എന്നിട്ടെന്താ, അച്ചൻ കോളജ് പ്രിൻസിപ്പാളായി. ഞാനോ?” ബേബിച്ചൻ കളിയാക്കി.

“അതാണ് തിരുവസ്ത്രത്തിന്റെ മിടുക്ക്. കൊതിച്ചിട്ട് കാര്യമില്ല ബേബിച്ചാ. ഇരിക്കട്ടെ, എവിടെ തന്റെ ധർമ്മദാരങ്ങൾ? ഞങ്ങൾ വഴിയിൽനിന്ന് ഒന്നും കഴിച്ചിട്ടില്ല.”

“ഈ മൂന്നാംമണി നേരത്തോ? അതെന്താ വഴിയിൽ നല്ല ഹോട്ടലൊന്നും കണ്ടില്ലേ?”

“ഞാനെഴുതിയിരുന്നില്ലേ, രാജീവൻസാറ്. ഇദ്ദേഹത്തിന് നല്ല ഒരു ഭക്ഷണം നഷ്ടപ്പെടേണ്ട എന്നു കരുതി. എന്നും ഹോസ്റ്റലിലെ ആഹാരമല്ലേ?” ഫാദർ ആന്റണി രാജീവനെ പരിചയപ്പെടുത്തി.

ഭൂമിയുടെ അറ്റത്തുനിന്ന് ഒരിളംകാറ്റടിക്കുന്നു. അതിൽ പ്രകൃതിയുടെ ഗന്ധമുണ്ട്. പനിമഞ്ഞിന്റെ ശൈത്യമുണ്ട്.

രാജീവൻ ഓർത്തു. അതിഥിയായി അഭിനയിച്ച ജീവിതസന്ദർഭങ്ങൾ എത്ര വിരളം. മറ്റൊരു വീട്ടിൽനിന്ന് ആഹാരം കഴിച്ച അനുഭവങ്ങൾ വിരലിൽ എണ്ണാവുന്നത്. കുട്ടിക്കാലത്ത് ശക്തമായ വിലക്കുതന്നെ ഉണ്ടായിരുന്നു. കൂടോത്രത്തിലും കൈവിഷത്തിലുമൊക്കെ അന്ധമായ വിശ്വാസം പുലർത്തിയ മുത്തശ്ശി കാതിലോതിത്തന്നത് അതാണ്. തറവാട്ടിലെ ഏക ആൺതരി. കാക്കയും പരുന്തും റാഞ്ചാതെ കാത്തുസൂക്ഷിക്കാൻ പെട്ടപാട്. സമൂഹത്തിൽനിന്ന് തന്നെ വേർതിരിച്ചത്, ഏകാകിയാക്കിയത് ഈ പശ്ചാത്തലമാണ്. അത് കരുത്തും ദൗർബ്ബല്യവുമായി. ഗുണമോ ദോഷമോ എന്ന വിചാരണ അർത്ഥശൂന്യമാണ്.

മൗനം ഇഷ്ടപ്പെടുന്ന രാജീവൻ ഒട്ടേറെ ചോദ്യങ്ങൾക്ക് ഉത്തരം നല്കേണ്ടിവന്നു. ആതിഥേയൻ ഓരോന്നു ചോദിക്കുന്നു. ഒരിക്കൽക്കൂടി ഓർമ്മിക്കാൻ ഇഷ്ടപ്പെടാത്തവ. മനസ്സിൽ മായാത്ത വടുക്കൾ സൃഷ്ടിച്ചവ. ചിലതൊക്കെ മുൻകൂട്ടി അദ്ദേഹം അറിഞ്ഞിരിക്കുന്നല്ലോ എന്ന അത്ഭുതം വളർന്നു.

“സാഹചര്യങ്ങളുമായി കുറെയൊക്കെ പൊരുത്തപ്പെടാതെ മുന്നോട്ടുപോകാനാകുമോ? ഒറ്റപ്പെട്ടുനിന്നാൽ പ്രയാസമാകും.” ബേബിച്ചൻ ഉപദേശരൂപേണ പറഞ്ഞു.

രാജീവൻ കേട്ടിരുന്നതേയുള്ളൂ. പ്രതികരണം ബോധപൂർവ്വം ഒഴിവാക്കി.

അമ്മയുടെ കണ്ണുകളോടെ തന്നെ ശ്രദ്ധിച്ച ആതിഥേയയോട് ആദരം തോന്നി. അവർ പ്രത്യേകിച്ച് ഒന്നും ചോദിച്ചില്ല. മറ്റുള്ളവർ പറയുന്നത്

കേട്ടിരിക്കുന്നതിൽ താല്പര്യപ്പെട്ടു. നിറഞ്ഞ മനസ്സും പ്രകാശം വിടരുന്ന കണ്ണുകളും ഉള്ള സ്ത്രീ.

"ഞങ്ങൾ അധികം വൈകിക്കുന്നില്ല. പുറപ്പെടാമെന്നു കരുതുകയാണ്." ഫാദർ ആന്റണി പറഞ്ഞു.

"ഇത്ര തിടുക്കത്തിലോ?" ബേബിച്ചൻ ചോദിച്ചു.

"ഇനിയും വരാമല്ലോ. ആട്ടെ ഇവിടത്തെ ലിറ്റിൽ മിസ്ട്രസ്സ് എവിടെ? വന്നവഴി ഗേറ്റിൽവച്ച് ഒരു മിന്നൽപോലെ കണ്ടു. പിന്നീട് എവിടെയാണു മറഞ്ഞത്?" ഫാദർ ആന്റണി തിരക്കി.

"മോളേ, മാലിനീ–" ബേബിച്ചൻ വിളിച്ചു.

"എന്തോ."

വീട്ടിന്റെ അകത്തളത്തിൽനിന്ന് മൃദുലമായ ശബ്ദം ഒഴുകിവന്നു.

"ഇങ്ങു വരൂ–"

പെൺകുട്ടി അകത്തെ വാതിൽക്കലെത്തി കർട്ടനു മറഞ്ഞുനിന്നു.

"ഇതാ ഞങ്ങളുടെ മോള്. മാലിനി. ഡിഗ്രിക്ക് പരീക്ഷയെഴുതി നില്ക്കുന്നു." ബേബിച്ചൻ പറഞ്ഞു.

"ഇവളെ എം എയ്ക്ക് അച്ചന്റെ കോളജിൽ ചേർക്കണമെന്നാ ഞങ്ങൾക്ക്." മാലിനിയുടെ അമ്മ.

മാലിനി വിസമ്മതഭാവത്തിൽ മുഖം കോട്ടി.

"കണ്ടില്ലേ അവളുടെ മുഖം മാറിയത്. ആൺകുട്ടികളുള്ള കോളജിൽ പോകാൻ ഇഷ്ടമില്ലെന്നാ അവളുടെ മട്ട്." ബേബിച്ചൻ പറഞ്ഞു.

"ആണുങ്ങളെ കാണാതെ ജീവിക്കാൻ പോവുകയാണോ? എന്നാ വല്ല മിണ്ടാമഠത്തിലും ചേര്." ഫാദർ ആന്റണി കളിയാക്കി.

"മിണ്ടാമഠത്തിലേക്കോ? ഇവളോ? ഒരുനിമിഷം ഇവളുടെ നാവ് വായിൽ അടങ്ങിക്കിടക്കുമോ?" ബേബിച്ചൻ.

"അതിനു മോളെ കുറ്റപ്പെടുത്തേണ്ട. തന്തയുടെ സ്വഭാവഗുണം പകർന്നുകിട്ടിയതാ." ഫാദർ ആന്റണി ചിരിച്ചു.

"ആട്ടെ, ഞങ്ങൾ ഇറങ്ങുകയാ. രാജീവൻസാർ മാലിനിയോടൊന്നും ചോദിച്ചില്ലല്ലോ."

"കവിത ചൊല്ലാൻ മാത്രം പറയരുത്. മലയാളം അവൾക്കു കഷ്ടിയാ." അമ്മ.

"രാജീവൻസാർ ഇടയ്ക്കൊക്കെ ഇംഗ്ലീഷ് കവിതകളും എഴുത്." ഫാദർ ആന്റണി പരിഹാരം കണ്ടു.

അമ്മ ചായ ചേർത്തുകൊണ്ടു വന്നു. മാലിനി കപ്പെടുത്ത് ഓരോരുത്തർക്കും കൊടുത്തു.

"രാജീവൻസാറിന്റെ ചായയിൽ മധുരം കൂടുതൽ ചേർത്തിട്ടുണ്ടോ?" ഫാദർ ആന്റണി.

മാലിനിയുടെ കണ്ണുകളിൽ ചിരിപടർന്നു. ചുണ്ടുകൾ വിടർന്നു. അവളുടെ മുഖം കൂടുതൽ സുന്ദരമായി.

രാജീവൻ ഒരുനിമിഷം അവളെ ശ്രദ്ധിച്ചു.

നാല്

രാജീവൻ ആ ചോദ്യം കേട്ടില്ലെന്നു നടിച്ചു. അതിന് ഉത്തരം നല്കുന്നതെന്തിന്? ശാന്തമായ ഇരുളിൽ പെട്ടെന്ന് നക്ഷത്രശോഭ നിറഞ്ഞാൽ മനസ്സിലെ രഹസ്യങ്ങൾ വെളിപ്പെട്ടുപോകും. ഭാരപ്പെടുത്തുന്ന ആ അനുഭവം താങ്ങാൻ വയ്യ.

"പറയൂ, സാറിന് ആ കുട്ടിയെ ഇഷ്ടമായോ?"

ഫാദർ ആന്റണിയുടെ ചോദ്യം ഒരു നേർവഴിയാണ്. പിന്തിരിയാൻ അനുവദിക്കാതെ പിടിമുറുക്കുന്നു. ഇഷ്ടമല്ലെന്നു പറഞ്ഞൊഴിയാം. എന്തിന് ഇഷ്ടപ്പെടണമെന്ന നിസ്സംഗത പുലർത്താം. വിടർന്ന കണ്ണുകളും ചുണ്ടിൽ നിലാവിനൊത്ത പുഞ്ചിരിയുമായി മാലിനിയുടെ മുഖം. ആ കുട്ടിയെ ആർക്കാണിഷ്ടമാകാത്തത്?

ആത്മവഞ്ചന വയ്യ. ഒരു വാക്കു പറഞ്ഞേ മതിയാകൂ. അത് ജീവിതത്തിൽ വലിയ പരിണാമം സൃഷ്ടിക്കും. ഒരു വാതിൽ വേണമെങ്കിൽ തുറക്കാം. പ്രകാശത്തിന്റെ ലോകം സ്വന്തമാക്കാം.

ഇരുട്ടിൽ നില്ക്കാനുറച്ച് എന്നേക്കുമായി വാതിൽ കൊട്ടിയടയ്ക്കണോ?

രാജീവന്റെ ഉള്ളിൽ കടൽ ഇളകിമറിഞ്ഞു. ഒരു ചുഴലിക്കാറ്റ് രൂപം കൊള്ളുകയാണ്. അതിന്റെ കൈകൾ ഏത് ആഴങ്ങളിലേക്കാണ് വലിച്ചെറിയുന്നത്? അഭയം നല്കുന്ന തീരം അകലെ. തിരകളിൽ ഉലയുമ്പോൾ ശ്വാസം മുട്ടുന്നതുപോലെ.

"ഒരുത്തരം നല്കിയേ ഒക്കൂ. ആ കുട്ടിയെ വെറുക്കുന്നെങ്കിൽ അതു പറയാം. ഞാനൊരക്ഷരം പിന്നെ ചോദിക്കില്ല."

ഫാദർ ആന്റണി സേവിയർ വർദ്ധിച്ച കരുത്തോടെ തന്നെ വലയം ചെയ്യുന്നത് രാജീവൻ അറിഞ്ഞു.

ഒരു പൂവ് വിടരാൻ ഒരുങ്ങുന്നതേയുള്ളൂ. മഞ്ഞിൽ മുഖം മറച്ചു നിന്ന പൂമൊട്ട് സൂര്യകിരണങ്ങളിൽ പ്രകാശമാനമാകുന്നു. ഈ വികാസത്തിന്റെ ഭംഗിയിൽ ആരാണ് ആകർഷിക്കപ്പെടാത്തത്? ആർക്കാണ് പിന്തിരിഞ്ഞു നില്ക്കാൻ കഴിയുന്നത്?

ഒടുവിൽ ഇങ്ങനെ പറയാൻ കഴിഞ്ഞു:

"നല്ല കുട്ടി. ഞാനെന്തിനവളെ ഇഷ്ടപ്പെടാതിരിക്കണം?"

"ജയിച്ചു!" ഫാദർ ആന്റണി സേവിയറിൽനിന്നും ആഹ്ലാദാരവമുയർന്നു.

ആരാണ് ജയിച്ചത്? ആ വിജയത്തിനു പിന്നിൽ പരാജിതനാകേണ്ടിവന്നത് താനോ? തന്റെ സ്വാതന്ത്ര്യമാണോ നഷ്ടമാകുന്നത്?

സ്വാതന്ത്ര്യത്തെക്കുറിച്ചോർത്തപ്പോൾ സ്വയം പുച്ഛിക്കാൻ തോന്നി. എന്തു സ്വാതന്ത്ര്യമാണ് തനിക്കുള്ളത്? സ്വയം നഷ്ടപ്പെടാനുള്ള സ്വാതന്ത്ര്യമോ? ദുഃഖത്തിന്റ കുരിശു ചുമക്കാനുള്ള അവകാശമോ? ക്രൂശിക്കപ്പെടാനുള്ള വിധിയോ?

രാജീവൻ കാലത്തിന്റെ സാക്ഷിയായി നിലകൊണ്ടു. ഒന്നും തന്നെ ബാധിക്കുന്നില്ല എന്നു വിശ്വസിക്കാൻ ശ്രമിച്ചു. ഈ നാടകത്തിൽ താനൊരു കഥാപാത്രമല്ല. കാഴ്ചക്കാരൻ മാത്രം.

ആലോചനകൾ മുറുകുന്നതും തീരുമാനങ്ങൾ രൂപംകൊള്ളുന്നതും അറിഞ്ഞു. ഉള്ളിൽ ഉണർന്ന വിഭ്രാന്തി നിയന്ത്രിക്കാൻ പണിപ്പെട്ടു. നിഷ്കളങ്കയായ ഒരു മനുഷ്യജീവിയെ തന്റെ നിർഭാഗ്യങ്ങളിലേക്കു വലിച്ചിഴയ്ക്കുകയാണ്. രക്ഷപ്പെടു എന്നു വിളിച്ചു പറയാൻ കഴിയുന്നില്ല. ശബ്ദം തൊണ്ടയിൽ മരിക്കുന്നു.

"സുന്ദരിക്കുട്ടി. രാജീവന് നന്നെ ചേരും."

"തീരെ ചെറുപ്പം. കല്യാണപ്രായമായീന്നേ തോന്നില്ല."

"നല്ലോരാൾ ഒത്തുവന്നാൽ പിന്നെ വൈകിക്കരുത്."

"എന്തായാലും നന്നായി. രാജീവനുമൊന്ന് സ്മാർട്ടാകുമല്ലോ."

അച്ഛൻ പുറമേ നിസ്സംഗത പുലർത്തിയെങ്കിലും ഉള്ളിൽനിന്ന് അറിയാതെ ഒരു വാക്ക് വീണു.

"മിടുക്കിപ്പെണ്ണ്. ഇവനെയവൾ നേരെയാക്കിക്കൊള്ളും."

അമ്മ സന്തോഷംകൊണ്ട് വീർപ്പുമുട്ടി. മരുമകളെ സ്വീകരിക്കാൻ വീടൊരുങ്ങി. രാജീവന്റെ മനസ്സ് വിഭ്രാന്തിയുടെ സമതലങ്ങളിലൂടെ സഞ്ചരിച്ചു. ഈ ഭൂമിയിലൂടെ എത്രദൂരം വേണമെങ്കിലും യാത്ര ചെയ്യാം. നനുത്ത കാറ്റിന്റെ ചലനംപോലെ. നീർച്ചാലിന്റെ നനവുപോലെ.

ഒരു ചെറിയ കുട്ടിയുടെ കണ്ണുകളും പുഞ്ചിരി പൊഴിക്കുന്ന ചുണ്ടുകളും ആയിരുന്നു മാലിനിക്ക്. അവളെ വധുവായി സങ്കല്പിക്കാൻ മനസ്സു മടിച്ചു.

ക്യാൻവാസിലെ മനോഹരമായ ചിത്രത്തുന്നലോ വർണ്ണചാതുരിയെഴുന്ന ചിത്രമോപോലെ മാലിനി. വില കൂടിയ വസ്ത്രങ്ങളും ആഭരണങ്ങളുംകൊണ്ട് അവൾ അലങ്കൃതമായി. ഒരിക്കൽപ്പോലും രാജീവൻ അതൊന്നും ശ്രദ്ധിച്ചില്ല. താൻ ഏതോ വലിയ തെറ്റു ചെയ്യുകയാണെന്നുതോന്നി. വിശുദ്ധിയെ അപമാനിക്കുകയാണ്. തന്റെ മുരടിച്ച കൈകൾകൊണ്ട് ആ തളിരിനെ സ്പർശിക്കുക വയ്യ. മനസ്സിൽ പാപബോധം നിറഞ്ഞു.

തുറന്നിട്ട ജാലകത്തിലൂടെ രാത്രിയുടെ നീലക്കണ്ണുകളിൽ നോക്കി രാജീവൻ ഇരുന്നു. താഴെ ആരവം തുടർന്നുകൊണ്ടിരിക്കുന്നു. സൽക്കാരങ്ങൾ അവസാനിച്ചിട്ടില്ല. ഒരു രാത്രി ആഘോഷിക്കാനുള്ള വിരുന്നുകാരുടെ വരവ് തുടങ്ങിയിട്ടേയുള്ളൂ. മര്യാദയോർത്ത് കുറേനേരം അവർക്കിടയിൽ ഇരുന്നു. അധികനേരം ആ പീഡാനുഭവം താങ്ങാൻ കഴിഞ്ഞില്ല. തന്റെ മനസ്സ് വായിച്ചിട്ടെന്നപോലെ ആരോ മുകളിലേക്കു വഴികാട്ടി. ഈ മുറിയിൽ എത്തി.

ഇതിനു മുമ്പ് ആരും ഇവിടെ ഉറങ്ങിയിട്ടില്ലെന്ന് രാജീവന് തോന്നി. മനുഷ്യഗന്ധം അന്തരീക്ഷത്തിൽ തങ്ങിനില്ക്കുന്നില്ല. പകരം ഭിത്തിയിൽ പൂശിയ മേൽത്തരം പെയിന്റിന്റെ മണം എങ്ങും പരക്കുന്നു. കിടക്കയിൽ

വിരിച്ചിട്ട ഷീറ്റിനും പുതുമണം. ഈ അനുഭവങ്ങൾ പുതുമയാർന്നതാണ്. രാജീവൻ ഓർത്തു. പുതിയ ഷർട്ടു തുന്നിയാൽ ഒന്നു കഴുകിയിട്ടേ ഉപയോഗിച്ചിട്ടുള്ളൂ. കോടിയുടെ ഗന്ധം ഓർമ്മവച്ചനാൾ മുതൽ അലർജിയാണ്. ഇപ്പോൾ വിപരീതശീലങ്ങൾക്കു സാക്ഷിയാകേണ്ടി വന്നിരിക്കുന്നു.

ആകാശത്തിൽ ചന്ദ്രക്കല ഉദിച്ചുയർന്നിരിക്കുന്നു. കറുത്ത ആവരണത്തിനുള്ളിൽ കണ്ണു തുറക്കുന്ന ദീപങ്ങൾപോലെ നക്ഷത്രങ്ങൾ പ്രകാശിച്ചു. തണുത്ത കാറ്റ് അടിച്ചുകൊണ്ടിരുന്നു. ദൂരെയെവിടെയോ മഴപെയ്യുകയാവാം. കിടക്കയിൽ ചാരിയിരുന്നു. വായിക്കാൻ എന്തെങ്കിലും കിട്ടിയിരുന്നെങ്കിൽ എന്നു വെറുതെ മോഹിച്ചു. മനസ്സിനെ മൂടുന്ന വികലസങ്കല്പങ്ങളിൽനിന്നു രക്ഷപ്പെടാമായിരുന്നു.

ഇത് വിവാഹരാത്രിയാണ്. രാജീവൻ ഓർമ്മിച്ചു. ഒരു പെൺകുട്ടി തന്റെ ജീവിതത്തിലേക്ക് കടന്നുവന്നിരിക്കുന്നു. മനസ്സിന്റെ ശൂന്യതയിൽ ചൈതന്യത്തിന്റെ പ്രവാഹം സൃഷ്ടിക്കാനാണ് അവൾ വരുന്നത് ഇളം നിലാവുപോലെ നനുത്ത ആ രൂപത്തിന് അതു കഴിയുമോ? എവിടെയോ പന്തികേടുണ്ട്. എത്രകാലം ഈ ചലനം നിലനില്ക്കും? ഈ ഒരു രാത്രി കൊണ്ട് എല്ലാം അവസാനിക്കുമോ?

ഓർമ്മയിൽ മയങ്ങിവീഴുമ്പോൾ മുറിയുടെ വാതിൽ അനങ്ങി. പർവ്വതങ്ങൾക്കു മുകളിൽ പ്രത്യക്ഷയാകുന്ന തുഷാരകന്യകയെപ്പോലെ മാലിനി കടന്നുവന്നു. രാജീവന്റെ കണ്ണുകൾ ആ ശുഭ്രലാവണ്യത്തെ തഴുകി. മനസ്സ് ഉണരുകയായിരുന്നു. മന്ദീഭവിച്ചുകിടന്ന നാഡീവ്യൂഹം ചൈതന്യം ആർജ്ജിക്കുന്നതുപോലെ. മുറിയിൽ ഇപ്പോൾ മറ്റാരുമില്ല. മാലിനി മാത്രം. വിധിയുടെ വെളിപ്പെടാത്ത നിയോഗം അവളെ തന്റെ അരികിൽ എത്തിച്ചിരിക്കുകയാണ്. ഈ ചുവരുകൾക്കുള്ളിൽ തങ്ങളുടെ ഗന്ധങ്ങൾ ഇണചേരും; സ്പർശനം പുതിയ ചൈതന്യം സൃഷ്ടിക്കും.

രാജീവൻ മാലിനിയെത്തന്നെ നോക്കിയിരുന്നു. കണ്ണുകളിൽ അവൾ മാത്രമായപ്പോൾ അറിയാതെ കൈകൾ നീട്ടി.

"വരൂ."

സമുദ്രാന്തർഭാഗത്തുനിന്നെന്നപോലെ ശബ്ദം ഉയർന്നു.

മാലിനി രാജീവന്റെ അരികിൽ നിന്നു. രാജീവൻ അവളുടെ ചുമലിൽ സ്പർശിച്ചു. തന്നോടു ചേർത്തു.

ആകാശത്തിന്റെ കണ്ണുകൾ ഇരുളുകയായിരുന്നു. എവിടെയോ ഒരു കാട്ടുപക്ഷി കരഞ്ഞു. അത് ഇണയുടെ സാമീപ്യത്തിനു ദാഹിക്കുന്നതുപോലെ. ജാലകത്തിലൂടെ കടന്നുവന്ന കാറ്റിൽ ശൈത്യം നിറഞ്ഞിരുന്നു.

പ്രഭാതത്തിൽ വൈകി ഉണരുമ്പോൾ മാലിനി ഡ്രസ്സിങ് ടേബിളിനു മുന്നിൽ നില്ക്കുന്നു. കൈകൾ കവിളുകളിലും കഴുത്തിലും പരതുന്നു. സ്വയം കണ്ടെത്താനുള്ള ശ്രമം.

രാജീവൻ ഉണർന്നത് അറിഞ്ഞ് മാലിനി പിന്തിരിഞ്ഞു കിടക്കയിൽ ചേർന്നിരുന്നു. രാജീവനെ അമ്പരപ്പിച്ചുകൊണ്ട് അവൾ മാറിൽ മുഖം ചേർത്തു നിശ്ശബ്ദം കരഞ്ഞു.

"പറയൂ, എന്തുപറ്റി?" രാജീവന് അമ്പരപ്പ്.

മാലിനി മറുപടി പറഞ്ഞില്ല. രാജീവൻ ചോദ്യം ആവർത്തിച്ചപ്പോഴും അവൾ നിശ്ശബ്ദയായിരുന്നു. കൂടുതൽ അന്വേഷണങ്ങൾ ഒഴിവാക്കുക. എപ്പോഴെങ്കിലും മൂടുപടം കൊഴിഞ്ഞുപോകും. മനസ്സിന്റെ നഗ്നത വെളിപ്പെട്ടുവരും. അതുവരെ കാത്തിരിക്കുക.

ഇത് ജീവിതത്തിലെ ആകസ്മിക പരിണാമം. ആഗ്രഹിച്ചിരുന്നില്ലെന്നു പറയുക. ശരിയാവില്ല. ഒരു രാത്രികൊണ്ട് തന്റെ സിരകളിൽ പടർന്ന അഗ്നിക്ക് പനിമഞ്ഞിന്റെ കുളിർമ്മയുണ്ട്. നിലാവിന്റെ വെളിച്ചമുണ്ട്. സൂര്യന്റെ തേജസ്സുണ്ട്. അതിനെ തള്ളിപ്പറയുക കാപട്യം. ശരിക്കും ഒരു പുനർജ്ജനി സംഭവിച്ചിരിക്കുന്നു. അതിന്റെ ഗതിയിൽ മുന്നോട്ട്.

വലിയ വീടിന്റെ ഉള്ളിൽ അലസനായിരുന്നപ്പോൾ മടുപ്പുതോന്നി. അപരിചിതത്വം വിട്ടൊഴിഞ്ഞില്ല. അവിടെ ഏക പരിചയക്കാരി മാലിനി മാത്രമാണ്. അതിന്റെ അതിരുകൾ എവിടെ തുടങ്ങുന്നു. എവിടെ അവസാനിക്കുന്നു എന്ന് തീർച്ചപ്പെടുത്താനായില്ല. എവിടെവച്ചാണ് ഇവൾ തന്നോടൊപ്പം ചേർന്നത്? ജീവിതാന്ത്യംവരെ ഈ ചൂടും തണുപ്പും ഉണ്ടാകുമോ?

മനസ്സിൽ മോഹിപ്പിക്കുന്ന വികാരങ്ങൾ.

മനുഷ്യജന്മം ഇങ്ങനെയൊക്കെ എന്നു സ്വയം പറഞ്ഞുറപ്പിക്കാൻ ശ്രമിച്ചു. തിരയടങ്ങാത്ത കടൽപോലെ ജീവിതം. ഓരോ അനുഭവവും ഓരോ തിരയാണ്. ഒന്നിനു പിറകെ ഒന്നെന്ന നിലയിലാണ് അത് കടന്നെത്തുക. തിരകൾക്കിടയിൽ തെല്ലുനേരം ശാന്തി. അത് ക്ഷണനേരത്തേക്കു മാത്രം.

തിരകളില്ലാത്ത സമുദ്രം നിർജ്ജീവമാണ്. കാടുകളില്ലാത്ത പർവ്വതംപോലെ നിശ്ശൂന്യമാണ്. കിളികളില്ലാത്ത വൃക്ഷമോ, കാറ്റ് കടന്നുവരാത്ത ഗുഹാതലമോപോലെ അനാകർഷകമാണ്.

രാത്രി തിരയടിക്കുകയായിരുന്നു. കടൽ തരളമായി; ആകാശപർവ്വതങ്ങളെ കൈയെത്തിപ്പിടിക്കാൻ ശ്രമിച്ചു.

ഈ ഉണർത്തുപാട്ട് ഇതുവരെ ഏതു മുളംകാട്ടിലാണ് ഒളിച്ചിരുന്നത്?

"രാജീവൻസാർ പുതിയ ഒരാളായിരിക്കുന്നു." ഫാദർ ആന്റണി ആഹ്ലാദം പ്രകടിപ്പിച്ചു: ഈ പരിണാമത്തിനു വഴിയൊരുക്കിയതിൽ പുഞ്ചിരിതൂകി.

"പുതിയ കലാലയവർഷം നമുക്ക് നേട്ടങ്ങളുടെ കാലമാകണം. സാറിന്റെ കഴിവുകൾ പൂർണ്ണമായി പുറത്തുകൊണ്ടുവരണം. മാലിനിക്ക് ഏറെ ക്ലേശിക്കേണ്ടിവരും." ഫാദർ ആന്റണി പറഞ്ഞു.

"തല്ക്കാലം ഇവൾ ഇവിടെ നില്ക്കട്ടെ. രാജീവന് ആഴ്ചയിൽ ഒരിക്കൽ വരാമല്ലോ." ബേബിച്ചൻ നിർദ്ദേശിച്ചു.

ഫാദർ ആന്റണി ആശ്ചര്യപ്പെട്ടു.

"അതെന്തിന്? കോളേജിനടുത്ത് നല്ല വീട് വാടകയ്ക്കു കിട്ടുമല്ലോ.

അല്ലെങ്കിൽ ബേബിച്ചൻ മകൾക്ക് പുതിയൊരു വീടു വാങ്ങിക്കൊടുക്ക്, കോളേജിനടുത്തെങ്ങാൻ."

"ഇവൾ ചെറിയ കുട്ടിയല്ലേ? അച്ചൻ വന്നു നിർബ്ബന്ധിച്ചപ്പോൾ ഞങ്ങൾ സമ്മതിച്ചു. എന്നാലും ഇത്ര പെട്ടെന്ന് പിരിഞ്ഞുനില്ക്കാനും വീട്ടുകാര്യങ്ങൾ നോക്കാനുമൊക്കെ ഇവൾക്കാകുമോ?"

ഫാദർ ആന്റണിക്ക് ആ സംസാരഗതി ഇഷ്ടമായില്ല.

"ഞാനിതിൽ ഇടപെടുന്നില്ല. നിങ്ങളുടെ കുടുംബകാര്യം. ഓരോന്നും അതിന്റേതായ രീതിയിൽ ചെയ്യുക."

വീണ്ടും അതേ വിഷയം സംസാരിക്കാൻ ഇടവന്നപ്പോഴും രാജീവൻ അഭിപ്രായമൊന്നും പറഞ്ഞില്ല.

"മാളു ഇവിടെ നില്ക്കട്ടെ." മാലിനിയുടെ അമ്മ സ്വയം ഒരു തീരുമാനമെടുത്തു.

രാജീവൻ ഓർത്തു. ഏകാന്തത തന്റെ വിധിയാണ്. അതിൽ നിന്നുള്ള മോചനം അസാദ്ധ്യമാണ്. ഇരുട്ടിൽ വലയുമ്പോൾ വെളിച്ചമാവുന്നു എന്ന ആശ്വാസം. പക്ഷേ പ്രഭാതം എത്ര അകലെയാണ്. ആകാശത്തിന്റെ അതിരുകളിൽ കറുത്ത കാറ്റു വീശുന്നു. ചുവന്ന കണ്ണുകളുള്ള പക്ഷി ഏതു മാളത്തിലാണ് ചിറകൊതുക്കിയിരിക്കുന്നത്? അതിന്റെ ഇരുണ്ട തൂവലുകളുടെ നിറം പകരുന്നത് എപ്പോഴാണ്?

രാത്രി മയങ്ങുമ്പോൾ മുറിക്കുള്ളിൽ സമ്മാനപ്പൊതികൾ നിറഞ്ഞു. ആരൊക്കെയോ കൊണ്ടുവന്നു വച്ചതാണ്. പിന്നാലെ മാലിനി കടന്നുവന്നു. അവളുടെ കണ്ണുകളിൽനിന്ന് അപരിചിതഭാവം വിട്ടൊഴിഞ്ഞിരുന്നു.

ഇപ്പോൾ മാറ്റം സംഭവിച്ചത് സ്വന്തം മനോഭാവത്തിനാണോ എന്ന് രാജീവൻ സംശയിച്ചു.

"ഇതൊക്കെ നമുക്കു കിട്ടിയ സമ്മാനങ്ങളാണ്." മാലിനി പറഞ്ഞു.

നമുക്ക് എന്ന വാക്ക് ജീവിതത്തിൽ ആദ്യമായി കേൾക്കുകയാണ്. അത്തരം ഒരു പങ്കാളിത്തത്തിന്റെ ആഹ്ലാദം അനുഭവിക്കാൻ ഭാഗ്യമുണ്ടായിട്ടില്ല. താൻ മാത്രം ശരിയെന്നു കരുതുന്നവർക്കിടയിൽ ഒറ്റപ്പെട്ട്, ഏകാന്തയാത്ര തുടരാനായിരുന്നു വിധി. ആരും ആരെയും ശ്രദ്ധിച്ചില്ല. ഗതിവേഗം വർദ്ധിപ്പിക്കുന്നതിലായിരുന്നു വ്യഗ്രത. അതിനിടയിൽ നിശ്ശബ്ദനായി മന്ദഗതിയിൽ സ്വന്തം കർമ്മപഥങ്ങൾ തേടി. എപ്പോഴൊക്കെയോ യാത്ര നിലച്ചുവെന്നും ഒട്ടും മുന്നോട്ടു പോവാനാവില്ലെന്നും തീർച്ചപ്പെട്ടതാണ്. അപ്പോഴൊക്കെ ഏതോ കൈകൾ തനിക്കു താങ്ങായി. ആ ചൈതന്യത്തിൽ തളരാതെ നിലകൊണ്ടു.

പരീക്ഷണങ്ങൾ അവസാനിച്ചുവോ? ഇനിയുള്ള യാത്രയിൽ വഴിയിൽ തണലും മനസ്സിൽ ഇളംകാറ്റും സൃഷ്ടിക്കുന്ന ചൈതന്യം നിലനില്ക്കുമോ?

പ്രഭാതമായി എന്നു വിശ്വസിക്കാൻ മനസ്സ് മടിച്ചു. ഇരുട്ടിലൂടെ മാത്രം യാത്ര ചെയ്യുന്ന ഒരാൾക്ക് വെളിച്ചത്തിന്റെ കണ്ണുകൾ നഷ്ടമാകുന്നു.

മാലിനി സമ്മാനപ്പൊതികൾ അഴിച്ചു. കൗതുകശില്പങ്ങൾ. ഗൃഹോ

പകരണങ്ങൾ. ഒന്നിലും മനസ്സ് തങ്ങിനിന്നില്ല. മാലിനിയുടെ ഉത്സാഹം തുളുമ്പുന്ന കണ്ണുകളിൽ നോക്കിയിരുന്നു. ഏതു കൗതുകശില്പത്തിലും മനോഹരമാണ് ആ രൂപം.

"ഓ ഇതു നോക്കൂ, തപാലിൽ വന്നതാണ്."

നീലക്കല്ലിൽ തീർത്ത രതിമന്മഥരൂപം. ആ മനോഹരശില്പത്തിനു നേർക്ക് രാജീവന്റെ കണ്ണുകൾ നീണ്ടു.

"ഒപ്പം ഒരു കുറിപ്പുമുണ്ട്. 'ഭാഗ്യവതിയായ പെൺകുട്ടീ, നിങ്ങൾക്ക് നന്മയുണ്ടാവട്ടെ' – പേരില്ലല്ലോ. ആരാവും അയച്ചത്?"

മാലിനി ഓർമ്മയുടെ പിന്നാമ്പുറങ്ങൾ തിരഞ്ഞു.

ആകാശത്തിന്റെ മാറിലൂടെ നീലമേഘങ്ങൾ യാത്രചെയ്യുന്നു. അകലെ നീലസമുദ്രത്തിൽ തിരകൾ ഇളകുന്നു.

മനസ്സ് പിടഞ്ഞു.

എല്ലാ ഓർമ്മകൾക്കും വിടുതൽ നല്കുന്ന ഘട്ടത്തിൽ എന്തിന് ഒരു സ്മരണാഞ്ജലി? വനാന്തരത്തിൽ ഉപേക്ഷിക്കപ്പെട്ട ശില കരിയിലകൾ മൂടിമറച്ചുകളഞ്ഞതാണ്. ഇപ്പോഴെന്തിന് കാടിന്റെ ഹൃദയത്തിൽ കാറ്റുവീശുന്നു? ഓർമ്മകളുടെ കല്ലുകളെ നഗ്നമാക്കുന്നു?

എങ്ങും നീലിമ പടരുകയാണ്. നീലക്കല്ലിൽനിന്ന് രതിമന്മഥന്മാർ മോചനം നേടുന്നു. മനുഷ്യരായി രൂപാന്തരം പ്രാപിക്കുന്നു. നൃത്തത്തിന്റെ ചുവടുവയ്പിൽ അന്തരീക്ഷം ചലനാത്മകമാകുന്നു.

എല്ലാം സുതാര്യമായിരിക്കുന്നു. അല്പംപോലും അവ്യക്തത അവശേഷിക്കുന്നില്ല. ഈ നിമിഷത്തിൽ സ്വന്തം നഗ്നത വെളിപ്പെടുത്തുന്നതെന്തിന്? ശവക്കച്ചകൾ മൂടിയിട്ട ശരീരത്തിൽനിന്ന് ഒന്നൊന്നായി അവ എടുത്തു മാറ്റുകയല്ലേ? വിസ്മൃതിയുടെ കയങ്ങളിൽ അനാഥമായി വലിച്ചെറിയപ്പെട്ട ജീവിതം. ജീവവായുവിനുവേണ്ടി ജലപ്പരപ്പിനു മുകളിൽ മുഖമുയർത്തുമ്പോൾ ഏത് അജ്ഞാതശക്തിയാണ് തന്നെ താഴേക്കു വലിച്ചുതാഴ്ത്തുന്നത്? മനസ്സിന്റെ പിടച്ചിൽ ആരെയാണ് ആഹ്ലാദിപ്പിക്കുന്നത്?

ഒരുനിമിഷം രാജീവൻ ഓർത്തു. ആരെയും കുറ്റപ്പെടുത്തേണ്ടതില്ല. ഈ പീഡനങ്ങൾ ആത്മശക്തി പരീക്ഷിക്കാൻ വേണ്ടി. അഗ്നിയുടെ നടുവിൽ നില്ക്കുമ്പോൾ വസ്ത്രാഞ്ചലം കരിയുന്നു എന്ന് പരിതപിക്കുന്നവൻ വിഡ്ഢി. ഒരു മഴത്തുള്ളി ദാഹശമനത്തിന് ഉതകും എന്നു കരുതുന്നവനെ ആരും പുച്ഛിക്കുകയേയുള്ളൂ.

"ആരാവും ഇതയച്ചത്? എന്തു ഭംഗി! തിരഞ്ഞുപിടിക്കാൻ ഏറെ മിനക്കെട്ടിരിക്കും. എന്നിട്ടു പേരുപോലും എഴുതാൻ വിട്ടു." മാലിനി തന്നോടുതന്നെ സംസാരിക്കുന്നു.

ഒന്നും കൂട്ടിച്ചേർക്കേണ്ടതില്ലെന്ന് രാജീവൻ നിശ്ചയിച്ചു. ആ നിഗൂഢത ഒരാശ്വാസമാണ്. എല്ലാ മനസ്സിലുമുണ്ടാകും രഹസ്യത്തിന്റെ അറകൾ. അവിടെ അടക്കംചെയ്ത സ്വപ്നങ്ങൾ. നഷ്ടങ്ങളുടെ നെടുവീർപ്പുകൾ. ശവക്കുഴിയുടെ വാതിൽ തുറന്നിട്ടാൽ ആശ്വാസത്തിന്റെ കാറ്റുവീ

ശുമോ? ചുടലപ്പറമ്പിൽ നിന്നുയരുന്ന പുകയിൽ ദേവദാരുവിന്റെയും കുരികിലിന്റെയും സൗരഭ്യം കലരുമോ?

ഓർമ്മത്തെറ്റുകൾ കാലത്തിന്റെ കനിവാകണേ എന്ന് രാജീവൻ പ്രാർത്ഥിച്ചു.

"നമ്മുടെ വീട്ടിൽ ഒരു ഷോക്കേസ് ഉണ്ടാവില്ലേ? ഇതവിടെ വയ്ക്കാം." മാലിനി സ്ഥാനനിർണ്ണയം നടത്തുന്നു.

മനസ്സിൽ വീണ്ടും മഴവില്ല് തെളിഞ്ഞു. നമ്മുടെ വീട്. ആ വീട്ടിൽ പ്രകാശമുള്ള രാത്രികൾ. കുളിർമ്മപകരുന്ന പകലുകൾ.

"മാലിനി എന്നോടൊപ്പം വരുന്നോ?"

രാജീവന്റെ സ്വരം നേർത്ത പ്രകാശകിരണംപോലെ മാലിനിയുടെ ഉള്ളിലൂടെ കടന്നുപോയി.

"പിന്നല്ലാതെ-"

"പപ്പ പറഞ്ഞത്?"

"അതോ? നന്നായി, പപ്പായ്ക്ക് പപ്പായുടെ മോളുടെ കാര്യം പറയാം. പക്ഷേ, എനിക്ക് -"

നീ സ്ത്രീയാണ്. ഒരു പുരുഷനെക്കൊണ്ട് എത്ര ശുദ്ധഗതിക്കാരിയായ സ്ത്രീയും സംതൃപ്തയാവില്ല. അച്ഛനിൽനിന്ന് ഭർത്താവിലേക്കും, അവിടെനിന്ന് പുത്രനിലേക്കുമെങ്കിലും അവൾക്കു കടന്നു പോകണം.

"എന്റെ കൂടെ വന്നാൽ വിഷമിക്കുമോ?" രാജീവൻ ചോദിച്ചു.

"എന്നെ ഇഷ്ടപ്പെടാതിരുന്നാൽ..."

"പറയൂ, സാറിന് ആ കുട്ടിയെ ഇഷ്ടമായോ?"

- ഫാദർ ആന്റണി സേവിയറിന്റെ പഴയ ചോദ്യം മനസ്സിൽ മുഴങ്ങി. സ്വയം പറഞ്ഞു:

ആ കുട്ടിയെ ആർക്കാണിഷ്ടമാകാത്തത്?

ഈ നേരത്ത് അതു തുറന്നു പറഞ്ഞേ മതിയാകൂ:

"മാലിനിയെ ആർക്കാണിഷ്ടമാകാത്തത്?"

മാലിനിയുടെ മുഖം കൂടുതൽ തുടുത്തു. അവൾ രാജീവനെ കെട്ടിപ്പിടിച്ചു. മാറിൽ മുഖം ചേർത്ത് നിശ്ശബ്ദം കരഞ്ഞു.

"ഇതാ, ഇപ്പോഴും നീ കരയുന്നു. എന്തിനാണ് ഇങ്ങനെ ദുഃഖിക്കുന്നത്?" രാജീവൻ ആശ്ചര്യപ്പെട്ടു.

"ദുഃഖമോ, ആർക്ക്?"

മാലിനി മുഖമുയർത്തി. കൺകോണുകളിൽ അടരാൻ വെമ്പുന്ന നീർമുത്തുകൾ.

"പിന്നെന്തിന് കരയുന്നു?"

മാലിനി ചിരിക്കാൻ ശ്രമിച്ചു.

"അതൊരു രഹസ്യമാണ്."

"എന്തു രഹസ്യം?"

മാലിനി മറുപടി പറഞ്ഞില്ല.

രാജീവൻ സ്വയം ചോദിച്ചു:

എന്താവും ആ രഹസ്യം?

ഒന്നും വ്യക്തമായില്ല. എവിടെയോ നിഗൂഢതയുണ്ട്. ഒരിക്കലും അതു വെളിപ്പെട്ടില്ലെന്നു വരാം.

അഞ്ച്

രാജീവന്റെ യാത്രയിൽ മാലിനിയും കൂട്ടുചേർന്നു. ഒരുമിച്ചു സഞ്ചരിക്കാൻ നിശ്ചയിച്ച നിമിഷം ജീവിതത്തിലെ അപൂർവ്വമുഹൂർത്തം. ഒരു യുഗ്മഗാനംപോലെ ഈണം ഇണങ്ങുന്നു; ഇണചേരുന്നു.

"എന്നെ എവിടേക്കാണു കൊണ്ടുപോകുന്നത്?" മാലിനി ചോദിച്ചു.

"നിനക്കിഷ്ടമുള്ളിടത്തേക്ക്." രാജീവൻ പറഞ്ഞു.

"നേരോ?" മാലിനിയുടെ ശബ്ദത്തിൽ വിസ്മയം.

"എന്താ സംശയിച്ചത്?"

"വെറുതെ."

"എന്നാൽ പറയൂ. കോളേജ് തുറക്കാൻ ഇനിയും ദിവസങ്ങൾ ബാക്കിയാണ്. എവിടേക്കും യാത്ര ചെയ്യാം. അല്ലെങ്കിൽ എന്തിന് മുൻകൂട്ടിയുള്ള തയ്യാറെടുപ്പുകൾ? നമുക്ക് ഈ നിമിഷം പുറപ്പെടുക. സമതലങ്ങൾക്കപ്പുറത്തേക്ക് യാത്രയാകുക."

രാജീവന്റെ സിരകളിൽ ഉത്സാഹത്തിന്റെ ലഹരി പടർന്നു.

"നമുക്ക് ഊട്ടിയിൽ പോകാം. അവിടെനിന്ന് കൊടൈക്കനാലിലേക്ക്. തേക്കടിവഴി മടങ്ങിയെത്താം." മാലിനി പറഞ്ഞു.

അരുത്. ആ വഴികൾ വീണ്ടും ഓർമ്മിപ്പിക്കരുത്. നടന്നു മറഞ്ഞ വഴികൾ. മനഃപൂർവ്വം മറന്നുകളഞ്ഞ വഴിയോരക്കാഴ്ചകൾ. വീണ്ടും അതൊക്കെ ആവർത്തിക്കാനോ? മൃതഭൂവിലൂടെ വിനോദയാത്രയോ?

മനസ്സിൽ തേങ്ങൽ അമർന്നുകിടക്കുന്നു. അതൊരു നിലവിളിയായി ഉയരരുത്.

"നമുക്ക് സമുദ്രതീരങ്ങളിലേക്കു പോകാം. കായൽപ്പരപ്പുകളിൽ യാത്രചെയ്യാം. നീർമണം കലർന്ന കാറ്റിന്റെ തഴുകലിൽ മോഹത്തിന്റെ കളിവീടു കെട്ടാം. മറ്റൊക്കെ മറന്ന് ഓടങ്ങളിൽ തുഴഞ്ഞു പോകാം?" രാജീവൻ പറഞ്ഞു.

"അതെന്താ പർവ്വതങ്ങളിൽ യാത്ര ചെയ്താൽ?" മാലിനിയുടെ പുരികങ്ങൾ ഉയർന്നു. നീലക്കാടുകളിൽ മൂടൽമഞ്ഞ് പരക്കുമ്പോൾ അതിനുള്ളിലൂടെ നമുക്ക് കൈകൾ കോർത്ത്–"

"മാലിനി പ്ലീസ്!"

"എന്തു പറ്റി?" മാലിനിയുടെ ശബ്ദം ഉദ്വേഗപൂർണ്ണമായി.

"എനിക്ക് നല്ല സുഖമില്ല. തല പെരുക്കുന്നതുപോലെ."

"ഡോക്ടറെ വിളിക്കണോ? ആദ്യമായിട്ടാണോ ഇങ്ങനെ?"

മാലിനിയുടെ വിഭ്രാന്തികലർന്ന വാക്കുകൾ മനസ്സിൽ വന്നുവീണു.

താൻ തളർന്നു കിടക്കേ അവൾ താഴേക്ക് ഓടിപ്പോയി. അല്പം കഴിഞ്ഞപ്പോൾ മാലിനിയുടെ അമ്മ മുറിയിൽ വന്നു.

"സുഖമില്ലെന്ന് മാളു പറഞ്ഞു."

"സാരമില്ല. ചെറിയൊരു തലചുറ്റൽ." രാജീവൻ പറഞ്ഞു.

"തലചുറ്റലോ? എന്റീശ്വരാ! അത് സാരമാക്കാതിരുന്നാൽ? മുമ്പ് വന്നിട്ടുണ്ടോ ഇങ്ങനെ? ഡോക്ടറെ കാണിച്ചിരുന്നോ? മരുന്നു കഴിക്കുന്നോ? ഞങ്ങളുടെ ബന്ധത്തിൽ നല്ലൊരു ന്യൂറോജിസ്റ്റുണ്ട്. അമേരിക്കയിൽ പഠനംകഴിച്ചു വന്നയാൾ. അദ്ദേഹത്തെ ഇന്നുതന്നെ കാണാം. ഇതു നിസ്സാരമാക്കിവച്ചുകൂടാ; ഒരുപക്ഷേ, ബ്രെയിനിൽ എന്തെങ്കിലും–" മാലിനിയുടെ അമ്മ വേവലാതിപ്പെട്ടു.

രാജീവന് ആ വാക്കുകളുടെ ഭാരം താങ്ങാൻ കഴിയാതായി. തനിക്ക് ഒരു ബ്രെയിൻ ട്യൂമർ അവർ ഔദാര്യപൂർവ്വം സമ്മാനിച്ചേക്കും. കൊളസ്ട്രോൾ, ബ്ലഡ്പ്രഷർ ആദിയായ ശ്രേഷ്ഠരോഗങ്ങളുടെ പരിശോധനയും നടക്കും. ഏതെങ്കിലും സ്വകാര്യ ആശുപത്രിയിൽ നിരീക്ഷണത്തിനു വേണ്ടി ഒരാഴ്ച. വിലകൂടിയ മരുന്നുകൾ, പരിശോധനകൾ.

എത്രയും വേഗം ഈ അന്തരീക്ഷത്തിൽനിന്ന് ആരോഗ്യത്തോടെ രക്ഷപ്പെടാൻ മനസ്സിനു വെമ്പൽ. അമ്മ പോയിക്കഴിഞ്ഞപ്പോൾ രാജീവൻ പറഞ്ഞു:

"ഇവിടെ രോഗിയായി കിടക്കുന്നതിൽ ഭേദം എവിടേക്കെങ്കിലും ഓടിപ്പോകുന്നതാണ്."

"അതിനി സാധിക്കുമെന്നു തോന്നുന്നില്ല. മമ്മി ഡോക്ടർമാമന് ഫോൺ ചെയ്യാൻ പോയിരിക്കുകയാണ്."

ഇതെന്തൊരസംബന്ധമാണ്. സ്വർണ്ണക്കൂട്ടിൽ അടച്ചതുപോലെ. പാലുംപഴവും നല്കി പോറ്റുന്നു. ഇടയ്ക്ക് കൂട്ടിൽനിന്ന് പുറത്തിറക്കും. തറയിൽ ചുറ്റിനടക്കാം. കണ്ടു രസിക്കാൻ കണ്ണുകൾ. ദൂരേക്കു പറന്നകലാമെന്ന് വ്യാമോഹം വേണ്ട. തൂവലുകൾ മുറിച്ചുകളഞ്ഞിരിക്കുന്നു. ഉയരത്തിൽ പറക്കുക അസാദ്ധ്യമാണ്.

കോളജിനടുത്ത് ചെറിയ വാടകവീട്ടിലേക്ക് മാറുമ്പോൾ എതിർപ്പുകൾ ഉണ്ടായി. കുറ്റപ്പെടുത്തുന്ന നാവുകൾ.

"എല്ലാ സൗകര്യവുമുണ്ടിവിടെ. എന്നിട്ടു കണ്ടില്ലേ? ഒരു കുടിലിലേക്ക് എന്റെ കുട്ടിയെയുംകൊണ്ട്. അച്ചനും ഇതിനൊക്കെ കൂട്ടു നില്ക്കുന്നല്ലോ?"

ഫാദർ ആന്റണി സേവിയർ പ്രതിക്കൂട്ടിൽ നില്ക്കുന്നു.

"ഞാൻ പറഞ്ഞതല്ലേ ബേബിച്ചാ. ഇനി അവരായി, അവരുടെ പാടായി. ഒരു പുതിയ കുടുംബമാ രൂപംകൊള്ളുന്നത്. നമ്മളെന്തിനാ അവിടെ കൂടുതൽ തലയിടുന്നത്?" ഫാദർ ആന്റണി ചോദിച്ചു.

"അവൾ എന്റെ മോളായതുകൊണ്ട്. ഞാൻ അവൾക്കുവേണ്ടി സമ്പാദിച്ചു കൂട്ടിയിരിക്കുന്നത് എത്രയാണെന്ന് അച്ചനറിയാമോ? അതിനങ്ങനെ വിലയില്ലാത്ത ഒരുത്തൻ–"

ആ വാക്ക് എങ്ങനെയോ ചെവിയിൽ വീണു.

"വിലയില്ലാത്ത ഒരുത്തൻ!"

ചോദിക്കാതിരിക്കാൻ കഴിഞ്ഞില്ല;

"ആലോചിച്ചുതന്നെയോ പറഞ്ഞത്?"

"പിന്നല്ലാതെ. സാറിന്റെ സ്വത്തോ ശമ്പളമോ നോക്കിയല്ല ഞങ്ങളിതിനു സമ്മതിച്ചത്. അമേരിക്കയിൽനിന്ന് എത്ര ഡോക്ടർമാരുടെ ആലോചന വന്നതാ. മോളെ ദൂരെ അയയ്ക്കാൻ മടി. ഇതാവുമ്പോൾ അടുത്താണല്ലോ, വിളിച്ചാൽ കേൾക്കുന്ന ദൂരമല്ലേയുള്ളൂ എന്നു കരുതി. എന്നിട്ടാണിപ്പോൾ ആരോടോ വാശിതീർക്കുംപോലെ. ഇപ്പോഴേ ഇങ്ങനെയാണെങ്കിൽ കുറേ കഴിയുമ്പോൾ എന്താവും?"

ഒരു മാറ്റവും ഉണ്ടാവില്ല. രാജീവന്റെ നാവുതരിച്ചു. ജീവിതത്തിന്റെ ഗതി ഇതാണ്. സമതലങ്ങൾക്ക് അപ്പുറത്തേക്കാണ് യാത്ര. ആർക്കും തടഞ്ഞുനിർത്താൻ കഴിയില്ല. ഒരു ശക്തിക്കും വഴങ്ങുകയില്ല.

പുതിയ താമസസ്ഥലത്തേക്ക് മാലിനിയുടെ അച്ഛനും അമ്മയും ഒന്നു വന്നു നോക്കിയതേയുള്ളൂ. ഉയരത്തിൽനിന്ന് താഴേക്കു നോക്കുംപോലെ. അവർ എത്തും മുമ്പേ അത്യാവശ്യത്തിന് ഫർണിച്ചറും പാത്രങ്ങളും വാങ്ങാൻ ഏർപ്പാടാക്കിയിരുന്നു. അതിനുപോലും ആശ്രയിക്കരുതെന്നു കരുതി.

"അത്ര വലിയ കഴിവുണ്ടെങ്കിൽ ഇനിയുള്ള കാര്യങ്ങളും തനിയെ നടത്തിക്കൊള്ളുമല്ലോ. നിനക്കെന്താ വേണ്ടതെന്നുവച്ചാ വന്നു ചോദിച്ചോ. മടിക്കണ്ട." അച്ഛൻ മകൾക്ക് ഉത്തരവു നല്കുന്നു.

മാലിനിയുടെ ഇളയവർ, മനുവും മനീഷയും ഒരുദിവസംകൂടി നിന്നു. ഒടുവിൽ ആ ശബ്ദവും നിലച്ചു. വീട് മൗനത്തിന്റെ മുഖപടം അണിഞ്ഞു.

"ഒടുവിൽ നമ്മൾ മാത്രമായി." മാലിനി തന്നോടെന്നപോലെ പറഞ്ഞു.

"ഒറ്റപ്പെട്ടതുപോലെ തോന്നുന്നോ?" രാജീവൻ ചോദിച്ചു.

"ഏയ്–" മാലിനി ചിരിച്ചു.

"നീയെന്താ കരയാത്തത്?"

"എന്നെ കരയിക്കണോ?" മാലിനി വീണ്ടും ചിരിച്ചു.

"കരയേണ്ട നിമിഷത്തിൽ നീ ചിരിക്കുന്നു; മറിച്ചും." രാജീവന് അത്ഭുതം.

"ഞാൻ അങ്ങനെയാണ്. ഒരു വിചിത്രജീവി. ആർക്കും എന്നെ മനസ്സിലാക്കാൻ കഴിയില്ല."

വർഷങ്ങൾക്കുശേഷം, ജീവിതത്തിന്റെ ഭിന്നതലങ്ങൾ പിന്നിട്ട് ഒരുമിച്ച് യാത്ര ചെയ്യുമ്പോഴും രാജീവൻ അത് സത്യം എന്നു മനസ്സിലാക്കുന്നു. തനിക്ക് പൂർണ്ണമായി ഉൾക്കൊള്ളാൻ കഴിഞ്ഞിട്ടില്ല. അവൾ എപ്പോഴും തന്റെ അരികിലുണ്ട്. എന്നിട്ടും വളരെ അകലെയാണെന്ന തോന്നൽ ബലപ്പെടുന്നു. അലിഞ്ഞു ചേരാത്ത എന്തോ ഒന്ന് അവളിലു

ണ്ട്. എന്താണത്? ആലോചിച്ചു നോക്കിയിട്ടുണ്ട്. കണ്ടെത്താനാവാതെ വന്നപ്പോൾ ആ അന്വേഷണത്തിന്റെ നിരർത്ഥകത ബോദ്ധ്യമായി. സ്വയം പിന്തിരിഞ്ഞു.

കോളേജിലെ ദിനങ്ങൾ സാധാരണങ്ങൾ ആയിരുന്നു. കുറച്ചുകൂടി അടുക്കും ചിട്ടയും കൈവന്നു. ചുറ്റിത്തിരിയലിനു നിയന്ത്രണമുണ്ടായി. ദൂരേക്കു നീങ്ങാൻ കഴിയില്ല. ബലമുള്ള കുറ്റിയിൽ ഒരു ചരട് ബന്ധിച്ചിരിക്കുന്നു. അത് സൃഷ്ടിക്കുന്ന വൃത്തത്തിനു പരിമിതിയുണ്ട്. ഭേദിക്കുക സാദ്ധ്യമല്ല.

ഒരിക്കലും താനതിനു ശ്രമിക്കുകയുണ്ടായിട്ടില്ലെന്ന് രാജീവൻ ഓർത്തു. വീട് എന്ന സ്വർഗ്ഗത്തിന്റെ ചുവരുകളിൽ വിള്ളൽ ഉണ്ടായിട്ടില്ല. സ്വാർത്ഥിയായി അധഃപതിച്ചിട്ടില്ല. മനസ്സിന്റെ സ്വാതന്ത്ര്യം മാത്രം എപ്പോഴും കാത്തുവച്ചു. അതാർക്കും കടപ്പെടുത്തിയില്ല. തന്റേടം കൈവെടിഞ്ഞില്ല. ധനവും അധികാരവും എത്രതവണ ബലപരീക്ഷണത്തിനൊരുങ്ങി. അതിനെ നേരിട്ടിട്ടേയുള്ളൂ. പിൻവാങ്ങിയിട്ടില്ല എന്നത് വെറുതെ ഒരഭിമാനം.

സമതലങ്ങളിലൂടെ ആയിരുന്നു മാലിനിയോടൊത്തുള്ള യാത്ര. ജീവിതം അതിസാധാരണമാകുന്നുവെന്നു തോന്നാതിരുന്നില്ല. വീണുകിട്ടിയ വിശ്രാന്തിയിൽ മനസ്സിന് സമനില കൈവന്നു. ഉൽക്കണ്ഠകളില്ലാതെ, ഒരു നീർത്തോടുപോലെ മന്ദമായ കാൽവയ്പുകൾ.

“കല്യാണം കഴിഞ്ഞപ്പോൾ സാറിന്റെ കവിത കൂമ്പടഞ്ഞോ? ഇപ്പോൾ ഒന്നും എഴുതിക്കാണുന്നില്ലല്ലോ?”

അന്വേഷണങ്ങൾ.

“പുതിയ അനുഭവങ്ങളുടെ ശക്തിയിൽ എല്ലുറപ്പുള്ള കവിതകൾ ഉണ്ടാകാത്തതെന്താണ്?”

മറുപടി പറയാനാകുന്നില്ല. ലാഭങ്ങൾക്കിടയിൽ എവിടെയോ നഷ്ടപ്പെടലുകൾ ഉണ്ട്. സുഖജീവിതം തീനാളത്തെ മറച്ചു വയ്ക്കുന്നുണ്ട്.

മാറ്റങ്ങളുടെ കാറ്റുവീശുമോ? അജ്ഞാതന്റെ കൈകൾ ഉയരുമോ?

വെറുതേ ഒരു പ്രതീക്ഷ; സഫലമാവുകയില്ലെന്ന് അറിഞ്ഞുകൊണ്ടുതന്നെ.

“ഇതെന്താ, കൂടുമാറ്റത്തിന് പ്ലാനിടുകയാണോ?”

ഒരു സായാഹ്നത്തിൽ യാദൃച്ഛികമായി കയറിവന്ന ഫാദർ ആന്റണി സേവിയർ തിരക്കി.

അച്ചൻ എന്താണുദ്ദേശിച്ചതെന്നു വ്യക്തമായില്ല.

“എനിക്കിന്ന് രാജീവൻസാറിന്റെ പഴയ കോളേജിൽനിന്ന് പ്രിൻസിപ്പാളിന്റെ കത്തുണ്ടായിരുന്നു. അവിടത്തെ പ്രൊഫസർ റിട്ടയർ ചെയ്യുകയാണത്രേ. മാനേജ്മെന്റിന് വീണ്ടുവിചാരം. സാറിനെ ആ കസേരയിൽ ഇരുത്തിയാലെന്തെന്ന്.”

“നേരോ? ഇത്രവേഗം ആ തെറ്റ് തിരുത്തപ്പെടുമോ? അതോ, ഈ അഭയവും നഷ്ടപ്പെടുത്താനുള്ള കുമാർഗ്ഗമോ?”

"ഞങ്ങളുടെ വർഗ്ഗസ്വഭാവമാ; ആരെങ്കിലും ഏഷണി പറയുന്നതു കേട്ട് ഓരോന്നു ചെയ്യും. വരുംവരായ്കകൾ നോക്കില്ല. വൈകിയാ ബുദ്ധി ഉദിക്കുക. ചിലർ പിടിച്ചിടത്തുതന്നെ നിന്ന് എല്ലാം നശിപ്പിക്കും. അപൂർവ്വം ചിലർ തെറ്റുതിരുത്താനുള്ള സന്മനസ്സുകാണിക്കും. ആ അച്ചൻ രണ്ടാമത്തെ കൂട്ടത്തിലാണെന്നു തോന്നുന്നു. പെട്ടെന്ന് ക്ഷോഭിക്കുമെങ്കിലും മനസ്സ് ശുദ്ധം. സാറിന്റെ കഴിവിൽ അങ്ങേർക്ക് മതിപ്പാണ്. പകരം ഒരുത്തനെ ഇരുത്താമെന്നു വച്ചാൽ അതിനു പറ്റിയ ആളെ കിട്ടിയിട്ടും ഉണ്ടാവില്ല. പക്ഷേ, സാർ ഇവിടം വിട്ടുപോകുന്നത് ഈ സ്ഥാപനത്തിനു നഷ്ടമാ." ഫാദർ ആന്റണി പറഞ്ഞു.

"ഇല്ല, എനിക്ക് മടങ്ങിപ്പോകണമെന്നില്ല. അങ്ങയുടെ കൂടെ ജോലി ചെയ്യുന്നത് എനിക്ക് സന്തോഷമാണ്."

"എനിക്കും. അതിനും ഒരു തടസ്സമുണ്ടാകുന്നു. അതു പറയാൻ കൂടിയാ ഞാൻ വന്നത്. ഞാനും ഇവിടം വിടേണ്ടി വന്നിരിക്കുന്നു. ഞങ്ങളുടെ സഭയുടെ സേവനത്തിന് എന്നെ തിരികെ കിട്ടണമെന്ന് ജനറാളച്ചൻ ബിഷപ്പ് തിരുമേനിക്ക് എഴുതിയിരിക്കുകയാ. സംഗതി തരക്കേടില്ല. പ്രൊവിൻഷ്യാളാക്കും. എന്നാലും നിങ്ങളെയൊക്കെവിട്ട്, ഈ കുട്ടികളുടെ ലോകം ഉപേക്ഷിച്ച്–"

ഫാദർ ആന്റണിയുടെ സ്വരം ഇടറി.

പെട്ടെന്ന് മനസ്സിന്റെ സമനില അദ്ദേഹം വീണ്ടെടുത്തു.

"അല്ലെങ്കിൽ അങ്ങനെ കരുതിക്കൂടാ. ഞങ്ങൾ സന്ന്യാസിമാർ. ലോകത്തിൽനിന്നു വേർതിരിക്കപ്പെട്ടവർ. ബന്ധങ്ങൾ മുറിച്ചു കളഞ്ഞവർ. ഒന്നിനോടും പ്രത്യേക മമത പാടില്ല. ഏതു നിയോഗവും ഏറ്റെടുക്കണം. ഞാനും അതിനു തയ്യാറെടുക്കുകയാ. എന്നാലും നമ്മൾ അടുത്തു പെരുമാറിയപ്പോൾ എനിക്ക് ഒരു മകനോ, കുഞ്ഞനുജനോ ഉണ്ടായി എന്ന ബോധം. അതിന്റെ ഒരാനന്ദം.... വരട്ടെ, ഞാനിനി ഇവിടെ നിന്നാൽ ശരിയാകില്ല."

ഫാദർ ആന്റണി സേവിയർ തിരിഞ്ഞു നടന്നു.

"എന്താ അച്ചൻ പെട്ടെന്നു പോയത്?"

ചായ ചേർത്തുകൊണ്ടുവന്ന മാലിനി അമ്പരന്നു.

"അച്ചന് സ്ഥലംമാറ്റമാണ്."

"അയ്യോ അതെന്തിന്?"

"കൂടുതൽ ചുമതലകൾ. സ്വയം തീരുമാനിക്കാവുന്നതല്ലല്ലോ. സഭാധികാരികളുടെ നിർദ്ദേശമാണ്."

"നമ്മളെ വലിയ കാര്യമായിരുന്നു അച്ചന്."

"എനിക്കും."

"അച്ചൻ കാരണമാണ് നിങ്ങളെ എനിക്കു കിട്ടിയത്."

"നിനക്കതിൽ ദുഃഖമില്ലല്ലോ."

"നിങ്ങൾക്കെന്തോ കുഴപ്പമുണ്ട്." മാലിനിയുടെ സ്വരത്തിൽ കൃത്രിമ ഗൗരവം നിഴലിച്ചു.

"അത് ആദ്യം മനസ്സിലാക്കിയത് നിന്റെ അച്ഛനും അമ്മയുമാണ്."

"അവര് വളരെ ഷ്റൂഡാണ്; എന്നെപ്പോലെയല്ല."

"കുറേ ഗുണങ്ങൾ പാരമ്പര്യമായി കിട്ടേണ്ടിയിരുന്നല്ലോ. എന്തു പറ്റി?"

"എന്തോ, ഞാനും അതോർക്കാറുണ്ട്." മാലിനി ചിരിച്ചു.

"നോക്കൂ, എനിക്കുമുണ്ട് പുതിയ ഒരോഫർ. എന്റെ പഴയ കോളേജിലേക്ക്." അവിശ്വസനീയത നിറഞ്ഞ കണ്ണുകൾ രാജീവന്റെ നേർക്ക് നിർന്നിമേഷമായി.

"എന്തേ?" രാജീവൻ ചോദിച്ചു.

"ഇനിയും അവിടേക്കോ? ഒരിക്കൽ ജീവനുംകൊണ്ട് ആ ചുടുകാട്ടിൽനിന്ന് ഓടിപ്പോന്നതല്ലേ?"

"പ്രിൻസിപ്പാൾ എഴുതിയിരിക്കുന്നത്രേ; തള്ളിക്കളഞ്ഞ കല്ല് മൂലക്കല്ലാക്കാമെന്ന്. വകുപ്പുമേധാവിയായിട്ടാണ് ക്ഷണം."

"എങ്ങനെയറിഞ്ഞു? എന്നിട്ടെന്താ ഇതുവരെ എന്നിൽനിന്നു മറച്ചു വച്ചത്? അല്ലെങ്കിലും നിങ്ങൾ വളരെ അകലെയാണ്." മാലിനി പരിഭവിച്ചു.

"പ്ലീസ്. ബഹളം കൂട്ടരുത്. ഞാനും ഇപ്പോൾ അറിഞ്ഞതേയുള്ളൂ. ഫാദർ വന്നു പറഞ്ഞതാണ്. ഞാൻ ശ്രമിച്ചതല്ല. എനിക്ക് ഒരു വിവരവും ഉണ്ടായിരുന്നില്ല. മടങ്ങിപ്പോകണമെന്നു മോഹവുമില്ല."

"നമുക്ക് ഇവിടം മതി. നമ്മുടെ ജീവിതം തുടങ്ങിയത് ഈ ഭൂമിയിൽ വച്ചാണ്. എന്തോ എനിക്കീ അന്തരീക്ഷം പ്രിയപ്പെട്ടതാണ്. നിങ്ങൾ തിരിച്ച് പഴയ കോളേജിലേക്ക് ചെന്നാൽ ഈ സമാധാനം കിട്ടുമോ?"

രാജീവൻ മറുപടി പറഞ്ഞില്ല. സാവകാശമുണ്ട്. തീരുമാനമെടുക്കാൻ തിരക്കു കൂട്ടേണ്ടതില്ല. എന്നിട്ടും മനസ്സിൽ ഗ്രീഷ്മജ്വാലകൾ ഉയർന്നു. വേനൽച്ചൂടിൽ പുഴ വറ്റിവരളാൻ തുടങ്ങി.

"ഞാനങ്ങനെ പറഞ്ഞെന്നേയുള്ളൂ. നിങ്ങൾ എന്തു തീരുമാനിച്ചാലും എനിക്കു സമ്മതമാണ്."

മാലിനി ആശ്വാസം പകരാൻ ശ്രമിച്ചു.

"നിന്റെ വീട്ടുകാർ അതിനും എന്നെ കുറ്റപ്പെടുത്തും."

"നിങ്ങൾ അതെന്തിനാ ഇത്ര വലുതാക്കുന്നേ?" മാലിനി അസഹ്യത പ്രകടിപ്പിച്ചു.

"അവർ പറയുന്നതിലും കാര്യമുണ്ട്. പിന്നെ നിനക്കിളയവർ മനുവും മനീഷയും എനിക്കും പ്രിയപ്പെട്ടവരാണ്. അവരെ ഈ കോളേജിൽ ചേർത്തു പഠിപ്പിക്കാൻ ഞാൻ ആശിക്കുന്നുണ്ട്."

കാട്ടിൽ പൂവുതേടിപ്പോയ കുട്ടികൾ. അവർക്ക് പൂവും, പൂവിലെ തേനും, തേൻ കുടിക്കാനെത്തുന്ന വർണ്ണത്തുമ്പികളും സ്വന്തമാകണം. പുസ്തകങ്ങൾ വാങ്ങിക്കൊടുക്കുമ്പോൾ മാലിനി രാജീവനെ കുറ്റപ്പെടുത്തി:

"പപ്പായ്ക്ക് പൂത്ത പണമുണ്ട്. നിങ്ങളെന്തു കണ്ടിട്ടാ?"

"ഒരു ദരിദ്രവാസിയെ കല്യാണം കഴിച്ചെന്ന് നിനക്കു ദുഃഖിക്കാം, പക്ഷേ, ആ കുട്ടികൾ അങ്ങനെ മനസ്സിലാക്കരുത്."

"നിങ്ങൾക്ക് പണം വേണ്ടാഞ്ഞിട്ടല്ലേ?"

"ഞാനതു വാങ്ങിയാൽ എന്താവും എന്റെ ഗതി? ഞാനെന്നെ നിന്റെ വീട്ടുകാർക്കു വില്ക്കുകയാവില്ലേ? അതുവേണോ?"

മാലിനി നിശ്ശബ്ദയായി. പണമോ അതു സൃഷ്ടിക്കുന്ന ജീവിത സൗകര്യങ്ങളോ ഉപേക്ഷിക്കാൻ ഒരു സ്ത്രീക്കും കഴിയില്ല. പക്ഷേ എല്ലാം ഉണ്ടായിട്ടും സ്നേഹം നഷ്ടപ്പെട്ടാൽ? സമാധാനം എവിടെയോ പോയ് മറഞ്ഞാൽ? അതിലും നല്ലത് ഈ പരിമിതിക്കുള്ളിൽ ഒതുങ്ങുകയാണ്; ഈ പ്രേമം നുകരുകയാണ്. മാലിനിയുടെ കണ്ണുകളിൽ പ്രായോഗിക ബുദ്ധിയുടെ തിളക്കം.

മനസ്സിൽ സ്വപ്നങ്ങൾ ഉണർന്നു. പൂവിന്റെ ദലങ്ങൾ വിടരുംപോലെ. വികാസത്തിന്റെ നിമിഷങ്ങൾ. സൂര്യപ്രഭതട്ടി പൂവ് പുഞ്ചിരിതൂകുന്നു. ചുണ്ടിൽ മധുരം കിനിയുന്നു. സുഗന്ധം ഭൂമിയുടെ ഹൃദയം കുളിർപ്പിക്കുന്നത് ഏതു മുഹൂർത്തത്തിലാണ്?

രാജീവന്റെ കൈത്തണ്ടയിൽ തലചായ്ച്ച് മാലിനി കിടന്നു. ജീവിതത്തിൽ എന്തെങ്കിലും ആശിക്കാൻ തുടങ്ങുംമുമ്പ് ഈ മനുഷ്യൻ തന്റെ കണ്ണുകളിൽ നിറഞ്ഞു. മനസ്സിൽ ഇയാൾ മാത്രമായി. എന്തായിരുന്നു ആകർഷണം? എങ്ങനെയാണ് ഈ ഹൃദയത്തോട് അടുത്തുപോയത്?

മാലിനിക്ക് അത് ഒരിക്കലും വ്യക്തമായില്ല. ഒറ്റയ്ക്കിരിക്കുമ്പോൾ ആലോചിച്ചുപോയിട്ടുണ്ട്. ഉത്തരം കിട്ടിയിട്ടില്ല. ഉത്തരമില്ലാത്ത ചോദ്യങ്ങളുടെ പിമ്പേ അലയുന്നതിന്റെ വ്യർത്ഥത അവൾക്ക് ബോദ്ധ്യപ്പെട്ടു. യാഥാർത്ഥ്യത്തെ അംഗീകരിക്കുന്നതിൽ അവൾ ആനന്ദം കണ്ടു.

മാലിനി ശാന്തമായി ഉറങ്ങി.

അവളെ ഉണർത്താതെ രാജീവൻ കിടക്കയിൽ ചാരി ഇരുന്നു. ജാലകത്തിനപ്പുറം ഇരുട്ട് വീണിരിക്കുന്നു. നിലാവ് പരന്നിട്ടില്ല. അമാവാസിയാകുമോ? ആകാശം മുഖംമൂടിയണിഞ്ഞിരിക്കുന്നു. നക്ഷത്രങ്ങൾ കണ്ണുതുറക്കുന്നില്ല.

അന്തരീക്ഷത്തിൽ മേഘങ്ങൾ ഒഴുകിനടക്കുന്നുണ്ടാവുമോ?

അതിന്റെ നിറം എന്തായിരിക്കും?

അങ്കം മൂന്ന്

ഒന്ന്

തലയിൽനിന്ന് ഒരു കൊടുങ്കാറ്റ് ഇറങ്ങിപ്പോയ സുഖം. രാജീവൻ വെറും തറയിൽ നീണ്ടുനിവർന്നു കിടന്നു. ഫാനിന്റെ ദലങ്ങൾ മെല്ലെ കറങ്ങിക്കൊണ്ടിരുന്നു. മാലിനി തുണികൾ മടക്കുകയാണ്. എല്ലാം പെട്ടിയിലാക്കണം. അപ്പോൾ സഹായിച്ചാൽ മതി. അവളെപ്പോലെ ഓരോന്നും ചുളിവുകൾ വീഴാതെ അടുക്കിവയ്ക്കാൻ തനിക്കാവില്ല.

പലവട്ടം ആലോചിച്ചതാണ്. വേണ്ടപ്പെട്ടവരോടെല്ലാം. ആരും സമ്മതിച്ചില്ല. പൊട്ടിപ്പോയതാണ്. ഇനിയത് കൂട്ടിച്ചേർത്താൽ പഴയ സുഖവും ശക്തിയും വീണ്ടുകിട്ടുകയില്ല. ഒരിക്കൽ പുറന്തള്ളിയ അന്തരീക്ഷത്തിൽ പറന്നെത്തുമ്പോൾ ആത്മനിന്ദ വളരാം. അത് ഏറെ അപകടകരമാണ്. സഹപ്രവർത്തകരും പഴയമട്ടിൽ സ്വീകരിക്കണമെന്നില്ല. രണ്ടുവർഷം ഒരുമിച്ച് പ്രവർത്തിച്ചവരാണ്. സംഘടിതയത്നങ്ങളിൽനിന്ന് ഒരിക്കലും വിട്ടുനിന്നിട്ടില്ല. എന്നിട്ടും ജീവിതത്തിനും മരണത്തിനും ഇടയിൽ ഊഞ്ഞാലാടിക്കൊണ്ടിരുന്നപ്പോൾ അവർക്ക് ഒന്നും ചെയ്യാൻ കഴിഞ്ഞില്ല. അതിന്റെ ലജ്ജ അവഗണനയോ ആക്ഷേപമോ ആയി പുറത്തുവരാം. വകുപ്പ് മേധാവിയായിട്ടാണു പുനഃപ്രവേശം. നിന്ദിതനും പീഡിതനുമായി പുറന്തള്ളപ്പെട്ട ചെറുപ്പക്കാരൻ പുതിയൊരംഗീകാരത്തോടെ കടന്നുവരുമ്പോൾ മുതിർന്ന തലമുറയുടെ പുരികങ്ങൾ ഉയരാം.

എല്ലാറ്റിനുമപ്പുറത്ത് ആകാശത്തിന്റെ ചെരുവിൽ മറഞ്ഞു നില്ക്കുന്ന ഒരു മേഘശകലം; അതിന്റെ നീലിമ. ആ ഓർമ്മകളിൽ വീണ്ടും നഷ്ടപ്പെട്ടാൽ –

എന്തിന് ഈ പ്രതികൂലസന്ധികളിലേക്ക് സ്വയം വലിച്ചെറിയണം? അതിൽ സാഹസികതയുടെ ഒരംശമുണ്ട്. അതാവും ഈ തിരിച്ചുപോകലിനു പ്രേരണയെന്ന് രാജീവന് ബോദ്ധ്യമായി. ഫാദർ ആന്റണി സേവി

യർ പ്രിൻസിപ്പാളിന്റെ സ്ഥാനത്തുണ്ടായിരുന്നെങ്കിൽ ഈ ചിന്ത മുള യിലേ നുള്ളിക്കളയുമായിരുന്നു. ജീവിതത്തിനു വഴിത്തിരിവുണ്ടാക്കിയത് ആ മനുഷ്യനാണ്. കൈവിട്ടുപോയത് തിരികെത്തന്നു. ആരും കൊതി ക്കുന്ന അംഗീകാരത്തിന്റെ ആഹ്ലാദം പകർന്നു.

ഫാദർ യാത്രാമൊഴി ചൊല്ലിയപ്പോൾ നിശ്ശൂന്യത അനുഭവപ്പെട്ടു. വേർപാടിന്റെ വേദന നിറഞ്ഞു.

സമതലങ്ങളിൽനിന്നുള്ള യാത്ര ഇനി ഏതു പർവ്വതശിഖരത്തി ലേക്കാണ്?

സ്നേഹത്തിന്റെ നനവൂറുന്ന മിഴികളിൽനിന്നു മുഖം തിരിച്ചു. സ്വന്തം ദുർബ്ബലത വെളിപ്പെടരുത്.

മാലിനി സാധാരണമട്ടിൽ പെരുമാറി. എല്ലാവർക്കും നന്ദി പറഞ്ഞു.

ഒന്നാം ക്ലാസ് കമ്പാർട്ടുമെന്റിൽ മാനേജുമെന്റുതന്നെ യാത്രാ സൗകര്യം ഏർപ്പെടുത്തി. ജീവിതത്തിൽ ആദ്യമായാണ് ഉയർന്ന ക്ലാസിൽ തീവണ്ടിയാത്ര. കൂപ്പയിൽ മറ്റാരും ഉണ്ടായിരുന്നില്ല. വാതിൽ അടച്ചു കുറ്റിയിട്ടു. വായിക്കാൻ പുസ്തകം നിവർത്തിയപ്പോൾ മാലിനി മടിയിൽ വന്നു കിടന്നു. വായന മതിയാക്കി കാറ്റിൽ പറക്കുന്ന അവളുടെ മുടിയി ഴകൾ മാടിയൊതുക്കി. ജാലകത്തിലൂടെ പുറത്തേക്കു നോക്കിയിരുന്നു.

രാത്രി വൈകിയാവും നഗരത്തിൽ എത്തുക. രാമഭദ്രന് എഴുതിയി ട്ടുണ്ട്. റെയിൽവേസ്റ്റേഷനിൽ കാത്തുനില്ക്കുന്നുണ്ടാകും. നേരത്തേ ബ്രേക്ക് വാനിൽ അയച്ച വീട്ടുപകരണങ്ങളും മറ്റും വാടകവീട്ടിൽ ഇതി നകം സജ്ജമാക്കിയിരിക്കും. ചെന്നു കയറുകയേ വേണ്ടൂ. ഒരു വീടുമാ റ്റത്തിന്റെ വേവലാതികൾ ഒന്നും വേണ്ടിവരില്ല. എല്ലാം നോക്കി നടത്താൻ രാമഭദ്രൻ സമർത്ഥനാണ്. സഹായത്തിന് വറീതു ചേട്ടനും.

വിചാരിച്ചതുപോലെതന്നെ. വലതുകാൽവച്ച് കയറുമ്പോൾ കൊളു ത്താൻ നിലവിളക്കുപോലും കരുതിയിരുന്നു. രാമഭദ്രൻ. അതും കൈയി ലെടുത്ത് മാലിനി വീടിന്റെ പടികൾ കയറി.

പുതിയ സാഹചര്യങ്ങളോട് പൊരുത്തപ്പെടാൻ അവൾ സമയമെ ടുക്കുമോ എന്ന ആശങ്ക മനസ്സിനെ വലയം ചെയ്തിരുന്നു. സൗഹൃദസ ന്ദർശനത്തിന് സുഹൃത്തുക്കൾ എത്തി. അവരെ സൽക്കരിക്കാനും, വിനി യപൂർവ്വം പെരുമാറാനും മാലിനിക്ക് ബുദ്ധിമുട്ടുണ്ടായില്ല. അപരിചിത ഭാവം അനുഭവപ്പെട്ടില്ല.

എടുത്തു പറഞ്ഞ് അഭിനന്ദിക്കാൻ തോന്നി:

“മിടുക്കി.”

“കൊച്ചുസാറ് ഭാഗ്യവാനാ. എത്ര നല്ല കുട്ടി.” ആഹ്ലാദംകൊണ്ട് വറീതുചേട്ടന്റെ കണ്ണു നിറഞ്ഞു.

പ്രിൻസിപ്പാളച്ചൻ സന്തോഷവാനായിരുന്നു. ഭൂതകാലത്തിന്റെ നിഴ ലുകൾ അപ്രത്യക്ഷമായിരിക്കുന്നു. വർത്തമാനഭംഗികൾ. പുതിയ സൗഹൃദത്തിന്റെ തിളക്കം.

"സാറിന്റെ താമസമെങ്ങനെ?" അദ്ദേഹം സ്നേഹപൂർവ്വം തിരക്കി.
ഞങ്ങൾ രണ്ടുപേർ മാത്രമല്ലേയുള്ളൂ." രാജീവൻ പറഞ്ഞു.

"മിസ്സിസിനെ ഒറ്റയ്ക്കു വീട്ടിൽ ഇരുത്തണ്ട. അവർക്ക് എം എസിക്ക് ചേരാമല്ലോ. ബി എസിക്ക് ക്ലാസുണ്ടെന്നല്ലേ പറഞ്ഞത്?" പ്രിൻസിപ്പാൾ ചോദിച്ചു.

ആരാണ് പറഞ്ഞത്? താനോ? രാജീവന് ഓർമ്മിക്കാൻ കഴിഞ്ഞില്ല.

"പ്രിൻസിപ്പാളച്ചനോട് ഞാൻ സൂചിപ്പിച്ചിരുന്നു. വെറുതെ എന്തിന് വീട്ടിൽ നില്ക്കണം? ചെറിയ കുട്ടി. അവൾ രണ്ടു വർഷംകൂടി പഠിക്കട്ടെ. ജോലിക്കു വിടുന്നത് ഇഷ്ടംപോലെ. പഠിക്കുന്നതുകൊണ്ടു തകരാറില്ലല്ലോ. കുറേക്കഴിഞ്ഞു വിചാരിച്ചാൽ ഇതൊന്നും നടപ്പില്ല. അപ്പോഴേക്ക് പ്രസവവും ശിശുസംരക്ഷണവുമായി അവർ വശംകെട്ടിരിക്കും." രാമഭദ്രൻ പറഞ്ഞു.

"എം എസിക്ക് ചേരാനോ? നന്നായി. എനിക്കിനി ആ മിനക്കേടിനൊന്നും വയ്യ. രണ്ട് കൊല്ലം. അത്രകാലം കാത്തിരിക്കുക. നല്ല കാര്യമായി."

വിവരമറിഞ്ഞപ്പോൾ മാലിനി എതിർത്തു.

"നീ എന്തു ചെയ്യാൻ പോകുന്നു?" രാജീവൻ ചോദിച്ചു.

"സാറ് സമ്മതിച്ചാൽ ഞാനൊന്നു ധീരമായി പ്രസവിക്കാം." മാലിനി ചെവിയിൽ പറഞ്ഞു.

ഒടുവിൽ ഒരു ഒത്തുതീർപ്പെന്ന നിലയിൽ ആണ് ബി.എഡ്ഡിന് ചേരാൻ മാലിനി സമ്മതിച്ചത്. ചിലപ്പോൾ കോഴ്സ് പൂർത്തിയാക്കിയില്ലെന്നു വരും; കുറ്റപ്പെടുത്തരുതെന്ന മുന്നറിയിപ്പും.

അങ്ങനെതന്നെ സംഭവിക്കേണ്ടതായിരുന്നു. ദിവസങ്ങളുടെ വ്യത്യാസത്തിൽ ആണ് രക്ഷപ്പെട്ടത്.

ആലസ്യത്തിന്റെ നാളുകളിൽ സംഭവിക്കുന്നതെന്തെന്ന് ആദ്യം തീർച്ചയുണ്ടായില്ല. ചെടി പൂമൊട്ടിനെ ഗർഭം ധരിച്ചതറിഞ്ഞ് പ്രഭാതത്തിൽ ഉത്സാഹം തിരതല്ലി. ശരത്കാലസൗന്ദര്യം ആകാശവിതാനത്തിൽ പ്രത്യക്ഷമായി.

ഗൃഹജോലികൾ തീർത്ത് കോളേജിലേക്ക് പുറപ്പെടുന്ന ക്ലേശകരമായ ദിവസങ്ങളിൽ വിലക്കി–

"മതി, നീ വിശ്രമിക്ക്."

"ഓ വേണ്ട. ഇതൊരു ചലഞ്ചാണ്. ഈ കോഴ്സ് പൂർത്തിയാക്കാമോ എന്നു നോക്കട്ടെ."

"എന്നാലും ഈ രൂപത്തിൽ?"

"എന്താ രൂപത്തിനു കുഴപ്പമുണ്ടോ? വയർ വലുതാകുന്നതല്ലേ. സാരമില്ല. അതിനൊരു കാരണമുണ്ടല്ലോ; കാരണക്കാരനും." മാലിനി ചിരിച്ചു.

"നിന്നെ പഠിപ്പിക്കുന്ന കന്യാസ്ത്രീകൾക്ക് പ്രയാസമാകും."

"ഭാരം താങ്ങാൻ അവരെ വിളിക്കുന്നില്ലല്ലോ; പിന്നെന്താ?"

രാജീവൻ പിന്നീടൊന്നും പറഞ്ഞില്ല.

"ഒൻപതാം മാസത്തിൽ മോളെ പരീക്ഷയെഴുതാൻ വിട്ടിരിക്കുന്നു, അവളുടെ ആരോഗ്യം നോക്കാതെ."

മാലിനിയുടെ വീട്ടുകാർ കുറ്റപ്പെടുത്തി.

"എനിക്കൊരു പ്രയാസവുമില്ല." മാലിനി പറഞ്ഞു.

"ഏഴാം മാസത്തിൽ നീ വീട്ടിൽ വന്നു നില്ക്കേണ്ടതാ."

"മിക്കവാറും ഞാൻ പരീക്ഷാഹാളിൽ പ്രസവിക്കും. സുഖപ്രസവം."

"നിന്നെ വഷളാക്കി. അയാളുടെ വാശി." ബേബിച്ചൻ പല്ലിറുമ്മി.

"ഒന്നും നോക്കാതെ ആ കത്തനാര് പറയുന്നത് കേട്ട് ഓരോന്ന് ചെയ്തുകൂട്ടിയതിന്റെ ശിക്ഷ."

കേട്ടിരുന്നു. അഗ്നിനാവുകൾ ഉണർന്നു. എല്ലാം കത്തിച്ച് ചാമ്പലാക്കാൻ തോന്നി.

"വിവരമില്ലാതെ ഓരോന്നു പറയുന്നതാ. ഞാനത് മൈൻഡു ചെയ്യുന്നില്ല. പിന്നെന്താ?" മാലിനി ചോദിച്ചു.

"ഏയ്, ഒന്നുമില്ല." രാജീവൻ സ്വയം നിയന്ത്രിച്ചു.

"മറന്നുകള. നമുക്ക് ഓർക്കാൻ എത്ര നല്ല കാര്യങ്ങളുണ്ട്. അല്ലേ?"

മാലിനി പിൻകഴുത്തിൽ കൈയമർത്തി.

ആ കൈയിൽ രാജീവൻ മുറുകെ പിടിച്ചു. ഇവൾ അഭിനയിക്കുകയാവുമോ? മതാപിതാക്കളുടെ മുൾമുനയുള്ള വാക്കുകൾ ഒരു പോറലും ഏല്പിക്കുന്നില്ലേ? തന്നോട് പാരുഷ്യം വളരാൻ കാരണമാകുന്നില്ലേ?

താൻ എന്തു തെറ്റുചെയ്തു? ഒരു സാന്ത്വനവും പ്രതീക്ഷിച്ചില്ല. സ്നേഹപൂർണ്ണമായ സമീപനം തനിക്കെന്നും അപ്രാപ്യമായിരുന്നു. വേനലിന്റെ വഴികളിൽ നടന്നു. നീർച്ചോല പ്രത്യക്ഷപ്പെട്ടത് യാദൃച്ഛികമായാണ്. അതിൽ മനസ്സു തണുത്തു. ആ നനവ് നഷ്ടപ്പെടുത്താനും അഗ്നിവർഷിക്കാനും വെമ്പുന്നവർ ഏതോ ചരിത്രനിയോഗം നിറവേറ്റുകയാണോ?

"തനിക്ക് കുരിശുകൾ ആവശ്യമാണ്. അല്ലെങ്കിൽ സമതലങ്ങളിലൂടെ യാത്ര തുടരും. ജീവിതത്തിൽ വെല്ലുവിളികൾ വേണം. എങ്കിലേ കവിയുടെ സ്വത്വം വികസിച്ചുവരൂ–" രാമഭദ്രൻ ധൈര്യപ്പെടുത്തി.

ഉള്ളിൽ അസ്വാസ്ഥ്യത്തിന്റെ മുൾച്ചെടികൾ നട്ടുവളർത്തിയ അജ്ഞാതശക്തിക്കു നന്ദി. മുറിവുകളിൽനിന്ന് ഒഴുകിയ രക്തം സർഗ്ഗാത്മകതയുടെ പുതിയ ചിത്രങ്ങൾ വരച്ചു. അതിൽ മനുഷ്യദുഃഖങ്ങളുടെ കാളിമ കലർന്നു.

"വ്യക്തിപരമായ ദുഃഖങ്ങൾ വിധിയുടെ അനുഗ്രഹമായി സ്വീകരിക്കുക. ഏത് സൃഷ്ടിയും ദുഃഖമാണ്. അതിന്റെ പൂർണ്ണിമയിലാണ് മഹത്ത്വം കൈവരുക."

രാമഭദ്രൻ തന്റെ മനസ്സിലേക്ക് എപ്പോഴും ഉറ്റുനോക്കുന്നല്ലോ എന്ന് രാജീവൻ ഓർത്തു.

സൃഷ്ടിയുടെ വേദനകൊണ്ടു പുളയുകയയിരുന്നു മാലിനി. ഇതാ

മരണം മുന്നിൽ എന്നു കരുതുന്ന സമയം. അടുത്ത നിമിഷത്തിൽ പുനർജ്ജനി സംഭവിക്കുന്നു. സ്ത്രീ രൂപാന്തരം പ്രാപിക്കുന്നു. അമ്മയാകുന്നു. അതിന്റെ ആനന്ദം സംഭവിക്കുന്നു.

അമ്മയും കുഞ്ഞും.

പ്രപഞ്ചത്തിലെ ഏറ്റവും മനോഹരമായ ദൃശ്യം.

മാലിനിയുടെ അരികിൽ ഒരു സ്വപ്നംപോലെ അവൾ കിടന്നു. ഏതോ വനദേവതയുടെ ജന്മാന്തരമെന്നു തോന്നി. കാട്ടിലൂടെ എത്ര തവണ യാത്ര ചെയ്തിട്ടുണ്ട്. പക്ഷിയുടെ വർണ്ണത്തൂവലുകൾ പെറുക്കിയെടുത്തിട്ടുണ്ട്. അവയുടെ ഭംഗി മുഴുവൻ ഒത്തുചേർന്ന സ്വന്തം മകൾ. കുട്ടിയെ കൈയിലെടുക്കുമ്പോൾ മാലിനിയുടെ മുഖം വികസിച്ചു. എല്ലാ ക്ലേശങ്ങൾക്കും അവസാനമായി. എല്ലാ ആഹ്ലാദവും പൂർണ്ണമായി.

"മാളുവിനെപ്പോലെതന്നെ. ആ നിറവും മൂക്കും. എല്ലാ ഭംഗിയും ഒത്തുചേർന്നിട്ടുണ്ട്. ഇല്ലേ?"

മാലിനിയുടെ അമ്മ അഭിമാനത്തോടെ പറയുന്നു.

പാവം. തന്റെ അമ്മ അവകാശപ്പെടാൻ ഒന്നുമില്ലാതെ കേട്ടുനില്ക്കുന്നതു കണ്ടപ്പോൾ സഹതാപം തോന്നി.

"കണ്ണുമാത്രം വെള്ളിക്കണ്ണ്. എത്ര മഷി തേച്ചാലാ ആ വൃത്തികേടൊന്നു മാറിക്കിട്ടുക?"

മാലിനിയുടെ അമ്മയ്ക്ക് ആ ഒരു ദുഃഖം.

മാലിനി നോക്കിയപ്പോൾ രാജീവൻ നിസ്സാരമട്ടിൽ ചിരിച്ചു. അങ്ങനെ ഒരഭംഗി; തന്റെ വകയായിരിക്കട്ടെ; അത് ഒരു പാരമ്പര്യമാണ്. അച്ഛന്റെയും അച്ഛമ്മയുടെയുമൊക്കെ കണ്ണുകൾക്ക് ഈ നിറമാണ്. തനിക്കും. പാരമ്പര്യത്തിന്റെ അപൂർണ്ണത മകൾക്കും; സാരമില്ല.

"വലുതാകുമ്പോൾ ഇവൾക്കൊരു കറുത്ത കണ്ണടവച്ചു കൊടുക്കാം."

അരങ്ങൊഴിഞ്ഞപ്പോൾ രാജീവൻ മാലിനിയുടെ ചെവിയിൽ പറഞ്ഞു.

"എന്റെ നാവു ചൊറിഞ്ഞതാ. പണിപ്പെട്ട് അടക്കി."

മാലിനിയുടെ ശബ്ദത്തിൽ രോഷം നിറഞ്ഞു.

"അവർ പറഞ്ഞത് ശരിയാണ്. പക്ഷേ, നമുക്കെന്തു ചെയ്യാൻ കഴിയും? വളർന്നു കഴിയുമ്പോൾ ഇവളും എന്നെ പഴിക്കുമായിരിക്കും."

"പ്ലീസ്, ദയവായി പൊറുക്കണം, ഒന്നും ഓർത്തു വിഷമിക്കരുത്. ഇവളെ വെറുക്കരുത്." ഒരപേക്ഷപോലെ മാലിനി പറഞ്ഞു.

വെറുക്കാനോ? ഈ ജന്മത്തിൽ തനിക്ക് അതിനാവുമോ? എല്ലാം സ്വീകരിക്കുകയായിരുന്നു. എപ്പോഴും. ക്രൂരമായ പീഡനങ്ങൾപോലും. ഒരിക്കലും ഒഴിഞ്ഞു മാറിയില്ല. ഒന്നും ഉപേക്ഷിച്ചില്ല. പല നിറങ്ങൾ കൂടിച്ചേരുന്ന മഴവില്ലുപോലെ, പലതരം മരങ്ങൾ ഇടതൂർന്നു വളരുന്ന കാടുകൾപോലെ, വന്യമായ, വർണ്ണവൈചിത്ര്യമാർന്ന ജീവിതം. അതായിരുന്നല്ലോ എപ്പോഴും പ്രതീക്ഷ.

ആശുപത്രിയിൽനിന്ന് മാലിനിയെ അവളുടെ അച്ഛനും അമ്മയും ചേർന്ന് കൂട്ടിക്കൊണ്ടുപോയി. കാഴ്ചക്കാരനെപ്പോലെ നോക്കിനിന്നു. മാലിനിയുടെ അമ്മയുടെ മാറിൽ പറ്റിച്ചേർന്ന് മോൾ ഉറക്കമായിരുന്നു. അവൾ ഉണർന്നു കരയുമെന്നും ആ ശബ്ദം കേൾക്കാമെന്നും വെറുതെ മോഹിച്ചു.

കാറ്റ് വന്നു പറഞ്ഞു:

"നിന്റെ മോഹങ്ങൾ ജലബിംബങ്ങളാണ്." എങ്ങും പൊടിപടലം ഉയർന്നു. അന്തരീക്ഷത്തിൽ നിറഞ്ഞു.

വീട്ടിൽ തനിച്ചിരിക്കുമ്പോൾ ഓർത്തു. ജീവിതം വല്ലാതെ മുഷിപ്പനാകുന്നു. ഈ ഏകാന്തത താങ്ങാൻ കഴിയില്ല.

ഒരിക്കൽ ഒറ്റപ്പെട്ട ജീവിതത്തിന്റെ സ്വാതന്ത്ര്യത്തെക്കുറിച്ചാണ് ആവേശപൂർവ്വം ചിന്തിച്ചിരുന്നത്. ഇപ്പോൾ കാറ്റ് ഗതിമാറി വീശുകയാണ്. നഷ്ടബോധം ഉണർത്തുകയാണ്.

വായനയിൽ മുഴുകി. അക്ഷരങ്ങളുടെ ലോകം എന്നും ആവേശകരം. ജീവിതപരിണാമങ്ങൾക്കിടയിൽ അത് നഷ്ടമായിട്ടില്ല.

"സാറെന്താ വായിക്കുന്നത്?"

ഒരു സന്ധ്യക്ക് രാജീവനെ തേടിയെത്തിയ മാത്യുജോസഫ് തിരക്കി.

"പഴയ ഒരു പുസ്തകം. ഭാരതത്തിൽ നിലവിലിരുന്ന പുരാതനവൈദ്യസമ്പ്രദായത്തെക്കുറിച്ചു പ്രതിപാദിക്കുന്നത്." രാജീവൻ പറഞ്ഞു.

"സാറിനി ചികിത്സ തുടങ്ങുന്നോ? തല്ക്കാലം അതൊന്നു മാറ്റിവയ്ക്ക്. എനിക്ക് ചിലതു പറയാനുണ്ട്."

രാജീവൻ പുസ്തകം മടക്കി.

"സാറിവിടെ ആദ്യം അദ്ധ്യാപകനായി വന്നപ്പോൾത്തന്നെ സംഘടനാപ്രവർത്തനത്തിൽ മുൻപിൽ നിന്നതാ. അത് എല്ലാവർക്കും അറിയാം." മാത്യുജോസഫ് തുടക്കമിട്ടു.

രാജീവൻ കേട്ടിരുന്നു.

"ഏറെ പീഡനങ്ങൾ ഏല്ക്കേണ്ടിവന്നു സാറിന്. ഒറ്റയ്ക്ക് എല്ലാം സഹിച്ചു. ആ ഘട്ടത്തിൽ സംഘടനയ്ക്ക് ഒന്നും ചെയ്യാൻ കഴിഞ്ഞില്ല. ഇപ്പോൾ മാനേജ്മെന്റ് താല്പര്യമെടുത്താ സാറിനെ തിരികെ കൊണ്ടുവന്നതും പ്രൊഫസർ ആക്കിയതുമൊക്കെ. സാറിനവരോട് കടപ്പാടും കാണും."

"അതുകൊണ്ട്?" രാജീവൻ ചോദിച്ചു.

"ഒരു സർവ്വകലാശാലാനിയമം ഉണ്ടാക്കാൻ നമ്മളെത്ര കഷ്ടപ്പെട്ടുവെന്ന് സാറിനറിയാമല്ലോ. അതുവരെ തോന്നിയ മട്ടിലായിരുന്നല്ലോ ഉദ്യോഗക്കയറ്റം. എത്ര വർഷം ജോലിചെയ്താലും സ്ഥിരപ്പെടുത്തില്ല. കന്യാസ്ത്രീകളുടെ കോളേജിൽ പഠിപ്പിക്കുന്ന ചെറുപ്പക്കാരികൾക്ക് കല്യാണം കഴിച്ചാൽത്തന്നെ ജോലി പോകും. ഏതോ ചാവുദോഷം ചെയ്യുന്നതുപോലെയാ വിവാഹത്തെ കരുതീരുന്നത്."

"ആറാം പ്രമാണലംഘനം അല്ലേ?" രാജീവൻ ചിരിച്ചു.

"വിവാഹം കഴിക്കാൻ അനുവാദമില്ലെങ്കിൽ പിന്നെ പ്രസവത്തിന്റെ കാര്യം ആലോചിക്കേണ്ടതില്ലല്ലോ. ഇപ്പോഴത്തെ പ്രശ്നം വേറൊന്നാണ്. ചില കോളേജുകളിൽ അദ്ധ്യാപകർക്ക് നേരെ ചൊവ്വേ ശമ്പളം നല്കില്ല. ഒരു തുകയ്ക്ക് ഒപ്പിടണം. മാനേജർ അതിൽനിന്ന് കുറേ പിടിച്ചെടുത്ത് ബാക്കി നല്കും. ഒരു ദാനംപോലെ. ചോദിച്ചാൽ കോളേജ് നടത്തിക്കൊണ്ടുപോകുന്ന ക്ലേശങ്ങളുടെ കഥ പറയും. സ്കൂൾതലത്തിൽ ഈ അനീതിയില്ല. അതേ നീതി കോളേജ്തലത്തിലും നടപ്പാക്കണം. സർക്കാരിൽനിന്ന് നേരിട്ടു ശമ്പളം. അതംഗീകരിക്കപ്പെട്ടാലേ ഈ പ്രശ്നങ്ങൾക്കൊക്കെ ശാശ്വതപരിഹാരമാകൂ." മാത്യുജോസഫ് പറഞ്ഞുനിർത്തി.

"ന്യായമായ കാര്യം."

"സാറും ഒപ്പമുണ്ടാകുമോ?" മാത്യു ജോസഫ് ചോദിച്ചു.

"എന്താ സംശയം?"

"മാനേജ്മെന്റ് ഇഷ്ടപ്പെടില്ല."

"നമ്മുടെ മാനേജ്മെന്റിന് ഇതിലെന്തിനാ അനിഷ്ടമുണ്ടാകുന്നത്? നിർബ്ബന്ധിത സംഭാവനയോ മറ്റു പിരിവുകളോ ഒന്നും ഇവിടെ ഇല്ലല്ലോ. എനിക്കു തോന്നുന്നത് ഡയറക്ട് പേയ്മെന്റ് അവർ സ്വാഗതം ചെയ്യുമെന്നാ. അച്ചൻമാർക്കും കന്യാസ്ത്രീകൾക്കുമൊക്കെ സർക്കാർ ശമ്പളം കിട്ടില്ലേ? മാനേജ്മെന്റ് തങ്ങൾക്കിഷ്ടമുള്ളവരെ നിയമിക്കുന്നു. സർക്കാർ ശമ്പളം കൊടുക്കുന്നു. എത്ര സമത്വസുന്ദരമായ സ്ഥിതിവിശേഷം." രാജീവൻ ചിരിച്ചു.

"നമ്മൾ അടുത്ത ഞായറാഴ്ച ഒരു അഖില കേരള കൺവൻഷൻ പ്ലാൻ ചെയ്തിരിക്കുന്നു. സാറും പ്രതിനിധിയായി വരണം." മാത്യു ജോസഫ് പറഞ്ഞു.

"സാറെന്താ നേരത്തേ പറയാഞ്ഞത്?"

"ആദ്യം തോന്നി, സാറിനെ വീണ്ടും ഇതിലേക്കൊക്കൊ വലിച്ചിഴയ്ക്കേണ്ടെന്ന്. സാറിന്റെ മനോഭാവം എന്താകുമെന്നും സംശയിച്ചു. പക്ഷേ, എനിക്കു തോന്നി സംസാരിക്കണമെന്ന്."

"ഞാനൊന്നും മറന്നിട്ടില്ല സാർ. എന്നോട് നന്മ ചെയ്തവരോടൊക്കെ എനിക്കു നന്ദിയുണ്ട്. എന്റെ ദുഃഖങ്ങളിൽ നിശ്ശബ്ദമായിട്ടെങ്കിലും നിങ്ങൾ നല്കിയ സ്നേഹം ഞാൻ ഓർക്കുന്നു. എന്നെ തിരികെക്കൊണ്ടുവന്ന പ്രിൻസിപ്പാളിനോടും മാനേജ്മെന്റിനോടും അക്കാര്യത്തിൽ ഞാൻ കൃതജ്ഞനാണ്. ഞാൻ മടങ്ങിയെത്തിയിരിക്കുന്നത് അദ്ധ്യാപകനായിത്തന്നെയാണ്. അല്ലാതെ മാനേജരുടെ കൈയാളായിട്ടല്ല. എന്റെ സ്വാതന്ത്ര്യം ഞാൻ ആർക്കും പണയപ്പെടുത്തിയിട്ടില്ല സാർ. എനിക്കിഷ്ടമുള്ളത് പ്രവർത്തിക്കാനുള്ള അവകാശം. അത് ഞാൻ അടിയറവയ്ക്കില്ല."

ആ സ്വരം ശാന്തമായിരുന്നു; ദൃഢവും.

മാത്യുജോസഫ് രാജീവന്റെ കരം ഗ്രഹിച്ചു.

"സാർ തെറ്റിദ്ധരിക്കരുത്. കൺവൻഷനിൽ പങ്കെടുക്കാൻ എനിക്ക് വ്യക്തിപരമായ ഒരു അസൗകര്യമുണ്ട്. എന്റെ ഭാര്യയെയും കുട്ടിയെയും വിളിച്ചുകൊണ്ടുവരാൻ നിശ്ചയിച്ച ദിവസമാണത്. ഇനി ഓരോരോ പരിപാടികൾ തുടർന്നു വരുമല്ലോ. അപ്പോൾ പറയണം."

"ശരി സാർ. അതുമതി."

മാത്യുജോസഫ് യാത്ര പറഞ്ഞുപോയി. രാജീവൻ ഓർത്തു. എല്ലാവരും പുറമെ നിന്ന് നോക്കുന്നവർ. ഒറ്റനോട്ടത്തിൽ കാണുന്നതുകൊണ്ടു തൃപ്തിപ്പെടുന്നു. സ്വന്തമായ വിലയിരുത്തൽ നടത്തുന്നു. ഇവയൊന്നും യാഥാർത്ഥ്യത്തിന് നിരക്കുന്നത് ആവണമെന്നില്ല. സ്വന്തം മനോഭാവപ്രകാശനം മാത്രം.

ഈ നിരർത്ഥകതയ്ക്കിടയിൽ ഒറ്റപ്പെട്ടു നില്ക്കുകതന്നെവേണമെന്ന് രാജീവൻ തീർച്ചപ്പെടുത്തി. സമതലങ്ങളിലൂടെ സുഖയാത്ര തന്റെ വിധിയല്ല. വെല്ലുവിളികൾ നേരിടുന്നതിലാണ് ജീവിതത്തിന്റെ അർത്ഥവും വ്യാപ്തിയും.

മാലിനിയെ കൂട്ടിക്കൊണ്ടുപോരാൻ എത്തുമ്പോൾ സംഘർഷത്തിന്റെ നിമിഷങ്ങൾ പ്രതീക്ഷിച്ചു. ഭാഗ്യത്തിന് എല്ലാം സാധാരണ മട്ടിലായിരുന്നു. അച്ഛനും അമ്മയും ഏറെ മുഖം തന്നില്ല. മനുവും മനീഷയും സന്തോഷത്തിന്റെ നിമിഷങ്ങൾ പങ്കുവച്ചു. മനീഷയുടെ തോളിൽനിന്നും ഏറ്റുവാങ്ങുമ്പോൾ മോൾ കരഞ്ഞു. എത്ര ശ്രമിച്ചിട്ടും കരച്ചിൽ നിലച്ചില്ല.

"മോൾക്കും ഞാൻ അപരിചിതനായി." രാജീവൻ പറഞ്ഞു.

"എത്രനാൾ കൂടിയാ കാണുന്നത്? എനിക്കുമുണ്ട് പരിചയക്കുറവ്." മാലിനി.

'നീ തടിച്ചിരിക്കുന്നു."

"കുറേ നാൾ പട്ടിണി കിടക്കണം. എങ്കിലേ പൂർവ്വസ്ഥിതി പ്രാപിക്കൂ."

"പിന്നെ മറ്റുള്ളവരുടെ കുറ്റപ്പെടുത്തൽ. ഞാൻ ഭാര്യേ നോക്കുന്നില്ല. മോളെത്ര ക്ഷീണിച്ചുപോയി. അത്തരം പരിഭവങ്ങൾ, പരാതികൾ."

"നമ്മുടെ കൊച്ചുലോകത്തിലേക്ക് മറ്റുള്ളവർ എന്തിനെത്തിനോക്കുന്നു?"

"നമ്മെ നന്നാക്കാൻ. സാമൂഹ്യശാസ്ത്രം പഠിപ്പിക്കാൻ. ട്രാഫിക് നിയമങ്ങൾ പരിശീലിപ്പിക്കാൻ. നിനക്കതറിയില്ലേ?"

മാലിനി ചിരിച്ചു.

"ഒട്ടും വഴങ്ങാത്ത മനുഷ്യൻ."

"നിനക്കും അങ്ങനെ തോന്നുന്നോ?" രാജീവൻ ചോദിച്ചു.

"പിന്നല്ലാതെ. ശുണ്ഠിക്കാരൻ. മുൻകോപി. എന്നാലും എനിക്കിഷ്ടമാണ്." മാലിനി പറഞ്ഞു.

മതി, അത്രയും മതി, സ്നേഹത്തിന്റെ ഒരു തേൻതുള്ളി. എല്ലാ കയ്പും അതിൽ അലിഞ്ഞ് ഇല്ലാതെയാകും. നാവിൻതുമ്പിൽ മധുരം കിനിയും.

മോൾ കരച്ചിൽ നിർത്തിയിരിക്കുന്നു. മേഘങ്ങൾ അകന്നു മാറുന്ന ആകാശത്തിന്റെ പുഞ്ചിരിപോലെ മുഖം പ്രസന്നമായി. കണ്ണു തുറന്ന് ചുറ്റും നോക്കി. രാജീവൻ മനസ്സിലാക്കി:

ആ പൂച്ചക്കണ്ണുകൾ കറുത്തിട്ടില്ല.

രണ്ട്

ഉല്പത്തികാലംതൊട്ട് അടഞ്ഞുകിടന്ന മനസ്സിന്റെ ജാലകം തുറക്കപ്പെടുകയാണെന്ന് രാജീവന് തോന്നി. നക്ഷത്രങ്ങളുടെ പ്രകാശം കടന്നുവരുന്നു. അതിന്റെ സ്പർശത്തിൽ അവ്യക്തമായ ഗാനത്തിന്റെ താളംപോലെ ഒരു തലോടൽ ഉണ്ട്.

"ഇതെന്താ എപ്പോഴും ഇങ്ങനെ കുത്തിയിരിക്കുന്നത്? മോൾക്ക് കാവലിരിക്കുകയാണോ?" രാമഭദ്രൻ ചോദിച്ചു.

"ഏയ്–" രാജീവൻ ഒഴിഞ്ഞുമാറി.

"കുട്ടികളെ കൂടുതൽ സ്നേഹിക്കരുത്. അവർ നമ്മുടേതല്ലെന്ന് മനസ്സിൽ ഉറപ്പിക്കണം. ഏതോ അജ്ഞാതതീരത്തുനിന്നു വരുന്നു. നമ്മോടൊപ്പം കുറച്ചുനാൾ കഴിയുന്നു. സ്നേഹം പങ്കുവയ്ക്കുന്നു. അതു കഴിയുമ്പോൾ അവർക്കിഷ്ടമുള്ളിടത്തേക്ക് യാത്രയാകുന്നു. അങ്ങനെവേണം ചിന്തിക്കാൻ എന്ന് ആരോ പറഞ്ഞിട്ടുണ്ട്." രാമഭദ്രൻ പറഞ്ഞു.

"ഏത് തത്ത്വചിന്തകനാണ്?"

"ഓർമ്മയില്ല."

"എന്നാൽ ഞാനൊന്നു പറയാം. അയാൾ ഒരിക്കലും അച്ഛനായിട്ടുണ്ടാവില്ല, തീർച്ച."

നിർവൃതിയുടെ നാളുകൾ കുഞ്ഞിന്റെ ചിരിയിൽ പ്രകൃതിയുടെ സൗന്ദര്യം കണ്ട് അതിന്റെ കരച്ചിലിൽ മനുഷ്യന്റെ നിലവിളി കേട്ട്, ജീവിതം അർത്ഥപൂർണ്ണമാകുന്നു; തത്ത്വം തിരിച്ചറിയുന്നു.

കോളജിനോടു ചേർന്നുള്ള സ്കൂളിൽ മാലിനിക്ക് നിയമനം കിട്ടി. സ്ഥിരലാവണം.

"മോളെ ആരു നോക്കും?" രാജീവൻ സംശയിച്ചു.

"ഉച്ചയ്ക്ക് വരാമല്ലോ." മാലിനി.

"ഞാൻ കുറച്ചു നാൾ അവധിയെടുക്കാം."

"അതിൽഭേദം ഞാൻ ജോലിക്കു പോകാതിരിക്കുന്നതാ."

രാജീവൻ ആലോചിച്ചു താല്കാലിക പ്രയാസങ്ങളിൽ തട്ടിക്കളയാവുന്നതല്ല ഒരു ജീവിതമാർഗ്ഗം. സ്വന്തം കാലുകൾ ബലപ്പെടുത്തുന്നതാണ് അത്. ആരുടെ മുന്നിലും മുട്ടുമടക്കാതെ ആഹാരത്തിനു വഴിതേടുക. സ്നേഹവും സഹകരണവുമുണ്ടെങ്കിൽ ക്ലേശങ്ങൾ അനായാസേന തരണം ചെയ്യാവുന്നതേയുള്ളു.

രാജീവൻ പറഞ്ഞു:

"കിട്ടിയ ജോലി വേണ്ടെന്നു വയ്ക്കണ്ട. മനുഷ്യന്റെ സ്ഥിതി നാളെ എനിക്കെന്തെങ്കിലും സംഭവിച്ചാൽ നീയും മോളും അനാഥരാകരുത്."

"നിങ്ങളുടെ നാവിൽ നല്ലതു വരില്ല." മാലിനി പരിഭവിച്ചു.

അനുഭവങ്ങൾ ആത്മാവിലേറ്റ പീഡനങ്ങൾ. അതാവാം അശുഭചിന്തകളിൽ തന്നെ നഷ്ടപ്പെടുത്തുന്നത്. ഒരിക്കലും മാലിനിയോട് അവയൊന്നും പങ്കുവച്ചിട്ടില്ല. ഇടയ്ക്ക് താൻ കടന്നുവന്ന വഴികളെക്കുറിച്ചും നേരിട്ട വീഴ്ചകളെക്കുറിച്ചും പറയാൻ ശ്രമിച്ചതാണ്. മാലിനി ഒഴിഞ്ഞു മാറുകയായിരുന്നു. ബോധപൂർവ്വമാകാം. പഴംപുരാണം വിവരിക്കാൻ തുടങ്ങുന്നുവെന്നു കരുതിക്കാണും. അല്ലെങ്കിൽ ശ്മശാനത്തിന്റെ നെടുവീർപ്പുകൾക്ക് എന്തിനു കാതോർക്കുന്നു എന്ന് ആലോചിച്ചിട്ടുണ്ടാവും.

മാലിനി അദ്ധ്യാപികയുടെ വേഷമണിഞ്ഞു. മോളെ നോക്കാൻ വറീതുചേട്ടൻ ജോലിക്കാരിയെ ഏർപ്പാടാക്കി. എന്നിട്ടും ക്ലാസൊഴിയുന്ന സമയം നോക്കി രാജീവൻ വീട്ടിൽ എത്തി. കുട്ടി ആ സാന്നിദ്ധ്യം തിരിച്ചറിഞ്ഞു. അടുത്തു വരുമ്പോൾ തലതിരിച്ചു ശ്രദ്ധിച്ചു. പിന്നെപ്പിന്നെ പുഞ്ചിരിതൂകാനും തുടങ്ങി.

നെഞ്ചിൽ കൊണ്ട മുള്ളുകൾ ഒന്നൊന്നായി രാജീവൻ പറിച്ചുകളഞ്ഞു. അവിടെ മരുന്നു പുരട്ടി മുറിവുണങ്ങി. അതിന്റെ വടുക്കൾപോലും അപ്രത്യക്ഷമായി. പ്രശാന്തിയുടെ പ്രഭാതങ്ങളിൽ പക്ഷികൾ പാടുന്നതുകേട്ട് ഉണർന്നു. ജീവിതം ആഹ്ലാദിപ്പിക്കുന്ന അനുഭവമായി.

മാലിനിയും ഉത്സാഹം പങ്കിട്ടു. കുട്ടികളുടെ ലോകത്തിൽ അവൾ പ്രിയപ്പെട്ടവളായി. നിഷ്കളങ്കമനസ്സുകളിൽ സ്നേഹം നിറഞ്ഞൊഴുകി. ചിലപ്പോഴൊക്കെ അവളുടെ ശിഷ്യകൾ വീട്ടിൽ വന്നു. മോൾക്ക് പേരിട്ടത് അവരാണ് – പ്രിയ.

പ്രിയമോൾ മുട്ടിൽ ഇഴയാൻ തുടങ്ങി. എപ്പോഴും ഒരാൾ പിന്നാലെ ഉണ്ടാവണം. കണ്ണിൽകാണുന്നതൊക്കെ അവൾ വലിച്ചു താഴെയിടും. കളിപ്പാട്ടങ്ങൾ ഭിത്തിയിൽ എറിഞ്ഞുടയ്ക്കാൻ പ്രത്യേകിച്ചൊരു മിടുക്ക്.

ജീവിതത്തിൽ ശാന്തിയുടെ സ്വച്ഛത പരക്കുമ്പോൾ രാജീവൻ ഓർത്തു; ഇതിന്റെ അടിയിൽ എവിടെയോ ഒരു ചുഴലിക്കാറ്റ് രൂപംകൊള്ളുന്നില്ലേ? അത് എപ്പോഴാകും വന്യമായ കരുത്തോടെ ആഞ്ഞടിക്കുക?

അധികം കാത്തിരിക്കേണ്ടി വന്നില്ല. കോളജിലെ അന്തരീക്ഷത്തിൽ കരിമേഘങ്ങൾ നിറയാൻ തുടങ്ങി. നേരിട്ടുള്ള ശമ്പളത്തിനുവേണ്ടി അദ്ധ്യാപകസംഘടന സർക്കാരിനെതിരെ സമരപ്രഖ്യാപനം നടത്തി. പ്രൈവറ്റ് കോളജിലെ അമിതമായ ഫീസ് കുറച്ച് സർക്കാർ കോളേജിലേതിന് തുല്യമാക്കണമെന്ന് വിദ്യാർത്ഥിസംഘടനയും ആവശ്യമുന്നയിച്ചു. സമരത്തിന്റെ പുതിയ മുഖങ്ങൾ പ്രത്യക്ഷമായി.

അദ്ധ്യാപകരുടെ അടിസ്ഥാനാവശ്യങ്ങളോട് അനുകൂലഭാവം പുലർത്താൻ ആദ്യം സർക്കാർ മടിച്ചു. പ്രൈവറ്റ് സ്കൂൾ അദ്ധ്യാപകർക്ക് നേരിട്ടു ശമ്പളം നല്കാൻ തീരുമാനിച്ചതുതന്നെ തെറ്റായിപ്പോയി എന്ന് അധികാരത്തിന്റെ ഉന്നതങ്ങളിൽനിന്നു പ്രതികരണമുണ്ടായി. മാനേജർ

നിയമിക്കുക. സർക്കാർ ശമ്പളം കൊടുക്കുക. ഈ വൈരുദ്ധ്യം ആവർത്തിക്കപ്പെടുകയില്ലെന്ന് സാമ്പത്തികവിദഗ്ദ്ധനായ മുഖ്യമന്ത്രി ആണയിട്ടു പറഞ്ഞു.

ഭരണത്തിൽ പങ്കാളിത്തമുള്ള ദേശീയകക്ഷിയുടെ നേതാവ്, യുവാവ്; പുരോഗമനവാദി. മാറ്റങ്ങൾക്ക് അനുകൂലമായ മനസ്സ് സൂക്ഷിക്കുന്ന ആദർശശാലി. അദ്ദേഹം അദ്ധ്യാപകരുടെ ആവശ്യങ്ങൾക്ക് അനുകൂലമായ നിലപാടെടുത്തു. അതോടെ ആവേശം വളർന്നു. പ്രത്യേക സമരപരിപാടികൾക്കു തുടക്കമായി.

സമരത്തിന്റെ ചുഴലിക്കാറ്റ് ശക്തിപ്പെട്ടു. അദ്ധ്യാപകർ ക്ലാസുകൾ ബഹിഷ്കരിച്ചു. തെരുവിൽ പ്രകടനം നടത്തി. സെക്രട്ടേറിയറ്റ് പിക്കറ്റ് ചെയ്ത കൂട്ടത്തിൽ രാജീവനുമുണ്ടായിരുന്നു.

കോളേജിന്റെ മാനേജരായ ബിഷപ്പ് അദ്ദേഹത്തിന്റെ അരമനയിലേക്ക് രാജീവനെ വിളിപ്പിച്ചു.:

"നമ്മുടെ കോളേജിലെ അദ്ധ്യാപകർക്ക് സർക്കാർ നിശ്ചയിച്ച ശമ്പളം കിട്ടുന്നില്ലേ?" ബിഷപ്പ് ചോദിച്ചു.

"ഉവ്വ്." രാജീവൻ സമ്മതിച്ചു.

"പിന്നെന്തിന് നേരിട്ടു ശമ്പളം കിട്ടാൻ സമരം ചെയ്യുന്നു."

ലളിതമായ ചോദ്യം. പക്ഷേ പ്രശ്നത്തിൽ സങ്കീർണ്ണതയുണ്ട്. രാജീവൻ അതു വിശദീകരിക്കാൻ തുടങ്ങി.

"കേരളത്തിലെ മറ്റു സ്വകാര്യകോളേജുകളിൽ സ്ഥിതി ഭിന്നമാണ്. കൃത്യമായ ശമ്പളം കൊടുക്കാത്ത സ്ഥാപനങ്ങൾ ഏറെ. സർക്കാർ കോളേജുകളിലെ ശമ്പളത്തിന് തുല്യതവരുമ്പോൾ അതു സുഗമമായി ക്കൊടുക്കാൻ പലർക്കും കഴിയില്ല. പോരെങ്കിൽ ഫീസ് ഏകീകരണത്തിനുള്ള കുട്ടികളുടെ സമരം. അത് വിജയിച്ചാൽ മാനേജമെന്റിന്റെ നില കൂടുതൽ വിഷമത്തിലാകും. ഈ കുരുക്കുകളിൽനിന്ന് അദ്ധ്യാപകർക്കും കോളേജധികാരികൾക്കും രക്ഷപ്പെടാൻ ഒരേയൊരു വഴി, അദ്ധ്യാപകർക്ക് സർക്കാർ നേരിട്ടു ശമ്പളം നല്കുക."

വിനയാന്വിതനായി രാജീവൻ വിവരിക്കുമ്പോൾ ബിഷപ്പിന്റെ മുഖം വിവർണ്ണമാകുന്നതു ശ്രദ്ധിച്ചു. പറഞ്ഞുനിർത്തിയപ്പോൾ അഗ്നിനദി ഒഴുകി വരികയാണെന്നു തോന്നി. അതിന്റെ ചൂട് മുഖത്തടിച്ചു.

"രാജീവൻ പറയുന്നതിൽ കാര്യമുണ്ട്. പക്ഷേ, മാനേജ്മെന്റിന് അത് അംഗീകരിക്കാൻ കഴിയില്ല. സർക്കാർ അദ്ധ്യാപകർക്ക് നേരിട്ടു ശമ്പളം കൊടുക്കാൻ ഇടയായാലത്തെ സ്ഥിതി എന്താകുമെന്ന് രാജീവനറിയുമോ? ഇത് സ്കൂളിലെപ്പോലെ അല്ല. ഒന്നിലധികം സ്കൂളുകൾ കാണും. ഇടംതിരിഞ്ഞു നില്ക്കുന്നവരെ സ്ഥലംമാറ്റാം. പക്ഷേ, കോളേജദ്ധ്യാപകരുടെ സ്ഥിതി അതാകുമോ? ഒരൊറ്റയാൾ മാനേജ്മെന്റിനെ വകവയ്ക്കില്ല. പെണ്ണുങ്ങൾപോലും. പിന്നെന്തിനാ ഞങ്ങൾ ഇങ്ങനെ സ്ഥാപനം നടത്തുന്നത്?" ബിഷപ്പ് ചോദിച്ചു.

"ക്ഷമിക്കണം. അതൊരാശങ്കയാണ്. തങ്ങൾ പ്രവർത്തിക്കുന്ന

സ്ഥാപനത്തിന്റെ പുരോഗതി കാംക്ഷിക്കാത്തവർ ഉണ്ടാകുമോ? അസംതൃപ്തരായ അദ്ധ്യാപകരാണ് അപകടകാരികൾ. അതു പരിഹരിക്കാനുള്ള മാർഗ്ഗം തെളിക്കാനാണ് ശ്രമം. മാനേജ്മെന്റുകൂടി സഹകരിച്ചാൽ എളുപ്പമായി."

"എന്നാൽ സർക്കാർ ഒന്നു ചെയ്യട്ടെ. അദ്ധ്യാപകശമ്പളം ഗ്രാന്റായി മാനേജ്മെന്റിന് നല്കട്ടെ. ഞങ്ങൾ അതു വിതരണം ചെയ്യാം; അതാണ് ശരിയായ ഡയറക്ട് പേയ്മെന്റ്." ബിഷപ്പ് ഒരു വഴി നിർദ്ദേശിച്ചു.

"ഇപ്പോൾത്തന്നെ പല മാനേജ്മെന്റും അദ്ധ്യാപകരുടെ ശമ്പളത്തിൽ തന്നിഷ്ടമായി ഓരോ തുക വെട്ടിക്കുറയ്ക്കുന്നുവെന്നു പരാതിയുണ്ട്."

"നമ്മുടെ മാനേജ്മെന്റിൽനിന്ന് അങ്ങനെ എന്തെങ്കിലും ഉണ്ടാകുമോ?"

"ഇതുവരെയില്ല."

"അതിൽ ഒരു ദുഃസൂചനയുണ്ടല്ലോ."

"അങ്ങു ചോദിച്ചതുകൊണ്ടു പറയാം. മാനേജ്മെന്റ് ഒരു സിസ്റ്റമാണ്, വ്യക്തിയല്ല. വ്യക്തിയുടെ നന്മകൾ അതിൽ പ്രതിഫലിച്ചില്ലെന്നു വരാം."

"അച്ചടക്കവും അനുസരണയുമില്ലാത്ത ഒരുകൂട്ടം അദ്ധ്യാപകരെ വച്ചുകൊണ്ട് സ്ഥാപനം നടത്തുക സാദ്ധ്യമല്ല. അവരുടെമേൽ മാനേജ്മെന്റിന് നിയന്ത്രണം വേണം. നേരിട്ടു ശമ്പളം വാങ്ങാൻ തുടങ്ങിയാൽ അദ്ധ്യാപകർ സ്വതന്ത്രരാകും. മാനേജ്മെന്റിന് അനുസരിക്കാതെയാകും. അത് ആത്മഹത്യാപരമാണ്. മാതൃഹത്യാപരമാണ്."

"അത് അങ്ങയുടെ കാഴ്ചപ്പാട്."

"രാജീവന്റെ നിലപാട് അതിനു വിരുദ്ധമാകരുത്. മാനേജ്മെന്റ് വലിയ സൗജന്യമാണ് രാജീവനോട് കാണിച്ചിരിക്കുന്നത്. അറിയാമല്ലോ.'

"ഞാനത് അർഹിക്കുന്നില്ലെന്നു തോന്നുന്നുണ്ടെങ്കിൽ എനിക്ക് ദുഃഖമുണ്ട്."

"ഇത്ര ചെറുപ്പത്തിലേ പ്രൊഫസറാക്കി, മിസിസിന് വിളിപ്പാടകലെ ജോലി. ഇനി ഞങ്ങൾ എന്താ കൂടുതൽ ചെയ്യേണ്ടത്?"

"എന്നിൽനിന്ന് എന്താണങ്ങ് ആവശ്യപ്പെടുന്നത്?"

"അദ്ധ്യാപകരുടെ ആവശ്യങ്ങൾക്കു വിരുദ്ധമായ നിലപാടെടുക്കാൻ മാനേജ്മെന്റ്സ് അസോസിയേഷൻ തീരുമാനിച്ചിരിക്കുന്നു. രാജീവനെപ്പോലുള്ളവർ ഞങ്ങളോടൊപ്പം നില്ക്കണം."

രാജീവന്റെ ഉള്ളിൽ കറുത്ത ചിരി മുഴങ്ങി. കരിങ്കാലിപ്പണിക്ക് ആളെ കൂട്ടുകയാണ്. സത്യത്തിനും നീതിക്കും അർപ്പിതമായ മഹാപുരോഹിതൻ.

"രാജീവൻ മറ്റുള്ളവരെ കാര്യങ്ങൾ പറഞ്ഞു ബോദ്ധ്യപ്പെടുത്തണം."

"അങ്ങയുടെ ചിന്താഗതിയോട് യോജിക്കാൻ കഴിയുന്നില്ലല്ലോ എന്നാണ് എന്റെ ദുഃഖം. എന്റെ ഉത്തമബോദ്ധ്യത്തിനു വിരുദ്ധമാണ്

അങ്ങയുടെ നിലപാട്. തത്ത്വങ്ങളുടെ വഴിയിൽനിന്ന് ജീവിതത്തിൽ ഒരിക്കലും ഞാൻ വ്യതിചലിച്ചിട്ടില്ല. ഇവിടെയും എനിക്കതേ കഴിയൂ. അങ്ങ് എന്റെ നിലപാട് മനസ്സിലാക്കണം. ദയവായി കുറ്റപ്പെടുത്തരുത്."

ബിഷപ്പ് എഴുന്നേറ്റു. കണ്ണുകളിൽ ക്രോധം ജ്വലിച്ചു. താടിരോമങ്ങൾ എഴുന്നു. ആക്രമണോത്സുകമായ മാർജ്ജാരമുഖം.

"രാജീവൻ എന്താ വിചാരിച്ചത്? ഭരണഘടന ഞങ്ങൾക്കു നല്കിയ അവകാശമാ വിദ്യാഭ്യാസസ്ഥാപനങ്ങൾ തുടങ്ങാനും ഇഷ്ടംപോലെ നടത്താനുമുള്ള അധികാരം. അതിൽ തൊട്ടുകളിക്കാമെന്നോ? ഞങ്ങളുടെ ആവനാഴിയിലെ അവസാനത്തെ അമ്പും അതിനെതിരായി ഉപയോഗിക്കും."

രാജീവൻ ഒന്നും പറഞ്ഞില്ല. അദ്ദേഹത്തെ വന്ദിച്ച് സാവധാനം പുറത്തിറങ്ങി. സ്നേഹത്തിന്റെ സ്വരം നിലച്ചിരിക്കുന്നു. ഇനി പ്രതികാരത്തിന്റെ തീക്കനൽ എരിയാൻ തുടങ്ങും. ദൈവത്തിന്റെമേൽ പിശാചിന്റെ ആധിപത്യം. അതിന്റെ വൈകൃതത്തിനു സാക്ഷിയാകാൻ വയ്യ.

സമരം രൂക്ഷമായി. വിദ്യാർത്ഥികൾ ഫീസ് ഏകീകരിക്കണമെന്നാവശ്യപ്പെട്ടു പഠിപ്പുമുടക്കി. സർക്കാരിൽനിന്നു നേരിട്ടുള്ള ശമ്പളം ആയിരുന്നു അദ്ധ്യാപകർക്കു വേണ്ടത്. ഈ വേലിയേറ്റങ്ങൾക്കിടയിൽ രാജീവൻ ഒഴിഞ്ഞുനിന്നില്ല. സമരപ്രചാരണത്തിന്റെ ചുക്കാൻ പലപ്പോഴും കൈകളിൽ വന്നുചേർന്നു.

"നിങ്ങൾ സമരപ്പനി പിടിച്ചു നടന്നാലോ? പ്രിയമോളെ ഒന്നു നോക്കാൻകൂടി നേരമില്ല."

മാലിനി അത്രയേ പറഞ്ഞുള്ളൂ.

"നിനക്കറിയില്ലേ? ഈ പോരാട്ടത്തിനിടയിൽ എനിക്ക് പിന്തിരിയാനാകുമോ?"

"എന്നാരു പറഞ്ഞു? നിങ്ങൾക്ക് ശരിയെന്നു തോന്നുന്നത് ചെയ്യ്. ഞാനതിന് തടസ്സം നിന്നിട്ടുണ്ടോ എന്നെങ്കിലും?" മാലിനി ചോദിച്ചു.

"ഈ ആഭ്യന്തരസമാധാനമാണ് എന്റെ ശക്തി."

"വെറുതെ കിളത്തണ്ട. സത്യത്തിൽ ഞാനിതൊന്നും സമ്മതിക്കരുതാത്തതാ. പിന്നെ പാവം ഭർത്താവല്ലേ എന്നു കരുതി ക്ഷമിക്കുന്നു. കന്യാസ്ത്രീ പറഞ്ഞതു കേൾക്കണോ? ആണുങ്ങൾ വഴിതെറ്റി പോകുമ്പോൾ തടുക്കേണ്ടത് ഭാര്യമാരുടെ ധർമ്മമാണെന്ന്. അവർക്ക് നല്ല നിശ്ചയമുള്ള കാര്യമാണല്ലോ പറയുന്നതെന്നോർത്ത് ഞാൻ തലയറഞ്ഞ് ചിരിച്ചു."

"അവർ അവരുടെ ഭാഗം പറയുന്നു. സത്യം തിരിച്ചറിയാനുള്ള മനസ്സ് ഇവർക്കൊക്കെ നഷ്ടപ്പെടുന്നല്ലോ എന്നാണ് എന്റെ ദുഃഖം."

"ഈ സ്ഥാപനങ്ങളൊക്കെ വളർത്തിക്കൊണ്ടുവന്നതിൽ അവരുടെ കഷ്ടപ്പാടുമുണ്ട് കേട്ടോ. അതൊക്കെ ആരോ തങ്ങളിൽനിന്നു തട്ടിയെടുക്കുമെന്ന ഭയമാണുള്ളിൽ."

"അവർ മുഖംമൂടി മാത്രമാണു കാണുന്നത്. സത്യം തിരിച്ചറിയുന്നില്ല."

രാജീവൻ ഓർത്തു.

അജ്ഞതയേക്കാൾ അല്പജ്ഞാനം അപകടകരമാണ്. ആ അറിവ് വച്ചുകൊണ്ട് അവർ തീരുമാനങ്ങളെടുക്കും. പുരോഗതിക്കു പ്രതിബന്ധമുണ്ടാക്കും.

യഥാർത്ഥത്തിൽ സർക്കാരിനെക്കൊണ്ടു തീരുമാനമെടുപ്പിക്കാൻ തുടക്കമിട്ട സമരത്തിൽ അദ്ധ്യാപകർക്കെതിരെ നിലകൊണ്ടത് മാനേജ്മെന്റുകൾ. അതിനും മുന്നിൽ സ്വന്തം കലാലയത്തിന്റെ പ്രായേണ നിരുപദ്രവകാരിയായ അധികാരി. സൽബുദ്ധി നഷ്ടപ്പെടുന്നല്ലോ എന്നോർത്ത് രാജീവൻ വ്യാകുലചിത്തനായി. വ്യക്തിപരമായ വിശദീകരണങ്ങൾക്കൊന്നും മിനക്കെട്ടില്ല. അതു ഗുണം ചെയ്യില്ലെന്നു തീർച്ചയായി.

"സാറിനോടാണ് ഏറ്റവും വിരോധം. തിരിച്ചുകൊണ്ടുവന്ന് പ്രൊഫസറാക്കിയിട്ടും സാർ അവർക്കെതിരെ തിരിഞ്ഞതാണ് കൊടിയ അപരാധം." മാത്യുജോസഫ് പറഞ്ഞു.

"എന്റെ നിലപാട് അവരെന്താ മനസ്സിലാക്കാത്തത്?"

"അവർ പറയുന്നത് നമ്മൾ അനുസരിച്ചുകൊള്ളണം. അല്ലെങ്കിൽ ധിക്കാരിയായി, ശത്രുവായി. ദൈവശത്രുക്കളെ വകവരുത്താൻ സഭാനിയമങ്ങൾ ഉണ്ട്. എന്തായാലും സാർ സൂക്ഷിക്കണം. എന്തുചെയ്യാനും മടിക്കില്ല." രാമഭദ്രനും ഓർമ്മിപ്പിച്ചു.

ആ മുന്നറിയിപ്പുകൾ രാജീവൻ ചിരിച്ചുതള്ളി. നിസ്സാരനായ തനിക്കെതിരെ കുരിശുയുദ്ധമോ? ഈ അല്പപ്രാണിക്കെതിരെ എന്തിനു പടയൊരുക്കം?

വറീതുചേട്ടൻ രാജീവനെ നിഴൽപോലെ പിന്തുടർന്നു.

"എന്താ ഇത്? ഞാനൊരു ഭീരുവല്ല."

"കൊച്ചുസാറിന് അറിയാഞ്ഞിട്ടാ. അച്ചന്മാരും കന്യാസ്ത്രീകളും മെഴുകുതിരീം കത്തിച്ച് ജാഥ നടത്തണതു കണ്ടില്യോ. രണ്ടാം വിമോചനസമരമാന്നാ പറേണത്. സൂക്ഷിക്കണം. ഒറ്റയ്ക്ക് നടക്കരുത്. രാത്രീല് പ്രത്യേകിച്ചും. അവർക്ക് മദമിളകീരിക്കുകയാ."

രാജീവൻ ചിരിക്കാൻ ശ്രമിച്ചു.

"ഞാനും കുറേ ഗുണ്ടകളെ ചെലവുകൊടുത്ത് കൂടെ നിർത്തണോ?"

"അതിന് ഞങ്ങളൊണ്ട്. കൊച്ചുസാറിനെ ഒറ്റയ്ക്ക് വിടരുതെന്നാ എല്ലാവരുംകൂടി തീരുമാനിച്ചിരിക്കുന്നത്."

സമതലങ്ങൾ നഷ്ടമാകുന്നത് രാജീവൻ അറിഞ്ഞു. കടൽത്തിരകളിലേക്കു വലിച്ചെറിയപ്പെടുന്നു. തിരകളിൽ ഉലയാനും അനന്തതയിൽ അഭയമില്ലാതെ സ്വയം നഷ്ടപ്പെടാനും വിധി. അതിൽനിന്ന് ഓടിയൊളിക്കുക അസാദ്ധ്യം.

"ഈ പരീക്ഷണത്തെ നേരിടുക. ഇത് നിന്നെ രൂപാന്തരപ്പെടുത്തും. നഷ്ടങ്ങൾ ഉണ്ടാകും ജീവിതത്തിൽ. ചിലതു നഷ്ടപ്പെടാതെ ലക്ഷ്യത്തിലെത്തുക സാദ്ധ്യമല്ല."

ആരാണതു പറഞ്ഞത് മനസ്സുണർന്നു. അജ്ഞാതമായ സ്വരത്തിൽ സ്നേഹത്തിന്റെ നിറവ്. ഒരിക്കൽ വലിയ ലഗേജും ചുമന്ന് ബദരീനാഥത്തിലേക്ക് മലകയറുമ്പോൾ ഒപ്പം നടന്ന ബ്രഹ്മചാരി പറഞ്ഞു:

"കെട്ടുകൾ വഴിയിൽ ഉപേക്ഷിക്കുക. ചുമടുമായി ലക്ഷ്യത്തിലെത്തുക പ്രയാസം."

ആ ഉപദേശം സാർത്ഥകമെന്ന് എളുപ്പത്തിൽ മനസ്സിലായി. യാത്രയ്ക്കിടയിലെ സത്രത്തിൽ അതു സൂക്ഷിക്കാൻ ഏല്പിച്ചു.

ബ്രഹ്മചാരി പറഞ്ഞു:

"യാത്രയുടെ ആരംഭത്തിൽ നമ്മുടെ ശരീരത്തിനുതന്നെ വലിയ ഭാരം കാണും. മുകളിലേക്കു കയറുംതോറും ആ ഭാരവും നാം ഉപേക്ഷിക്കണം. ശരീരത്തിന്റെ ഭാരം മനസ്സാണ്. മനസ്സിന്റെ ഭാരം ശരീരവും. ശരീരത്തിന്റെ ഭാരത്തിൽനിന്ന് മനസ്സിനെ സ്വതന്ത്രമാക്കണം. മനസ്സിന്റെ ഭാരമൊഴിച്ചു ശരീരത്തെയും. പിന്നെ യാത്ര സുഖകരമാകും. ലക്ഷ്യപ്രാപ്തി ആയാസരഹിതവും."

ശരീരം അവഗണിച്ചു. മനസ്സിൽനിന്ന് ഭാരപ്പെടുത്തുന്ന ഓർമ്മകൾ ഒഴിഞ്ഞു. ഒരു തത്ത്വത്തിനുവേണ്ടി നിലകൊള്ളുകയാണ്. അതിൽ ശരീരവും മനസ്സും അപ്രധാനമാണ്. ആത്മാവിന്റെ ചൈതന്യം കാത്തുസൂക്ഷിച്ചാൽ മതി.

രാത്രിയുടെ അന്തിമയാമത്തിൽ പ്രിയമോളുടെ ഇരുവശങ്ങളിലുമായി മയങ്ങുമ്പോൾ ഏതോ ശബ്ദം കേട്ട് മാലിനി ഉണർന്നു. രാജീവനെ വിളിച്ചുണർത്തി. വീടിന്റെ മുകളിൽ എന്തോ വന്നു വീഴുന്നുണ്ട്. വഴിയിൽനിന്ന് ചില ആക്രോശങ്ങൾ ഉയർന്നു കേട്ടു. എഴുന്നേൽക്കാൻ ശ്രമിച്ചപ്പോൾ മാലിനി തടഞ്ഞു. പ്രിയമോൾ ഉണർന്നു കരഞ്ഞു. പിന്നെ അവളെ ഉറക്കാൻ ശ്രമമായി. കുറേ കഴിഞ്ഞപ്പോൾ ബഹളം നിലച്ചു.

നേരം പുലർന്നപ്പോൾ മുറ്റത്തു വീണുകിടക്കുന്ന കല്ലുകൾ കണ്ടു. മേൽക്കൂരയുടെ ഓടുകൾ പൊട്ടിയിട്ടുണ്ട്. ഭയപ്പെടുത്തിയതാവും. കഷ്ടം! ഭീഷണികൾക്കു വഴങ്ങുന്ന ജീവിതമാണു തന്റേതെന്നു തെറ്റിദ്ധരിക്കുന്നല്ലോ. രാജീവന് സഹതാപം തോന്നി.

അടുത്ത സായാഹ്നത്തിൽ കോളേജ് സംരക്ഷണസമിതിയുടെ പ്രകടനം രാജീവന്റെ വീടിനു മുന്നിലൂടെ കടന്നുപോയി. രാജീവനെതിരെ മുദ്രാവാക്യങ്ങൾ ഉയർന്നു. യാദൃച്ഛികമായി എതിരെവന്ന മാലിനിക്കെതിരെയും പ്രകടനക്കാരുടെ ആക്രോശങ്ങൾ ഉണ്ടായി.

രാത്രിയുടെ ഭയജന്യമായ നിശ്ശബ്ദതയിൽ രാജീവൻ മാലിനിയോടു ചോദിച്ചു:

"നിനക്ക് ഭയം തോന്നുന്നുണ്ടോ?"

"എന്തിന്?"

"ദൈവരാജ്യമുയർത്തുന്ന ഭീഷണിയെക്കുറിച്ച്."

"തമാശ കള."

"തമാശയല്ല. അതിന്റെ കാവൽക്കാർ നമ്മെ വല്ലാതെ വിഷമിപ്പി

ക്കുമെന്നു തോന്നുന്നു. ഒരിക്കൽ ഒറ്റയ്ക്കനുഭവിച്ചു. ഇപ്പോൾ നീയുണ്ട്. കുഞ്ഞുണ്ട്. നിങ്ങൾകൂടി വിഷമിക്കേണ്ടി വരുമെന്നു തോന്നുന്നു."

"എങ്ങനെ?"

"പ്രതികാരത്തിന്റെ അഗ്നി എങ്ങനെ ആളിക്കത്തുമെന്നറിയില്ല."

അഗ്നിയുടെ നാവുകൾ നീണ്ടുവരാം. അസ്ഥിയിൽനിന്നു മാംസത്തെ ചുരണ്ടിയെടുക്കാം. നക്കിത്തുടയ്ക്കാം. ഒടുവിൽ വിലയില്ലാത്ത ഒരെല്ലിൻകൂടാകുമോ ജീവിതം?

കത്തുന്ന മനസ്സുമായി എത്രകാലം യാത്ര ചെയ്യേണ്ടി വരും?

മൂന്ന്

ഏതു വിജയത്തിനിടയിലും നഷ്ടപ്പെടാനാണ് തന്റെ വിധിയെന്ന് രാജീവനു വീണ്ടും വ്യക്തമായി. കത്തിയെരിയുന്ന മേൽക്കൂര സ്വന്തം ശിരസ്സിൽ പതിക്കുന്നതിനു വിരോധമില്ലെങ്കിൽ ഇതൊക്കെയാകും അനുഭവം.

"ഇത്തവണയും അവർ തന്നോടു പ്രതികാരം ചെയ്തു." രാമഭദ്രൻ ക്ഷുഭിതനായി.

"ഞാനത്ര പ്രധാനിയോ? ഇങ്ങനെ നിരന്തരം വേട്ടയാടാൻ?" രാജീവൻ സംശയിച്ചു.

"തന്റെ കരുത്തിനെ അവർക്ക് ഭയമാണ്. നിയന്ത്രണത്തിലൊതുക്കാൻ മോഹിക്കുന്നു. കഴിയാത്തതിലുള്ള രോഷം. അതാണ്."

"അവരുടെ മോഹങ്ങൾ സഫലമാവുകയില്ല. അത് അധികാരത്തിന്റെ വിശാലമായ വഴി. എന്റെ യാത്രാപഥം ഇടുങ്ങിയതും ക്ലേശപൂർണ്ണവും."

പരാജയപ്പെടാൻ തയ്യാറില്ലെങ്കിൽ പീഡനങ്ങൾ വിഫലമാകുകയേയുള്ളൂ. പ്രതികാരദാഹികൾ പിൻവാങ്ങുകയേയുള്ളൂ.

"എന്ത് എളുപ്പത്തിലാണത് ചെയ്തത്? കുട്ടികൾ കുറവാണത്രേ. അതുകൊണ്ട് ഒരു ഡിവിഷൻ നിർത്തുന്നു. സർവീസ് കുറഞ്ഞ ഞാൻ പുറത്തു പോകണം. എപ്പോഴെങ്കിലും വേക്കൻസിയുണ്ടായാൽ വീണ്ടും നിയമനം കിട്ടും. രാജീവൻ സാറിന് നിയമങ്ങളൊക്കെ നല്ല നിശ്ചയമല്ലേ; മദർ സുപ്പീരിയർ എത്ര പുച്ഛത്തോടെയാണ് അതു പറഞ്ഞതെന്നോ? ജോലിയില്ലെങ്കിലും ജീവിക്കുമെന്ന് ഞാനും പറഞ്ഞു. അവരുടെ മുന്നിൽ താണുകൊടുക്കാനൊന്നും പോയില്ല." മാലിനി പറഞ്ഞു.

നന്നായി; രാജീവൻ മനസ്സിൽ കരുതി. മാലിനിയെ സ്കൂളിൽ നിന്നു പറഞ്ഞയച്ചുകൊണ്ട് ദൈവത്തിന് സ്ത്രോത്രം അർപ്പിച്ചവർക്ക് നന്ദി. അങ്ങനെ ഒരു സഹായത്തിന്റെ ചിറകും അവർ മുറിച്ചുകളഞ്ഞു. തന്റെ സ്വാതന്ത്ര്യം പൂർണ്ണമാക്കാനുള്ള ദൈവനിയോഗമാകാം. ആ പേരു പറഞ്ഞ് തലകുനിപ്പിക്കാനുള്ള സൗകര്യം അവർതന്നെ ഒഴിവാക്കിയല്ലോ. ഭാഗ്യം.

അത് പ്രതിസന്ധിയുടെ നാളുകളായിരുന്നു. തിരിഞ്ഞുനോക്കുമ്പോൾ ആത്മാഭിമാനം ശക്തമാകുന്നു. എല്ലാം എങ്ങനെ അതിജീവിക്കാനായി? അധികാരത്തിന്റെ മഹാശക്തിക്കു മുന്നിൽ ഏകനായി പൊരുതുക. ഒപ്പം ഒറ്റപ്പെടുത്തലുകളുടെ കുന്തമുനകൾ വേറെയും.

"അവര് എഴുന്നള്ളിച്ചു കൊണ്ടുപോയി പ്രൊഫസറാക്കി. നിനക്കൊരു ജോലിയും തന്നു. കൂടുതലെന്താ വേണ്ടത്? എന്നിട്ട് അവർക്കെതിരെ കൊടിപിടിക്കുക. കോളേജ് അടിച്ചിട്ടാൽ ഷെഡ്ഡ് കെട്ടി പഠിപ്പിക്കുമെന്ന് സർക്കാരിന് സമ്മതപത്രം കൊടുക്കുക. നിന്നെയല്ല, അയാളെയാണ് പറഞ്ഞു വിടേണ്ടിയിരുന്നത്. അതിനു കഴിയാത്തതുതകൊണ്ട് ആ ഭാരവും നിന്റെ ചുമലിലായി. എന്റെ മോളുടെ ഭാഗ്യക്കേട്."

മാലിനിയുടെ അച്ഛന്റെ ക്രോധം ആളിക്കത്തി.

"എന്റെ ഭാഗ്യവും നിർഭാഗ്യവും ഒരു ടീച്ചർപണിയിൽ ഒതുങ്ങുന്നതല്ല പപ്പാ." മാലിനി ശാന്തത വെടിയാതെ മറുപടി പറയുന്നു.

"എന്തുകാണിച്ചാലും നീ ഒന്നും മിണ്ടില്ല. അതുകൊണ്ടാ അവനിത്രധിക്കാരം. നിനക്കെന്ത് കൂടോത്രമാ അവൻ ചെയ്തത്?" മാലിനിയുടെ അമ്മ തിരക്കുന്നു.

ആ വശീകരണമന്ത്രത്തിന്റെ പേര് അവൾ പറഞ്ഞുകാണില്ല.

ജീവിതം ദുർഘടസന്ധിയെ നേരിട്ടു. നിത്യാവശ്യങ്ങൾ നടത്താൻ ബുദ്ധിമുട്ടി. എന്നിട്ടും മാലിനി അസ്വസ്ഥയായില്ല. ഏതു സാഹചര്യത്തോടും പൊരുത്തപ്പെടാനുള്ള സന്നദ്ധത. ഏതു ക്ലേശവും വഹിക്കാം. പരിഭവമില്ല; പരിദേവനങ്ങൾ ഒന്നുമില്ല.

ഒരാളുടെ വരുമാനംകൊണ്ട് വഞ്ചി മുന്നോട്ടു തുഴയുക ദുഷ്കരം. പ്രിയമോൾ വളരുകയാണ്. അവളുടെ ആവശ്യങ്ങൾ അവഗണിക്കുക വയ്യ. സ്വപ്നങ്ങളുടെ മഴവില്ല് മായരുത്. എവിടെയാണു ചുരുങ്ങുക? എന്തൊക്കയാണു ചുരുക്കുക?

ജീവിതത്തിൽ ഒരിക്കലും ധാരാളിത്തം പുലർത്തിയിട്ടില്ല. എപ്പോഴുമുണ്ടായിരുന്നു അദൃശ്യമായ നിയന്ത്രണം. ലാളിത്യത്തിന്റെ സുതാര്യത. മാലിനി കടന്നുവന്നിട്ടും ആ താളം നഷ്ടപ്പെട്ടില്ല. ഒരുമിച്ച് യാത്ര ചെയ്യുന്ന സ്നേഹിതരായി. ഹൃദയങ്ങൾ പങ്കുവയ്ക്കുന്ന യുവമിഥുനങ്ങളായി. പണമുള്ള വീട്ടിൽ പിറന്നതിന്റെ ജാട ഒരിക്കലും പ്രകടിപ്പിച്ചില്ല മാലിനി. മാറിയ സാഹചര്യങ്ങളോട് അവൾ എളുപ്പത്തിൽ ഇണങ്ങി. അതായിരുന്നു സുഖം. കുടുംബജീവിതത്തിന്റെ ആനന്ദം.

പുതിയ പരിണാമം ഒരു ഗാർഹികകലാപത്തിനു വഴിയൊരുക്കാവുന്നതേയുള്ളൂ. വീട്ടുമുറ്റത്തു കിട്ടിയ ജോലി. കഷ്ടിച്ച് നൂറടി നടക്കുകയേ വേണ്ടൂ. പ്രിയമോൾ ഒന്നുച്ചത്തിൽ കരഞ്ഞാൽ ഓടിയെത്താം. ചെറുപ്പത്തിലേ സർവ്വീസിൽ കയറിയതുകൊണ്ട് ഭാവിയെക്കുറിച്ചു ധാരാളം കണക്കുകൾ കൂട്ടാം.

ആ പ്രതീക്ഷകളാണ് തകർന്നിരിക്കുന്നത്. മാലിനിയുടെ മനസ്സ് വേദനിച്ചിരിക്കില്ലേ? ഒരുനിമിഷമെങ്കിലും തന്നെ കുറ്റപ്പെടുത്തിയിരിക്കില്ലേ?

രാജീവൻ സന്ദേഹിച്ചു. പക്ഷേ അവൾക്ക് ഒന്നും സംഭവിച്ച ഭാവമില്ല. എല്ലാം സാധാരണമട്ടിൽ. കുട്ടിയെ കളിപ്പിച്ച്. സമയം പോക്കുമ്പോൾ അവൾ കൂടുതൽ ഉല്ലാസവതിയായിരിക്കുന്നല്ലോയെന്നോർത്തു.

ചെലവുകളിൽ മാലിനി ചില വെട്ടിച്ചുരുക്കലുകൾ വരുത്തി. ജോലിക്കാരിയെ ഒഴിവാക്കിയപ്പോൾ വറീതുചേട്ടൻ ചോദിച്ചു:

"അലക്കും കഴുകലുമൊക്കെ കുഞ്ഞുതന്നെ ചെയ്യാനോ?"

"വീട്ടിൽ വെറുതേയിരിക്കുകയല്ലേ? ചെറിയൊരു വ്യായാമം. വണ്ണമൊക്കെ പോയി നല്ല സ്ലിമ്മാകും." മാലിനിക്ക് ചിരി.

"അച്ചന്മാരും കന്യാസ്ത്രീകളും! എന്തിനാ ഇവരീ കുപ്പായമിട്ടത്? ദൈവം പൊറുക്കാത്ത പണി." വറീതുചേട്ടന്റെ സ്വരം ഇടറി.

"എല്ലാം നല്ലതിനാവും." മാലിനിയുടെ മനസ്സിൽ പുഞ്ചിരി മായുന്നില്ല. അത്ഭുതം തോന്നി; ആശ്വാസവും.

ജന്മനാളിൽ പതിവുപോലെ ഒരു സാരി വാങ്ങിക്കൊടുത്തപ്പോൾ മാലിനി പറഞ്ഞു:

"എന്തിനാ ഇപ്പോൾ? വേണ്ടിയിരുന്നില്ല."

"പതിവുള്ളതല്ലേ?"

"അതുകൊണ്ട്? വരവറിഞ്ഞു വേണം ചെലവുചെയ്യാൻ."

പ്രായത്തിൽ കവിഞ്ഞ പാകത. പ്രതിസന്ധിയിൽ തളരാത്ത ആത്മധൈര്യം. ഇവൾ എത്ര വളർന്നിരിക്കുന്നുവെന്ന് ഓർത്തു. സ്കൂൾകുട്ടിയുടെ ലാഘവത്തോടെ ജീവിതത്തെ നോക്കിക്കണ്ടവൾ. ജീവിതയാത്രയിൽ തന്റെ കുരിശുകൾ വഹിക്കാൻ ഇവൾക്കു കഴിയുമോ എന്ന ഭീതിയായിരുന്നു എപ്പോഴും മനസ്സിൽ. സമതലങ്ങളിൽനിന്നു കൊടുമുടികളിലേക്ക് ഇതാ യാത്രചെയ്യുന്നു: ഇടറാത്ത കാൽവയ്പുകൾ. ആശ്വാസമായി. തന്റെ അന്തിമയാത്രയിലും ഇവൾ അനാഥയാവുകയില്ല.

സംഘർഷത്തിന്റെ നാളുകളിൽ ശാന്തത നിലനിന്നു. സാമ്പത്തിക ഞെരുക്കങ്ങളെ അതിജീവിക്കാൻ മാലിനിയുടെ ആഭരണങ്ങൾ ആശ്രയമായി. രാജീവൻ മടിച്ചതാണ്. പക്ഷേ, മാലിനി നിർബ്ബന്ധിച്ചു.

"പണയം വച്ചാൽ എന്നാണ് തിരിച്ചെടുക്കാനാവുകയെന്നു തീർച്ചയില്ല." രാജീവൻ പറഞ്ഞു.

"എടുത്തില്ലെങ്കിലും കുഴപ്പമൊന്നുമില്ല. ഞാനിതൊന്നും അണിഞ്ഞു നടക്കാൻ പോകുന്നില്ല."

"എന്നാലും എനിക്കവകാശമില്ലാത്തത്–"

"തുടങ്ങി. ഇതാ എനിക്ക് പിടിക്കാത്തത്. ഞാനും നീയും. ഒരു കൊച്ചായി. എന്നിട്ടും ഇങ്ങനെ ഒരു തൻകാര്യം." മാലിനി പരിഭവിച്ചു.

"നിനക്കതു പറയാം. നിന്റെ പപ്പയോ മമ്മിയോ ഇതറിയുമ്പോൾ–"

"അറിഞ്ഞാലെന്താ? എല്ലാവരും അവരെപ്പോലെ പണക്കാരാവണമെന്നുണ്ടോ? അവർക്ക് സ്വപ്നം കാണാൻ കഴിയാത്ത എന്തെന്തു മേന്മകൾ നിങ്ങൾക്കുണ്ട്."

"ഉവ്വോ? എന്തൊക്കെയെന്നു പറയൂ." രാജീവൻ കളിയാക്കി.

"ഉറച്ചുപറഞ്ഞാൽ വല്ലവരും കേൾക്കും. ഇങ്ങുവാ, ചെവിയിൽ പറയാം."

രാജീവന്റെ കാതിനുനേർക്ക് മാലിനി മുഖം അടുപ്പിച്ചു ശക്തിയായി ഊതി. തല ചെകിടിച്ചുപോയി.

"ഇനി എന്നോട് കളിക്കരുത്." മാലിനി ഗൗരവം ഭാവിച്ചു.

ഏതു രൂപത്തിലും ഇവൾ മനോഹരിയായിരിക്കുന്നു. രാജീവൻ ഓർത്തു. ഉഷ്ണകാലത്ത് മഴമേഘം; തുടരെ പെയ്യുന്ന മഴയുടെ സംഗീതം.

ആ സംഗീതത്തിന്റെ സാന്ദ്രതയിൽ അപസ്വരങ്ങൾ അപ്രത്യക്ഷമായി. പകലുകൾക്ക് ചൂടു കുറഞ്ഞു. രാത്രി നിലാവ് വീണുതിളങ്ങി. ഭൂമിയുടെ മാറിൽ നീരൊഴുക്കുകൾ. മനസ്സ് കുളിർത്തു.

ജീവിതം കൊതുമ്പുതോണിപോലെ നീങ്ങി. ഒറ്റയ്ക്ക് തുഴയുകയാണ്. ശാന്തമായി, അനുകൂലമായ കാറ്റിൽ മുന്നോട്ട്.

എതിർപ്പുകൾ അവഗണിച്ചു. സഹതാപത്തിന്റെ ശബ്ദങ്ങൾക്ക് ചെവിയോർത്തില്ല.

"എന്തൊരു കൂസലില്ലായ്മ!"

വിധേയരാക്കാമെന്നു വ്യാമോഹിച്ചവർ നിരാശപ്പെട്ടപ്പോൾ ഉള്ളിൽ ആഹ്ലാദം നിറഞ്ഞു. ചെറിയ ലോകം. എളിയ പ്രതീക്ഷകൾ. അതുമതി. അത്തരം യാത്രയിൽ വലിയ വീഴ്ചകൾ അസാദ്ധ്യമാണ്.

പ്രിയമോളെ സ്കൂളിൽ ചേർക്കാൻ സമയമായപ്പോൾ രാജീവൻ പറഞ്ഞു:

"നമുക്കിവളെ കുടിപ്പള്ളിക്കൂടത്തിൽ വിടാം. അവിടെ നിലത്തിരുന്ന് എഴുത്തോല പഠിക്കട്ടെ. മണ്ണിൽ ചൂണ്ടുവിരൽകൊണ്ട് എഴുതി പഠിക്കണം."

"വെറുതെ തത്ത്വപ്രസംഗമൊന്നും വേണ്ട. ഇവളെ നല്ല ഇംഗ്ലീഷ് മീഡിയം സ്കൂളിൽ വിടും. അച്ഛനെക്കാൾ നന്നായി മോൾ ഇംഗ്ലീഷ് പറയണം."മാലിനി.

"എന്റെ ഇംഗ്ലീഷിനെന്താ കുറവ്?" രാജീവൻ ചോദിച്ചു.

"അതിന് ഞാൻ നിങ്ങളുടെ ക്ലാസിൽ ഇരുന്നിട്ടുണ്ടോ? ക്ലാസ് മുറിക്കു പുറത്ത് നിങ്ങളൊട്ട് ഇംഗ്ലീഷ് സംസാരിക്കുകയുമില്ല."

"നീ എന്റെ ക്ലാസിൽ ഇരിക്കേണ്ടതായിരുന്നു."

"എനിക്കവിടെ ഇടം കിട്ടുമായിരുന്നോ?"

മാലിനി പെട്ടെന്നു ചോദിച്ചു.

രാജീവന്റെ മുഖം അശനിപാതം ഏറ്റിട്ടെന്നപോലെ കരിവാളിച്ചു. തീരെ അപ്രതീക്ഷിതമായ ആഘാതം. അറിയാതെ ഒരു ജാലകം തുറന്നുപോയി. അതിലൂടെ ഉഷ്ണക്കാറ്റ് അടിച്ചുകയറി. അഗ്നിയുടെ നടുവിൽ നില്ക്കുന്നപോലെ വിയർപ്പിൽ കുളിച്ചു.

"സോറി. തമാശ പറഞ്ഞതാണ്. എന്നാലും ഞാനത് പറഞ്ഞുകൂ

ടായിരുന്നു. അടഞ്ഞു കിടന്ന വാതിൽ വെറുതേ തള്ളിത്തുറക്കുക. എന്തൊരു വിഡ്ഢിയാണ് ഞാൻ."

മാലിനി ക്ഷമാപണം ചെയ്തു. സ്വയം കുറ്റപ്പെടുത്തി.

രാജീവൻ മൗനിയായി നിലകൊണ്ടു. ഒരുനിമിഷത്തിനുള്ളിൽ എല്ലാ ശബ്ദങ്ങളും നഷ്ടപ്പെട്ടു. മനസ്സിനു ഭാരമേറി. ശരീരത്തിന്റെ ചലനം അസാദ്ധ്യമായി. പർവ്വതങ്ങളിലേക്കുള്ള യാത്ര തടയപ്പെട്ടു.

താൻ വീണ്ടും അപമാനിതനായിരിക്കുന്നു. ഒരിക്കൽ ചവിട്ടിമെതിക്കപ്പെട്ട ജീവിതത്തിൽ പുതിയ പീഡനങ്ങൾ. എല്ലാം അറിഞ്ഞുകൊണ്ട്, ഒന്നും അറിയാത്തവളെപ്പോലെ പെരുമാറുകയായിരുന്നോ മാലിനി? ഇത്ര വലിയ അഭിനയം എന്തിനായിരുന്നു? സംശയത്തിന്റെ വിഷം ഉള്ളിൽ ഉണ്ടായിരുന്നെങ്കിൽ സത്യമെന്തെന്നു തുറന്നു ചോദിക്കാതിരുന്നതെന്ത്? എല്ലാം തുറന്നുപറയാൻ തനിക്ക് അവസരമാകുമായിരുന്നല്ലോ. എന്താവും അവൾ ധരിച്ചു വച്ചിരിക്കുക? സത്യത്തിന്റെ ഉൾത്തുടിപ്പുകൾ ഗ്രഹിക്കാൻ അവൾക്കു കഴിഞ്ഞിരിക്കുമോ? അതോ, പറഞ്ഞു കേട്ട കഥകളിലെ പഴയ രാജകുമാരന്റെ കിന്നരിവേഷത്തിൽ തന്നെ ദർശിക്കുകയോ? കാലത്തിനു ചേരാത്ത വേഷമണിഞ്ഞ കോമാളിയെപ്പോലെ താൻ പരിഹാസപാത്രമാകുമോ?

രാജീവന് ശ്വാസംമുട്ടി. മെല്ലെ വീട്ടിൽനിന്നിറങ്ങി. വെറുതെ കുറച്ചു നടക്കണം. പ്രിയമോൾ ഒപ്പം ഓടിയിറങ്ങി. മാലിനി അവളെ തടഞ്ഞില്ല. മോൾ വന്നു കൈയിൽ തൂങ്ങി. ചുറ്റിക്കറങ്ങാൻ അവൾക്കിഷ്ടമാണ്.

"എവിടേക്കാ അച്ഛനും മോളുംകൂടെ?"

വഴിയിൽ കുശലാന്വേഷണങ്ങൾ.

"വെറുതെ–" പറഞ്ഞൊഴിഞ്ഞു.

"മോൾക്കു മുട്ടായി വാങ്ങാനാ." പ്രിയമോൾ പറഞ്ഞുകൊണ്ടിരുന്നു.

നാവിൽ മധുരം പുരട്ടാൻ എളുപ്പമാണ്. മനസ്സിൽ മാധുര്യം സൂക്ഷിക്കുക ശ്രമകരം. വാക്കുകളിൽ തേൻകിനിയണം. കണ്ണുകളിൽ പൂക്കളും വാക്കിൽ സൗരഭ്യവും സ്പർശത്തിൽ കുളിർമ്മയും അനുഭവപ്പെടണം.

പറയാൻ എളുപ്പം.

കഴിയുമോ, എത്രതന്നെ ശ്രമിച്ചാലും?

മനസ്സിൽ വലിയ പിരിമുറുക്കം. ആർക്കും ഒന്നും മറക്കാൻ സാദ്ധ്യമല്ല. എല്ലാം മറന്നു, ക്ഷമിച്ചു എന്നൊക്കെ ഭാവിക്കും വെറുതെ. അമർത്തിവയ്ക്കുന്നവ ചില നിമിഷങ്ങളിൽ ശക്തിയോടെ ഉണർന്നുവരും. ചുഴലിക്കാറ്റുപോലെ. ശാന്തമായ പ്രകൃതിയുടെ ഗർഭഗൃഹത്തിൽ ചില ചലനങ്ങൾ. പുറമെ എല്ലാം സാധാരണം. പക്ഷേ, ഉള്ളിൽ ശക്തി രൂപംകൊള്ളുകയാണ്. വന്യമായ ശക്തി. ആവരണങ്ങൾ തകർത്തുകൊണ്ട് അത് ആഞ്ഞടിക്കും. ഭ്രാന്തിയെപ്പോലെ, എല്ലാം എറിഞ്ഞു തകർക്കും. ദുരന്തങ്ങളുടെ ക്രൂരാട്ടഹാസങ്ങൾ മുഴങ്ങും.

അരുത്, വീണ്ടും ദുരന്തത്തിലേക്കു വലിച്ചെറിയരുത്. ഏതോ അദൃശ്യശക്തിയോട് പ്രാർത്ഥിക്കാൻ തോന്നുന്നു. തന്റെ ഭാവിയുടെ നിയ

ന്ത്രണം ആ അജ്ഞാതകരങ്ങളിലാണ്. എവിടേക്കോ അത് തന്നെ നയിച്ചുകൊണ്ടുപോകുന്നു. പർവ്വതങ്ങളുടെ മുകളിൽ നിർത്തുന്നു. കടലിനു മുകളിലൂടെ നടത്തുന്നു.

"ഈ പ്രതിസന്ധികൾ നിനക്ക് കൂടുതൽ കരുത്തു നല്കാൻ വേണ്ടിയാണ്."

കാറ്റിന്റെ മുഴക്കം.

"ഏതു കടലിൽ വലിച്ചെറിയപ്പെട്ടാലും കരയിലെത്താൻ നമുക്ക് കഴിയണം."

തിരമാലകളുടെ ശബ്ദം.

ഈ കരുത്തു മുഴുവൻ തനിക്കെന്തിന്? രാജീവൻ ഓർത്തു. ഇതൊരു സാധാരണ ജന്മം, അതിന്റെ ഗതിവേഗമേ പ്രതീക്ഷിക്കുന്നുള്ളൂ. വലിയ ആഴങ്ങളിൽ പതിക്കരുത്. ഉന്നതങ്ങളിലേക്ക് ഉയരണമെന്നില്ല. താഴ്ചകളും വീഴ്ചകളുമില്ലാതെ, ആശകളും അംഗീകാരങ്ങളുമില്ലാതെ അതിസാധാരണമായ ജീവിതം.

പ്രതീക്ഷിച്ചതല്ല ലഭിച്ചത്. ഒരുപക്ഷേ എല്ലാ പ്രതീക്ഷകളും അതിലംഘിച്ചുകൊണ്ടുള്ളത്. വേണമെങ്കിൽ അഹങ്കരിക്കാമായിരുന്നു. ആ മനോവികാരത്തെ നിയന്ത്രിച്ചൊതുക്കിയ അജ്ഞാതശക്തിക്കു നന്ദി. യാത്രയുടെ വേഗം ഏറുമ്പോൾ ആ കൈകൾ പിന്നോട്ടു വലിച്ചു. ഒന്നു നില്ക്കൂ. നീ മറ്റൊരാളാകാൻ വെമ്പൽ കൂട്ടരുത്. നിനക്ക് നീയായാൽ മതിയെന്നു വയ്ക്കണം. സ്വന്തം കഴിവുകൾ അറിഞ്ഞ്, പരിമിതികൾ ബോദ്ധ്യപ്പെട്ട്, സ്വാതന്ത്ര്യത്തിനപ്പുറം ഒന്നുമില്ലെന്നു മനസ്സിലുറപ്പിച്ച് ഒരു ജീവിതയാത്ര.

ഇടയ്ക്ക് ആഘാതങ്ങൾ ഏറ്റുവാങ്ങുമ്പോൾ മനസ്സിൽ ഉറപ്പിച്ചു ഇത് നിയോഗമാണ്; പതറരുത്.

"ഇയാളാരാ സഹ്യപർവ്വതമോ? കുലുങ്ങാതിരിക്കാൻ? അതോ ശാന്തസമുദ്രമോ? ഇളകാതിരിക്കാൻ?"

ഉള്ളിലോർത്തു: ഒരു വിചിത്രജീവി എന്നു കരുതുക. പക്ഷേ, അന്യർ ഒരുക്കുന്ന കൂട്ടിൽ കുടിപാർക്കുകയില്ല.

എന്നിട്ടും ഏകാന്തതയുടെ ചില നിമിഷങ്ങളിൽ രാജീവന്റെ ഹൃദയം തേങ്ങി. നഷ്ടപ്പെടുന്ന സ്വകാര്യതകൾ. തന്റേതെന്നു സങ്കല്പിച്ച ചിലത്. അത് കൈവിട്ടുപോകുന്നതു വേദനയായി.

ഒരു സായാഹ്നം കോളേജിൽനിന്നു മടങ്ങിയെത്തുമ്പോൾ മാലിനി പറഞ്ഞു:

"പപ്പാ വന്നിരുന്നു."

"എന്നിട്ടെവിടെ?"

"ഞാനിവിടെ ഒളിപ്പിച്ചു വച്ചിട്ടൊന്നുമില്ല. കാറിൽ നിന്നിറങ്ങിയത് വിഷമിച്ചാ. തിരക്കാണത്രേ. ഒന്നു കയറി. ഒരു വാക്കു പറഞ്ഞു പോയി." മാലിനിക്ക് നിസ്സംഗത.

"എവിടെയെങ്കിലും പോയി വരികയായിരുന്നോ?"

“കടമതീർക്കാൻ വന്നതാവും. മനീഷയുടെ കല്യാണം നിശ്ചയിച്ച വിവരം പറയാൻ.”

മാലിനിയുടെ സ്വരത്തിൽ നനവ്.

“മനീഷയുടെ കല്യാണനിശ്ചയമോ? നമ്മളറിയാതെ. അവളുടെ പഠനം കഴിഞ്ഞതുമില്ലല്ലോ. ഇത്ര വേഗത്തിൽ?”

രാജീവൻ അസ്വസ്ഥനായി.

“ഇത്ര വേഗത്തിലോ? അവൾക്കും പതിനെട്ട് തികഞ്ഞു. എന്നെ കെട്ടിച്ച പ്രായം. പിന്നെന്താ?”

രാജീവൻ ഒന്നും പറഞ്ഞില്ല.

“ഒരു ദുഃഖമുള്ളത് കെട്ടാൻ പോകുന്ന പയ്യനെ അവൾ ഇതുവരെ കണ്ടിട്ടില്ലെന്നു കേട്ടതാ.” മാലിനി പറഞ്ഞു.

“അതെന്താ വല്ല അജ്ഞാതസങ്കേതത്തിലുമാണോ?” രാജീവൻ ചോദിച്ചു.

“ബഹിരാകാശയാത്രികനായിരിക്കണം. ഹ്യൂസ്റ്റണിലാ ജോലി. ശരി അമേരിക്കൻ പൗരൻ. ആലോചന വന്നപ്പോഴേ പപ്പാ സമ്മതിച്ചത്രേ. കെട്ടാൻ സായിപ്പ് നാട്ടിൽ ഒന്നുവരും. ഇരയേയുംകൊണ്ട് തിരിച്ചു പറക്കും.”

മാലിനി സ്വയം നിയന്ത്രിക്കാൻ പാടുപെട്ടു.

മനീഷയുടെ രൂപം രാജീവന്റെ മനസ്സിൽ നിറഞ്ഞു. ആ വീട്ടിൽ കയറിച്ചെല്ലുമ്പോൾ വെള്ളത്തൂവലുകൾ ചലിപ്പിച്ച് തോളിൽ പറന്നിരുന്ന കുഞ്ഞുപക്ഷി. ഒരു കൊച്ചനുജത്തിയുടെ കുറവു തീർത്തത് അവളാണ്. മനുവിന്റെയും മനീഷയുടെയും മുഖം എപ്പോഴും ഒപ്പമുണ്ടായിരുന്നു. കൊച്ചു സമ്മാനങ്ങൾ; കളിയാക്കലുകൾ. സ്വാർത്ഥത പുരളാത്ത സ്നേഹത്തിന്റെ മധുരലോകം.

അവിടെ താൻ അന്യനായിരിക്കുന്നു. ആ അറിവ് മനസ്സിനെ മുറിപ്പെടുത്തി. ഇങ്ങനെ ക്രൂരമായി പുറന്തള്ളപ്പെടാൻ താൻ ചെയ്ത തെറ്റ്?

“പറയൂ, നിന്റെ വീട്ടുകാരെന്താ എന്നോടിങ്ങനെ? ഞാനെന്താ അവരോടൊക്കെ ചെയ്തത്?” അസഹ്യതയോടെ രാജീവൻ ചോദിച്ചു.

“എനിക്കെങ്ങനെ അറിയാം? ചിലപ്പോൾ നിങ്ങൾ എന്നെ കല്യാണം കഴിച്ചതുകൊണ്ടാകും.”

മാലിനി ചിരിക്കാൻ ശ്രമിച്ചു.

“നിങ്ങളുടെ നിലയ്ക്കു ചേരാത്ത ബന്ധമായിപ്പോയി. ഇല്ലേ?”

“എന്റെ നിലയ്ക്ക് കുഴപ്പമൊന്നുമില്ല. കുടുംബക്ഷേമക്കാരുടെ പരസ്യത്തിനു പറ്റുന്ന ചെറിയ സന്തുഷ്ടകുടുംബം.”

“നിനക്ക് ചിരിക്കാൻ കഴിയുന്നല്ലോ; ഭാഗ്യം”

“നിങ്ങളല്ലേ പറഞ്ഞത്; മറന്നോ? ചിരിക്കേണ്ടപ്പോൾ കരയുകയും, കരയേണ്ട ഘട്ടത്തിൽ ചിരിക്കുകയും ചെയ്യുന്ന അസാമാന്യജന്മമാണ് എന്റേതെന്ന്.”

“എനിക്ക് തെറ്റിയിട്ടില്ലെന്ന് ഉറപ്പായി, ഇല്ലേ?”

മാലിനി മറുപടി പറഞ്ഞില്ല. രാജീവൻ കാണാതെ അവൾ മുഖം കുനിച്ചു. കണ്ണുനീർ തുടച്ചുകളഞ്ഞു.

മനീഷയുടെ വിവാഹത്തിന് ഒരാഴ്ചയേ ഉണ്ടായിരുന്നുള്ളു. വന്നു പറഞ്ഞതുകൊണ്ട് കൂടുതൽ അറിവുകളോ അറിയിപ്പുകളോ ഒന്നും ഉണ്ടായില്ല. മനീഷയ്ക്ക് നന്മകൾ നേർന്ന് രാജീവൻ കത്തെഴുതി. ഓരോ നിമിഷവും മനസ്സ് പ്രാർത്ഥനാപൂർണ്ണമായി; നല്ലതുവരട്ടെ.

നാലാം ദിവസം മനീഷയുടെ മറുപടി വന്നു. തീരുമാനങ്ങളിൽ അവൾക്ക് പങ്കില്ല. അനുസരണയുള്ള മക്കളെപ്പോലെ എല്ലാം സ്വീകരിക്കുന്നു. വിവാഹത്തിന് മൂന്നു ദിവസം മുമ്പെങ്കിലും രാജീവനും മാലിനിയും പ്രിയമോളും എത്തിയേ ഒക്കൂ. പ്രത്യേകിച്ചും രാജീവൻ. അതിനു മാറ്റമുണ്ടായാൽ വിവാഹവേദിയിൽ കാലെടുത്തു വയ്ക്കില്ല; സത്യം.

രാജീവൻ ധർമ്മസങ്കടത്തിലായി. തന്നെ ഒഴിവാക്കിയത് ബോധപൂർവ്വമാണ്. കോളേജിൽ പഠിച്ച *ദക്ഷയാഗം* ആട്ടക്കഥ ഓർമ്മവന്നു. പ്രജാപതിയായ ദക്ഷൻ നടത്തുന്ന യാഗം. പുത്രിയായ സതിയേയും ഭർത്താവായ ശിവനെയും അവഗണിച്ച് ദക്ഷൻ യാഗം ഒരുക്കി. ഭർത്തൃഹിതം മാനിക്കാതെ യാഗത്തിൽ പങ്കെടുക്കാനെത്തിയ സതി അപമാനിതയാകുന്നു; ആത്മഹത്യ; ദക്ഷനിഗ്രഹം.

പുരാണങ്ങൾ ഒരു കാലത്തിന്റെ കഥയല്ല. എല്ലാ കാലങ്ങളിലും സംഭവിക്കുന്നതിന്റെ സൂചകമാണ്.

മാലിനിയെ സ്വീകരിച്ചെന്നു വരും. പ്രിയമോളെ ലാളിച്ചെന്നു വരും. അപ്പോഴും ഒഴിവാക്കാത്ത ഒരു വിഷയമുണ്ടാകും. സംഭാഷണങ്ങളിൽ.

– പ്രിയയുടെ കണ്ണുകൾ.

അതിനു കുറ്റം ചെയ്ത പ്രതി ഹാജരുണ്ടായാൽ വാക്കുകൾ കൊഴുക്കും.

വേണോ? താൻ പോകണോ?

മനീഷയുടെ ദുഃഖാകുലമായ മുഖം മനസ്സിൽ.

നാല്

വിവാഹദിനം അടുക്കുംതോറും രാജീവന്റെ ഉള്ളിൽ ഉൽക്കണ്ഠ നിറഞ്ഞു. യാത്രയെക്കുറിച്ച് മാലിനി ഒന്നും പറയുന്നില്ല. അവൾ എന്തെങ്കിലും സൂചിപ്പിക്കും; മോളെക്കൂട്ടി പോയിവരൂ എന്നു പറഞ്ഞൊഴിയണം. അവൾ ആദ്യം സമ്മതിക്കില്ല. കൂടെ വരണമെന്നു നിർബ്ബന്ധിക്കും. ഒടുവിൽ ആ നിർബ്ബന്ധത്തിനു വഴങ്ങുന്ന മട്ടിൽ താനും അവരോടൊപ്പം ചേരും.

രാജീവൻ മനസ്സിൽ പരിപാടി തയ്യാറാക്കി. മാലിനിയെ തനിച്ചയയ്ക്കുക ശരിയല്ല. വ്യക്തിപരമായ അപമാനങ്ങൾ ഏല്ക്കേണ്ടി വന്നേക്കാം. എങ്കിലും അവളുടെ ഹൃദയം നുറുങ്ങരുത്. മനീഷയുടെ ജീവിതത്തിലെ ഏറ്റവും മനോഹരമായ ആ നിമിഷത്തിന് സാക്ഷിയാകാൻ തനി

ക്കുമുണ്ടു മോഹം. അവൾ ഭാര്യാസഹോദരി മാത്രമല്ല; സ്നേഹത്തിന്റെ മൃദുസ്പർശമാണ്.

ശത്രുവായി മുദ്രകുത്താൻമാത്രം മാലിനിയുടെ മാതാപിതാക്കളോട് താൻ എന്തു തെറ്റുചെയ്തു? പലവട്ടം സ്വയം ചോദിച്ചു. ഉത്തരം കിട്ടുന്നില്ല. മാലിനിയുടെ മൗനത്തിൽ രാജീവൻ ആകെ അസ്വസ്ഥനായി. അവളുടെ മനസ്സിൽ അസ്വസ്ഥത ചിറകടിക്കുകയാവും. തോളിലേറ്റി നടന്ന കൂടപ്പിറപ്പ്. അവൾ ജീവിതത്തിന്റെ പുതിയൊരു ഘട്ടത്തിലേക്കു കാലുന്നുന്നു. കൈ പിടിച്ചു നയിക്കാൻ തനിക്കാണവകാശം.

ആരും കൊടുക്കാത്ത സമ്മാനം നല്കി അവളെ സന്തോഷിപ്പിക്കണം.

തനിക്ക് അതിനു കഴിയുമോ?

രാജീവന് ഉറക്കം നഷ്ടപ്പെട്ടു. അപ്രതീക്ഷിതമായി ഒരു കുരുക്കിൽ അകപ്പെട്ടിരിക്കുന്നു. വിവാഹത്തിന് ഉടുക്കാൻ മാലിനിക്ക് പുതിയ സാരിയില്ല. പ്രിയമോൾക്ക് നല്ല ഉടുപ്പില്ല. ആഭരണങ്ങൾ മിക്കവാറും പണയത്തിലാണ്. ബന്ധുക്കൾ ഓരോന്നു കുത്തിക്കുത്തി ചോദിക്കും. മാലിനി എന്തുത്തരം നല്കും?

ഈ നിസ്സഹായതയ്ക്ക് പരിഹാരമുണ്ടാവണം. മനീഷയ്ക്ക് വിവാഹമോതിരം. മാലിനിക്കു സാരി. മോൾക്ക് ഫ്രോക്ക്. ബസ്സിൽ പോയി വരാം. അതിനുള്ള യാത്രച്ചെലവ്. എല്ലാറ്റിനുംകൂടി നല്ലൊരു തുക. കടം വാങ്ങാൻ മനസ്സുവരുന്നില്ല. അഥവാ, ആരുടെ കൈയിൽ ആണ് ഇത്രയും വലിയ തുക നീക്കിയിരിപ്പുണ്ടാവുക?

വഴികൾ കാണാതെ വലയുമ്പോൾ മനസ്സിൽ പെട്ടെന്നു ബോധോദയം. ലൈഫ് ഇൻഷുറൻസ് കോർപ്പറേഷനിൽ ഒരു പോളിസിയുണ്ട്. മാസംതോറും ശമ്പളത്തിൽനിന്നു കൃത്യമായ തുക പിടിക്കുന്നുണ്ട്. ശ്രമിച്ചാൽ അതിൽനിന്നൊരു ലോൺ കിട്ടും. കോ-ഓപ്പറേറ്റീവ് ബാങ്കിൽനിന്ന് ഒരു കടവായ്പകൂടി തരമാക്കാം. ഉദ്യോഗമുള്ള രണ്ടുപേർ ജാമ്യം നിന്നാൽ മതി.

ആരോടും അപേക്ഷിക്കേണ്ടിവന്നില്ല. രാമഭദ്രനും ഭാര്യ നളിനിയും സൗഹൃദസന്ദർശനത്തിനു വീട്ടിൽ വന്നു.

"എന്താ അനുജത്തിയുടെ കല്യാണത്തിന് ഞങ്ങളെ ക്ഷണിക്കാത്തത്?" രാമഭദ്രൻ ചോദിച്ചു.

"ഞങ്ങളെത്തന്നെ ശരിക്കു വിളിച്ചില്ല." മാലിനി പറഞ്ഞു.

"പ്രിയമോളേം വിളിച്ചില്ല."

കുട്ടിയുടെ വേദന കലർന്ന വാക്കുകൾ അന്തരീക്ഷത്തിന്റെ കനം വർദ്ധിപ്പിച്ചു.

തിരികെ പോകാൻനേരം രാമഭദ്രൻ വിളിച്ചു:

"രാജീവൻ കൂടെ വരണം. എനിക്കൊരു കാര്യം സംസാരിക്കാനുണ്ട്."

"എന്താ ഗൂഢാലോചന?" മാലിനി തിരക്കി.

"രഹസ്യങ്ങൾ സ്ത്രീകളോട് ആരെങ്കിലും പറയുമോ?" രാമഭദ്രൻ ചിരിച്ചു.

"ഇന്നിവിടെ അന്തപ്പുരത്തിന്റെ വാതിൽ തുറക്കണമെങ്കിൽ കാര്യമെന്തെന്ന് എനിക്കറിയണം."

മാലിനി രാജീവന് താക്കീതു നല്കി.

"സാക്ഷയ്ക്ക് അത്ര ബലമോ?" നളിനി കളിയാക്കി.

നടക്കുന്നതിനിടയിൽ രാമഭദ്രൻ ചോദിച്ചു:

"അനിയത്തിയുടെ കല്യാണത്തിന് നിങ്ങൾക്ക് ചെലവേറെ വരുമല്ലോ. എന്താ വഴി കണ്ടിരിക്കുന്നത്?"

രാജീവൻ തന്റെ പദ്ധതി അറിയിച്ചു.

"നന്നായി. ഞാൻ ജാമ്യം നില്ക്കാം. പിന്നെ മാത്യുജോസഫ് സാറും മതിയല്ലോ."

"മാലിനിയുടെ ഓർനമെന്റ്സ് ബാങ്കിൽനിന്നെടുക്കാൻ ഇപ്പോൾ പറ്റില്ലല്ലോ. എന്റേതു കൊടുത്താൽ വിഷമമാകുമോ?" നളിനി ചോദിച്ചു.

രാമഭദ്രൻ പറഞ്ഞു:

"ആഭരണമില്ലെന്നുവച്ച് അവൾ രാജീവന്റെ ഭാര്യയല്ലാതാകില്ല. വെറുതെ എന്തിനാ ആ കുട്ടിയുടെ മനസ്സ് വേദനിപ്പിക്കുന്നത്?"

രാജീവനു തോന്നി. സ്വന്തജനത്തെക്കാൾ ഇവർ എത്ര സ്നേഹസമ്പന്നർ; ഉദാരമതികൾ. ഒന്നും പകരം ചോദിക്കാതെ നന്മകൊണ്ട് ഇവർ മൂടുന്നു. ഏതോ അജ്ഞാതശക്തിയുടെ പ്രേരണപോലെ.

മാലിനി എന്തെങ്കിലും ചോദിക്കുമെന്നു കരുതി. ചോദിച്ചാൽ എല്ലാം തുറന്നു പറയാം. പണം വരുന്ന വഴികൾ കാണിച്ചു കൊടുക്കാം.

അവൾ ഒന്നും ചോദിച്ചില്ല. രാജീവനും മൗനം പാലിച്ചു.

പിറ്റേന്ന് ലോൺ ശരിയാക്കി. ബാങ്കുവായ്പയും അനുവദിച്ചുകിട്ടി.

ഉച്ചയ്ക്ക് ഊണുകഴിച്ചുകൊണ്ടിരുന്നപ്പോൾ രാജീവൻ മാലിനിയോടു ചോദിച്ചു:

"ഇന്നലത്തെ ഗൂഢാലോചനക്കാര്യം അന്വേഷിക്കാതിരുന്നതെന്താണ്?"

"പറയട്ടെ എന്നു കരുതി."

രാജീവൻ ഒരു സ്നേഹത്തിന്റെ കഥ പറഞ്ഞു. ഒന്നുമില്ലാത്തവൻ. ഒരുപക്ഷേ, ഏറ്റവും വിലകുറഞ്ഞവൻ പക്ഷേ, ആ ചെറിയ മനസ്സിൽ സ്നേഹത്തിന്റെ നിറമുണ്ട്; തിങ്ങിത്തുളുമ്പുന്ന സ്നേഹം. എത്ര കോരിയെടുത്താലും അത്രയും വീണ്ടും നിറയും. അങ്ങനെ ഒരത്ഭുതപാത്രം. അയാൾക്ക് ഒരു കടമ നിറവേറ്റണം. വെറും ഔപചാരികതയുടെ പേരിലല്ല. അനായാസം ചെയ്തുതീർക്കാവുന്നതുമല്ല. കടംകൊള്ളണം. കഷ്ടതകൾ സഹിക്കണം. എന്നാലും അതിൽ ആഹ്ലാദത്തിന്റെ പൂർണ്ണതയുണ്ട്. എന്നും ഓർത്തഭിമാനിക്കാൻ വകയുണ്ട്.

മാലിനി എല്ലാം കേട്ടിരുന്നു. പ്രതികരണം ഒന്നുമുണ്ടായില്ല.

മനീഷയ്ക്ക് വിവാഹമോതിരം വാങ്ങി. മാലിനിക്ക് സാരി. പ്രിയ

മോൾക്ക് ഫ്രോക്ക്. മനുവിന് ഒരു ജോഡി ഷൂ. ഇനി അല്പം പണം ബാക്കിയുള്ളത് യാത്രയ്ക്ക്.

തുണിക്കടയിൽ നിന്നിറങ്ങാൻ തുടങ്ങുമ്പോൾ മാലിനി തടഞ്ഞു.

“നില്ക്കൂ, ഒരുനിമിഷം.”

“ഇനി എന്തെങ്കിലും വാങ്ങണോ?” രാജീവൻ തിരക്കി.

“ഉം.”

“വാങ്ങിക്കോളൂ.”

“നിങ്ങൾകൂടി വരൂ.”

രാജീവൻ മാലിനിയുടെ പിന്നാലെ ചെന്നു. റെഡിമെയ്ഡ് വസ്ത്രങ്ങളുടെ ശേഖരത്തിലേക്കു നീങ്ങുമ്പോൾ രാജീവൻ ചോദിച്ചു:

“എന്താണു വാങ്ങാനുള്ളത്?”

“നിങ്ങൾക്ക് ഷർട്ട്.”

“എനിക്കോ? എന്തിന്?”

“കല്യാണത്തിന് ഇടാൻ.”

“ഞാൻ വരണോ?”

“എന്താ സംശയിച്ചത്? ഇത് എന്റെ അനിയത്തിയുടെ കല്യാണമല്ല. നിങ്ങൾ എടുത്തുകൊണ്ടു നടന്ന കുട്ടിയുടേതാണ്.”

രാജീവന്റെ മനസ്സ് ലോലമായി. എത്ര സ്നേഹം പകർന്നു നല്കിയ കുട്ടികൾ. സ്വന്തം സഹോദരങ്ങളായി ഓമനിച്ചവർ. എന്നിട്ട് തന്നെ ഒരന്യനാക്കി മാറ്റി നിർത്തിയല്ലോ.

പഴയ കഥകൾ ആരോർക്കുന്നു? താനിപ്പോൾ ആരാണ്? ഒരു വിലയുമില്ലാത്ത ആരോ ഒരാൾ. ആദ്യം വിഷമം തോന്നി. പക്ഷേ, അതിവേഗം ആ യാഥാർത്ഥ്യവുമായി പൊരുത്തപ്പെട്ടിരിക്കുന്നു. മതിൽ സൃഷ്ടിച്ചിരിക്കുന്നത് ഭാര്യാപിതാവാണ്. മനീഷയുടെ നിലവിളി മതിലിനപ്പുറം ഉയരുകയാണ്. അത് കനത്ത മതിലിൽ വിള്ളലുകൾ സൃഷ്ടിക്കുന്നു.

അതുകൂടി ഇല്ലാതിരുന്നെങ്കിൽ, പണത്തിന്റെ വഴി അവളെക്കൂടി വിഭ്രമിപ്പിച്ചിരുന്നെങ്കിൽ? ഓർക്കുകവയ്യ. സ്നേഹത്തിനും വാത്സല്യത്തിനും ഒന്നും തീരെ വിലയില്ലെന്നു വന്നാൽ ജീവിതം എത്ര നിരർത്ഥകം.

നന്ദികേടും ക്രൂരതയും പകരം കിട്ടാൻ മുലപ്പാൽ ചുരത്തുന്ന ഭാഗ്യഹീനയാണോ ഒരമ്മ? സ്നേഹവും സുരക്ഷയും നല്കുന്ന അച്ഛന് പകരം കിട്ടേണ്ടത് അതാണോ? സഹോദരങ്ങൾ, സ്നേഹിതർ – അങ്ങനെ എത്ര ബന്ധങ്ങൾ! അവരെ ഒരുമിപ്പിക്കുന്ന സ്നേഹത്തിന്റെ ചരടു പൊട്ടുമ്പോൾ ജീവിതം അസംബന്ധമാകും. പരസ്പരാകർഷണമാണ് സൗരയൂഥത്തെ നിലനിർത്തുന്നത്. അതു നിലച്ചാൽ ഗ്രഹങ്ങളുടെ ഭ്രമണപഥം തെറ്റും. അവ കൂട്ടിമുട്ടും. തീഗോളമായി എല്ലാം കത്തി നശിക്കും.

രാജീവൻ പ്രിയമോളെ ശ്രദ്ധിച്ചു. അവളുടെ ഫ്രോക്കിന്റെ പെട്ടി അപ്പോഴും കൈയിലുണ്ട്. മാലിനിക്ക് കൈമാറാതെ ഇറുക്കിപ്പിടിച്ചിരിക്കുകയാണ്. സ്വന്തമെന്ന ബോധം വളർന്നിരിക്കുന്നു. അതിൽ അച്ഛനും

അമ്മയ്ക്കും സഹോദരങ്ങൾക്കുമൊന്നും സ്ഥാനമില്ലെന്നു ചിന്തിക്കുന്ന ഒരു കാലം വരുമോ? സ്വന്തം സുഖം തേടി മറ്റുള്ളവരുടെ മനസ്സറിയാതെ ഒരിക്കൽ ഇവൾ ഓടിപ്പോകുമോ? ജീവന്റെ ശ്വാസം ഊതിക്കൊടുത്തു വളർത്തുകയാണ്. ചൈതന്യത്തിന്റെ ഓരോ ബിന്ദുവും ഇറ്റിറ്റ് വീഴ്ത്തുന്നത് ഇവൾക്കുവേണ്ടി. ഒടുവിൽ ആരോഗ്യം നഷ്ടപ്പെട്ട് ജീവിതം ശുഷ്കിക്കുമ്പോൾ ഈ മകൾ മരണം സമ്മാനിച്ചാൽ? ഓർക്കാൻ വയ്യ. ഇവൾ വളർന്നു ജോലി നേടി, കതിർമണ്ഡപത്തിൽ നില്ക്കുന്നതുകണ്ട് കണ്ണ് നിറയാൻ, ഹൃദയം കുളിർക്കാൻ തനിക്കു ഭാഗ്യമുണ്ടാവില്ലേ?

മനീഷയുടെ വിവാഹമുഹൂർത്തവും തനിക്കതുപോലെയാണെന്ന് രാജീവൻ ഓർത്തു.

"മാലിനീ, വിവാഹത്തിന് ഞാൻ വരും, ക്ഷണിച്ചില്ലെങ്കിലും. ആ ഭാഗ്യം എനിക്ക് നഷ്ടപ്പെടുത്താനാവില്ല. പിന്നെ ഞാനെന്തിന്? മനീഷ നമ്മുടെ കുഞ്ഞനുജത്തി. അവളുടെ കഴുത്തിൽ മംഗല്യമണിയിക്കുന്നത് കാണാൻ നമുക്ക് മോഹമില്ലേ? പക്ഷേ, എനിക്കിപ്പോൾ പുതിയ ഷർട്ടു വേണ്ട. പുരുഷന്മാരുടെ വേഷം ആരുനോക്കുന്നു? പോരെങ്കിൽ അത്യാവശ്യത്തിനുള്ള പണമേ ബാക്കിയുള്ളു. വരൂ, നമുക്ക് മടങ്ങിപ്പോകാം."

രാജീവൻ പറഞ്ഞു.

"അതിനുള്ള പണം എന്റെ കൈയ്യിലുണ്ട്.'

"എവിടെനിന്ന്? നിന്റച്ഛൻ തന്നതോ? അതെനിക്കു വേണ്ട."

"പപ്പാ തന്നതൊന്നുമല്ല, അതുകൊണ്ട് നിങ്ങൾക്ക് ഷർട്ടുവാങ്ങാൻ – ഛേ, അത്ര വിലകെട്ടവളോ ഞാൻ? നിങ്ങൾക്കു വരുന്ന വാരികകളിൽ ആവശ്യമില്ലാത്തവയും പഴയ പത്രവും വിറ്റുകിട്ടിയ പണമാണ്. വീട്ടു ചെലവ് ചുരുക്കി മിച്ചംവച്ച പണം വേറെയുമുണ്ട്. അത് മോളുടെ കാതു കുത്തി രണ്ട് കുഞ്ഞിക്കമ്മൽ വാങ്ങിയിടാനുള്ളതാണ്."

മാലിനിയെത്തന്നെ നോക്കിയിരുന്നു ഒരുനിമിഷം. ഇവൾ ആരാണ്? ശക്തിയോ? പ്രകൃതിയെ തലോടുന്ന തെന്നലോ?

വിവാഹത്തിന് തലേന്നാൾ ഭാര്യാഗൃഹത്തിലെത്തി. പ്രതീക്ഷിച്ചതിലേറെ ഹൃദ്യമായിരുന്നു സ്വീകരണം. പ്രിയമോളെ മാലിനിയുടെ അമ്മ എടുത്തുകൊണ്ടുപോയി. മനു ബാഗ് ഏറ്റുവാങ്ങി അടുത്ത മുറിയിൽ കൊണ്ടുവച്ചു. മനീഷ ഓടി വന്നു കെട്ടിപ്പിടിച്ചു:

"ഏട്ടൻ വരില്ലെന്നു കരുതി."

"ഞാൻ അത്ര ക്രൂരനല്ല കുട്ടീ."

"എനിക്കതറിയാം. യൂ ആർ ഗ്രെയ്റ്റ്!" മനീഷ പറഞ്ഞു.

മോതിരം അവളുടെ വിരലിൽ ഇട്ടുകൊടുത്തു. അവൾ അതിന്റെ ഭംഗി ആസ്വദിച്ചു. കൂട്ടുകാരുടെ മുമ്പിൽ പ്രദർശിപ്പിക്കാൻ പോയി.

ഷൂസ് മനുവിന് നല്ല ചേർച്ച.

"പപ്പയോട് പറഞ്ഞതാ എനിക്കു പുതിയ ഷൂ വേണമെന്ന്. കേൾക്കണ്ടേ? നാളെ എനിക്കിതിടണം."

അന്തരീക്ഷത്തിന് അയവുണ്ടായി. സ്നേഹത്തിന്റെ പരിമളം പര

ന്നു. കോലായയിലെ മുറിയിൽ ഒന്നു കിടന്നു. അല്പം മയങ്ങി.

"ഇപ്പോഴെങ്കിലും എത്തി, അല്ലേ? ഓരോരുത്തര് ചോദിച്ചാൽ എന്താ പറയുകയെന്ന് വിഷമിച്ചിരിക്കുകയായിരുന്നു ഞാൻ. മുഹൂർത്തത്തിനെങ്കിലും വരുമോ അയാൾ?"

മാലിനിയുടെ അച്ഛന്റെ സ്വരം ഉമ്മറത്ത് മുഴങ്ങി. അതു കേട്ടാണുണർന്നത്. എഴുന്നേറ്റില്ല. ഇപ്പോൾ ആ നേർക്കു ചെല്ലാൻ വയ്യ.

"ഏട്ടൻ വന്നിട്ടുണ്ട് പപ്പാ; ഉറക്കമാ." മനീഷ പറഞ്ഞു: "ഇപ്പോ വിളിക്കാം."

"ഓ, എന്താണിപ്പോൾ നല്ല ബുദ്ധി തോന്നാൻ?"

ആ പിറുപിറുക്കലുകൾ കേട്ടുകൊണ്ടു കിടന്നു.

മനസ്സിൽ നീറ്റൽ അനുഭവപ്പെട്ടു. ഒരംഗീകാരം; സ്നേഹപൂർണ്ണമായ വാക്ക് – അതിനുവേണ്ടി എത്ര കൊതിക്കുന്നു! സഫലമാകാത്ത മോഹങ്ങൾ. മരുഭൂമിയിലെ മഞ്ഞുതുള്ളിപോലെ ക്ഷണികം.

ഈ അവഗണനകളുടെ കാലം അവസാനിക്കുകയില്ലേ? എന്നും പുറന്തള്ളപ്പെടാൻവേണ്ടി ഒരു ജീവിതമോ? രാജീവന് ആത്മനിന്ദ തോന്നി.

തിരക്കുകളിൽ വീഴാതെ, അപരിചിതനോട്ടങ്ങളിൽ പെടാതെ രാജീവൻ ഒഴിഞ്ഞു നിന്നു. സമ്പന്നതയുടെ ലോകം. എസ്റ്റേറ്റ് ഉടമകൾ, ബിസിനസ്സ് പ്രമാണിമാർ – അവർക്ക് ഒരു കോളേജദ്ധ്യാപകൻ ശ്രദ്ധാകേന്ദ്രമല്ല. അയാൾ അറിയപ്പെടുന്ന കവിയാണെന്നുള്ളത് ഒരു പ്രത്യേകതയും സൃഷ്ടിക്കുന്നില്ല.

മനു എപ്പോഴും ഒപ്പമുണ്ടായിരുന്നത് ആശ്വാസമായി. വിദ്യാർത്ഥികളും യുവാക്കളും രാജീവനെ വന്നുകണ്ട് പരിചയപ്പെട്ടു. കവിതകൾ വായിച്ചിട്ടുള്ളവർ ആദരപൂർവ്വം അഭിവാദ്യം ചെയ്തു.

വിവാഹസ്വീകരണത്തിനു വന്നവരോട് ബേബിച്ചൻ അഭിമാനത്തോടെ പറയുന്നുണ്ടായിരുന്നു:

"അമേരിക്കയിൽ സ്ഥിരതാമസമാക്കാനാ അവരുടെ പരിപാടി. ഹീ ഈസ് ആൻ അമേരിക്കൻ സിറ്റിസൺ. മനീഷയ്ക്കും അവിടെ നല്ല ജോലി കിട്ടും. കുറേ കഴിയുമ്പോൾ മനുവിനെയും അയയ്ക്കണം. കാര്യം നമ്മൾ കുറേ കാശുണ്ടാക്കി. ഇവിടെന്തു സുഖമാ. സുഖിക്കണമെങ്കിൽ അമേരിക്കയിൽ ചെല്ലണമെന്നാ എന്റെ പുതിയ ബന്ധുക്കാരൻ പറയുന്നത്. മോളു പോരുന്നോ അമേരിക്കയ്ക്ക്?"

ചോദ്യം പ്രിയമോളോടാണ്. അവൾ അതു ശ്രദ്ധിക്കാതെ മാലിനിയെ തേടിപ്പോടി. ഒന്നും കേൾക്കുന്നില്ലെന്നു ഭാവിച്ചു. ഒരു പ്രതികരണവുമില്ലാതെ നിലകൊണ്ടു. ഒരു സാധാരണ ഇന്ത്യൻ പൗരൻ ഇക്കാര്യത്തിൽ എന്തു പ്രതികരിക്കാനാണ്?

കൂട്ടത്തിൽ അലിയാൻ കഴിയാതെ അപരിഷ്കൃതരെപ്പോലെ ഒറ്റയ്ക്കായ സ്വന്തം അച്ഛനെയും അമ്മയെയും കണ്ടപ്പോൾ വിഷമം തോന്നി. മാലിനി അവരോടൊപ്പം നില്ക്കാൻ ബദ്ധപ്പെട്ടു. പ്രിയമോൾ അമ്മയുടെ മടിയിൽ കയറിയിരുന്നു.

തന്റെ ദുഃഖങ്ങളിൽ തണലേകാൻ ആരുമില്ലല്ലോ എന്ന് ഒരുനിമിഷം രാജീവൻ ഓർത്തു. അച്ഛന്റെ കണ്ണുകൾ തന്നെ ശ്രദ്ധിക്കുന്നില്ല. അമ്മയെപ്പോലും നോട്ടങ്ങൾകൊണ്ടു പിന്തിരിപ്പിക്കുന്നു.

താൻ ഏകനാണ്. ഗ്രീഷ്മപഥങ്ങളിൽ ദാഹാർത്തനായി യാത്ര ചെയ്യാൻ വിധി.

ഭർത്തൃഗൃഹത്തിലേക്കു യാത്രയാകുമ്പോൾ മനീഷ കരഞ്ഞു.

"നിനക്കു നല്ലതുവരട്ടെ. നാമിനി എന്നു കാണുമെന്നു തീർച്ചയില്ല. ഒരുപക്ഷേ - ഇല്ല; ഞാനങ്ങനെ പറഞ്ഞ് നിന്നെ വിഷമിപ്പിക്കുന്നില്ല. നിന്നെക്കുറിച്ച് നല്ല വാർത്തകൾ കേൾക്കാൻ ഇടയാകട്ടെ. ഞങ്ങളും ഇന്നുതന്നെ മടങ്ങും." രാജീവൻ പറഞ്ഞു.

"ചേച്ചിയും പ്രിയമോളും ഇവിടെ നില്ക്കില്ലേ?" മനു ചോദിച്ചു.

"നിർബ്ബന്ധിക്കരുത്. ഏട്ടൻ അവിടെ തനിച്ചാവില്ലേ?" മനീഷ പറഞ്ഞു.

രാജീവൻ പിന്നെ അവൾക്ക് മുഖം കൊടുത്തില്ല. ആരുടെയും ശ്രദ്ധയിൽപ്പെടാതെ പുറപ്പെടാനൊരുങ്ങി.

ബസ്സ്റ്റാൻഡുവരെ മനു ഒപ്പം വന്നു.

"ഇനി ഞങ്ങൾ വരുന്നത് ഒരുപക്ഷേ നിന്റെ വിവാഹത്തിനാവും."

രാജീവൻ പറഞ്ഞു.

"ഏട്ടൻ എല്ലാം പൊറുക്കണം."

മനുവിന്റെ വാക്കുകളിൽ ഒരപേക്ഷയുടെ ആർദ്രത.

"എനിക്കൊന്നുമില്ല."

"ഏട്ടനെ പപ്പാ വല്ലാതെ ഇൻസൾട്ടു ചെയ്യുന്നുണ്ട്. ഞങ്ങൾക്കതിൽ ദുഃഖമുണ്ട്."

"മറന്നുകളയൂ. ഞാൻ അതു കാര്യമാക്കുന്നില്ല."

മാലിനി മനുവിന്റെ നെറ്റിയിൽ ചുംബിച്ചു. ഒന്നും പറഞ്ഞില്ല. പ്രിയമോൾ കൈ വീശി.

മൗനത്തിന്റെ നിമിഷങ്ങൾ കടന്നുപോയി. മനസ്സ് ഇടയ്ക്കിടെ ചിറകിളക്കി. പറക്കാൻ കഴിഞ്ഞില്ല.

രാത്രി പ്രിയമോൾ ഉറങ്ങിക്കഴിഞ്ഞപ്പോൾ മാലിനി പറഞ്ഞു:

"മമ്മി എനിക്കു കുറച്ചു രൂപ തന്നു."

എത്രയെന്ന് രാജീവൻ ചോദിച്ചില്ല.

"എന്താ ഒന്നും ചോദിക്കാത്തത്?"

"ഞാനൊരിക്കലും അത് അന്വേഷിച്ചിട്ടില്ലല്ലോ."

"ജോലി വേണമെങ്കിൽ പപ്പാ ബിഷപ്പിനോടു പറഞ്ഞു ശരിയാക്കും. പക്ഷേ, നിങ്ങൾ കുറച്ചു അടങ്ങിയൊതുങ്ങിക്കഴിയേണ്ടിവരും."

"അതിനെന്താ? നിനക്കൊരു ജോലികിട്ടുന്ന കാര്യമല്ലേ?" രാജീവൻ ചിരിക്കാൻ ശ്രമിച്ചു.

മാലിനി തടഞ്ഞു:

"വേണ്ട, നിങ്ങൾ ചിരിക്കാൻ ശ്രമിച്ച് ആ നല്ല മുഖം വികൃതമാക്ക

ണ്ട. എനിക്കവരുടെ ജോലി വേണ്ട. മമ്മി തന്ന പണവും ഞാൻ വാങ്ങിയില്ല. കേട്ടോ."

"അതെന്താ, നമ്മുടെ ദാരിദ്ര്യം കുറച്ചു കുറഞ്ഞു കിട്ടുമായിരുന്നല്ലോ."

"കളിയാക്കണ്ട. പണം തന്നത് എന്തു പറഞ്ഞിട്ടാണെന്ന് നിങ്ങൾക്കറിയാമോ? നിങ്ങളോടു പറയാതെ ഞാൻ രഹസ്യമായി സൂക്ഷിക്കണം. നിങ്ങൾ അറിഞ്ഞാൽ അതുകൂടി നശിപ്പിക്കുമത്രേ."

"ശരിയല്ലേ? മോളൊരു സ്വർണപ്പല്ലക്കുപോലെ എഴുന്നള്ളാത്തതുകൊണ്ട് അവർക്ക് രക്തസമ്മർദ്ദം വർദ്ധിച്ചുകാണും."

"അതും അന്വേഷിച്ചു. എല്ലാം വിറ്റുതുലച്ചതെന്തിനെന്ന്. ഞാൻ പറഞ്ഞു: ചെറിയ വീടാണ്, വലിയ പൂട്ടും ഉറപ്പുമൊന്നുമില്ല. ബാങ്കിൽ ഭദ്രമായി ഇരുന്നോട്ടേന്നു കരുതി പണയം വച്ചിരിക്കുകയാണെന്ന്."

"കുറേക്കൂടി ദൈന്യത്തോടെ നമ്മുടെ നില പറഞ്ഞു കൊടുക്കാമായിരുന്നില്ലേ? കാരുണ്യം തോന്നി വല്ല ദുരിതാശ്വാസവും നല്കുമായിരുന്നില്ലേ?"

"എന്തുചെയ്യാം, നിങ്ങളുടെ കൂടെക്കൂടി ഓരോരോ ദുഃസ്വഭാവങ്ങളായിപ്പോയി."

ഒരു രംഗം രാജീവന്റെ മനസ്സിലേക്കു കടന്നുവന്നു.

മാലിനിയുടെ ജോലി നഷ്ടപ്പെട്ട സമയത്താണ്. സ്കൂൾ കറസ്പോണ്ടന്റിനെ രാജീവും മാലിനിയും ചെന്നു കണ്ടു. കുട്ടികൾ കുറവാണെന്നു പറയുന്നല്ലോ; ഇപ്പോഴും പ്രവേശനം കാത്ത് എത്രപേർ നില്ക്കുന്നു. മനഃപൂർവ്വം തന്നെ ഒഴിവാക്കുകയല്ലേ എന്ന് മാലിനി ചോദിച്ചു. തന്റെ പേരിൽ എന്തു കുറ്റമുണ്ടെന്ന് അറിയണമെന്നായി അവൾ.

"മുകളിൽ നിന്നുള്ള നിർദ്ദേശമാ, പിരിച്ചു വിടണമെന്ന്." (I have orders from above to relieve you) – ആ വൃദ്ധവൈദികൻ സത്യം തുറന്നു പറഞ്ഞു.

അദ്ദേഹത്തിന്റെ ഇരിപ്പിടത്തിനു മുകളിൽ മനുഷ്യപുത്രൻ മൂന്ന് ആണികളിൽ പിടയുന്നു.

"പിതാവായ ദൈവത്തിന്റെ പക്കൽനിന്നോ?" (Is it from the Heavenly Father?) – മാലിനി ചോദിച്ചു.

അത്ഭുതത്തോടെ ഒരുനിമിഷം അവളെ നോക്കി നിന്നു. മാലിനിയുടെ നാവിൽനിന്നോ ഈ ദൃഢസ്വരം? രാജീവന് വിശ്വസിക്കാൻ കഴിഞ്ഞില്ല.

"അത്ര കടുപ്പിച്ച് നീ പറഞ്ഞുകളയുമെന്നു കരുതിയില്ല." മടങ്ങുമ്പോൾ രാജീവൻ പറഞ്ഞു.

"എന്തു ചെയ്യാം, നിങ്ങളുടെ സഹവാസമല്ലേ? അതിന്റെ ദുശ്ശീലങ്ങൾ."

ഇപ്പോഴും മാലിനി അതേ ഉത്തരം ആവർത്തിക്കുന്നു.

രാജീവന്റെ കൈകൾ അവളെ തേടിച്ചെന്നു.

അഞ്ച്

രക്ഷയുടെ മാർഗ്ഗങ്ങൾ പൂർണ്ണമായി അടഞ്ഞുപോവുകയില്ലെന്ന് രാജീവനു വെളിപ്പെട്ടു. ആകസ്മികമായാണ് ഒരു വാതിൽ തുറന്നുവന്നത്. സ്കൂളിൽ മാലിനിക്ക് ജോലിയുണ്ടായിരുന്ന ഘട്ടം. സർവ്വകലാശാല ഓഫീസിൽ അസിസ്റ്റന്റുമാരുടെ ഒഴിവുകൾ ഉണ്ടെന്നറിഞ്ഞ് അപേക്ഷ അയച്ചു. ജീവിതത്തിലെ അവസാന പരീക്ഷ എന്നു പറഞ്ഞ് ടെസ്റ്റും എഴുതി. കിട്ടിയാലും അതിന്റെ ആവശ്യമില്ല. വീട്ടുമുറ്റത്ത് ടീച്ചർ പദവി. അതുപേക്ഷിക്കുന്ന വിഡ്ഢിത്തമില്ല.

വ്യത്യസ്തമായ അനുഭവങ്ങൾ. മനഃപൂർവ്വം പുറന്തള്ളിയ സ്കൂൾ അധികൃതർ വീണ്ടും നിയമനം തരുമെന്ന് എങ്ങനെ പ്രതീക്ഷിക്കാനാണ്? നിയമപരമായി അതു വേണ്ടിവന്നാൽ അകലെ ഏതെങ്കിലും ഒരു പട്ടിക്കാട്ടിൽ തള്ളുകയേയുള്ളൂ. തീർച്ച. ആ അപമാനത്തിനു നിന്നുകൊടുക്കാൻ വയ്യ.

മനസ്സിൽ നഷ്ടബോധത്തിന്റെ അഗ്നി എരിയുമ്പോഴാണ് സർവ്വകലാശാലയിൽനിന്ന് അറിയിപ്പ് വന്നത്. മെറിറ്റ് ലിസ്റ്റിൽ മാലിനിക്ക് ഉയർന്ന റാങ്കുണ്ട്.

മുറ്റത്ത് മുട്ടുകുത്തിനിന്ന് അവൾ സകല ദൈവങ്ങൾക്കും നന്ദി പറഞ്ഞു. അജ്ഞാതമായ ഒരനുഗ്രഹത്തിന്റെ സ്പർശം അനുഭവപ്പെട്ടു.

"ആരാണ് എന്റെ തലയിൽ കൈവച്ചത്?" മാലിനി ചോദിച്ചു.

പുറത്തുനിന്നു വന്നെത്തിയ രാജീവൻ തിരക്കി:

"നീ എന്താ പറഞ്ഞത്?"

"ആരോ എന്റെ തലയിൽ തലോടി, നിങ്ങളാണോ?"

"നിനക്ക് വട്ടുണ്ടോ? ഞാനിതാ വന്നു കയറിയതേയുള്ളൂ."

"എങ്കിൽ അതാരാവും?" മാലിനി സ്വയം ചോദിച്ചു.

"കാറ്റിന്റെ തലോടലാവും. അല്ലെങ്കിൽ അജ്ഞാതന്റെ കരസ്പർശം"

"അജ്ഞാതനോ അതാര്?"

"നമ്മെ നയിക്കുന്ന ശക്തി, ജീവിപ്പിക്കുന്ന ചൈതന്യം."

"എന്തുമാവട്ടെ, ദാ, ഇതു കണ്ടോ?"

രാജീവൻ ആ കടലാസ് മാറോടു ചേർത്ത് ഒരുനിമിഷം മൗനമായി നിന്നു.

"നമ്മുടെ ഭാഗ്യം. വിധി പൂർണ്ണമായി നമ്മെ കൈവെടിഞ്ഞില്ല."

രാജീവന്റെ ചുണ്ടുകൾ മന്ത്രം ചൊല്ലുംപോലെ ചലിച്ചു.

സമതലങ്ങളിലൂടെ നീളുകയാണ് യാത്രാപഥം. ഇത് അനുഗ്രഹമോ? പ്രശാന്തമായ യാത്ര ശാപമായിത്തീരുമോ? വെല്ലുവിളികൾ നഷ്ടപ്പെട്ട് ജീവിതം അതിസാധാരണത്വത്തിലേക്കു പതിക്കുമോ?

ഭൂമിയിൽ സമാധാനത്തിനന്റെ കാലം, പക്ഷേ യുദ്ധങ്ങൾ സൃഷ്ടിച്ച മുറിവുകൾ മനസ്സിലുണ്ട്. അതിൽനിന്ന് രക്തം കിനിയുന്നുണ്ട്. ആ രക്ത

ബിന്ദുക്കളിൽ അസ്വാസ്ഥ്യത്തിന്റെ വിത്തുകൾ മുളപൊട്ടുന്നു. മനുഷ്യവേദനയുടെ നാമ്പുകൾ വിടരുന്നു.

രാജീവന്റെ ഭാവനയിൽ ശക്തിയുടെ ജ്വാലകൾ ഉയർന്നു. കാലം കൂട്ടിയ തീക്കുണ്ഡത്തിൽനിന്നു പുറത്തുവരുമ്പോൾ പൊള്ളലേറ്റ വടുക്കളില്ല. എങ്കിലും മനസ്സു വ്യാകുലമാകുന്നു. അഗ്നിപ്രവേശങ്ങൾ എന്തിനുവേണ്ടിയാണ്? പകയും വിദ്വേഷവും നരബലി നടത്തിയ ഭൂമിയിൽ ഒരു മുരളികയായി ജന്മം കൊണ്ടതു പാപമോ? ഏതു തെറ്റുകൾക്കാണ് ചുമലിൽ മരക്കുരിശു വച്ചുതന്നത്? കാൽവരിയിലേക്കു വലിച്ചിഴച്ചത്?

ഔദാര്യങ്ങൾ കൊതിച്ചിട്ടില്ല. യാചകനെപ്പോലെ കൈനീട്ടി നിന്നിട്ടില്ല. താനൊരു കുഞ്ഞാടല്ല. അറുക്കപ്പെടാൻ കഴുത്തു കാട്ടുകയില്ല. ഒരു ചെടി. ജീവന്റെ ചെറുമുകുളം. അതിനു പറ്റിച്ചേരാൻ സ്നേഹത്തിന്റെ മടിത്തട്ടുവേണം. ആത്മബന്ധങ്ങളുടെ കരുത്തുവേണം. ഒരിക്കലും പരാന്നഭോജിയാവുകയില്ല. ഒരു 'കൽത്താമര'. വൃക്ഷത്തിന്റെ കവരത്തിൽ അതു വളരുന്നു. സൂര്യതാപംകൊണ്ട് ഹരിതകണങ്ങളിൽ ആഹാരമുണ്ടാക്കുന്നു. സ്വയം ജീവിക്കുന്നു.

രാജീവന്റെ ആത്മാവിഷ്കാരം പ്രശസ്തമായി. 'Orchid' എന്ന പേരിൽ അതിന് ഇംഗ്ലീഷ് പരിഭാഷയുണ്ടായി. സാഹിത്യവേദികളിൽ ആ കാവ്യം ചർച്ച ചെയ്യപ്പെട്ടു.

"രാജീവന്റെ കവിത ദാർശനികതയുടെ നൂതനമാനങ്ങൾ തേടുന്നു."

പ്രതികരണം.

പ്രശംസയോ പ്രതികൂലവിമർശനമോ?

"കവിതയുടെ സ്വത്വം കണ്ടെത്തൽ."

കവിതയുടെ സാഫല്യത്തിൽ കവിഹൃദയം ആനന്ദമുൾക്കൊണ്ടു. താൻ തിരിച്ചറിയപ്പെടുകയാണ്. മുളംതണ്ടിലെ സംഗീതത്തിനു കാതോർക്കുക. കാട്ടുപൂവിന്റെ ഗന്ധം അറിയുക. ആ അപൂർവ്വതയുടെ സ്പർശനം സമതലങ്ങൾക്കപ്പുറത്തേക്കു യാത്ര ചെയ്യാൻ പ്രേരണയായി.

കാറ്റും കടൽത്തിരയുമായി കവിത പരിണമിച്ചപ്പോൾ ഒറ്റപ്പെടലിന്റെ ദുഃഖങ്ങൾക്കു ഭാവാന്തരം സംഭവിച്ചു. ആത്മതാപത്തിന്റെ പീഡനങ്ങൾക്കപ്പുറം മനുഷ്യവ്യഥകളുടെ തീവ്രതയിലേക്ക് കവി ആഴ്ന്നിറങ്ങി. ജീവിക്കാൻ ഒരു തുണ്ടുഭൂമിയും ശ്വസിക്കാൻ അല്പം ശുദ്ധവായുവും കുടിക്കാൻ ഒരു കുടന്ന ജലവും ഏതു ജീവിയുടെയും അവകാശമാണ്. അതു നിഷേധിക്കപ്പെടുന്ന ദുസ്സഹാനുഭവങ്ങളുടെ അഗ്നിനദിയിൽ കവി മനസ്സ് യാത്ര ചെയ്തു. വറ്റി വരളുന്ന ആർദ്രതയുടെ ചിത്രം ആവിഷ്കരിച്ച *ഇല്ലം* എന്ന കവിത രാജീവനെ അക്കാദമി അവാർഡിന് അർഹനാക്കി.

വേനലിന്റെ അറുതിയിൽ മഴമേഘംപോലെ പ്രശംസകൾ രാജീവനെ തേടിയെത്തി. ആകാശത്തിന്റെ നീലിമ തുടുത്തു. അത്തരം മരുപ്പച്ചകളിൽ മോഹിതനാകരുതെന്ന് രാജീവൻ മനസ്സിൽ ഉറപ്പിച്ചു. മുന്നിൽ ഒരു

ക്രൂശിതരൂപമുണ്ട്. ആഹ്ലാദാരവങ്ങൾക്കിടയിൽ അതു കൈയിൽ വച്ചു തന്ന ഫാദർ ആന്റണി സേവിയർ.

തീരെ അപ്രതീക്ഷിതമായിരുന്നു അച്ചന്റെ വരവ്. അവാർഡ് പ്രഖ്യാപനത്തിന്റെ മൂന്നാം നാളിൽ. പ്രിയമോളുടെ നിർബ്ബന്ധത്തിനു വഴങ്ങി പുറത്തേക്കിറങ്ങാൻ തുടങ്ങും നേരം. അവധി ദിവസമാണ്. കടൽത്തീരത്തെ ഒരു സായാഹ്നം. മാലിനിക്കും ഉത്സാഹമായി. തിരക്കുകളിൽ നിന്നൊഴിഞ്ഞ് ആശ്വസിക്കാൻ ഒരവസരം.

ജീവിതത്തിൽ അത്തരം സന്ദർഭങ്ങൾ വിരളമായത് മനഃപൂർവ്വമല്ല. ഒരാളുടെ വരുമാനത്തിൽ ഒതുങ്ങിക്കൂടേണ്ടി വന്നു. തണലുകളില്ലാത്ത വഴിയാത്ര. ഒരു കൊച്ചുകുടുംബം; അതിന്റെ ഇടുങ്ങിയ അതിരുകൾ.

ഫാദർ ആന്റണി സേവിയറിന്റെ സാന്നിദ്ധ്യം അന്തരീക്ഷം ചൈതന്യനിർഭരമാക്കി.

"ഞാനിങ്ങോട്ടൊന്നു വരാനൊരുങ്ങുമ്പോഴാ ഈ നല്ല വാർത്ത. പിന്നെ വൈകിയില്ല. പുറപ്പെട്ടു." ഫാദർ ആന്റണി പറഞ്ഞു.

രാജീവന്റെ മനസ്സു നിറഞ്ഞു. കണ്ണുകൾ ഈറനായി. ഈ വാത്സല്യം ഏതംഗീകാരത്തിലും വലുത്.

പ്രിയമോൾ വളരെ വേഗം ഇണങ്ങി. മടിയിൽ കയറിക്കൂടുമ്പോൾ ഫാദർ ആന്റണി പറഞ്ഞു:

"അമ്മയെപ്പോലെതന്നെ. ഞാനിവരുടെ വീട്ടിൽ ചെന്നാൽ അരികിൽനിന്നു മാറുകയേയില്ലായിരുന്നു ഈ മഹതി."

മാലിനി ചിരിച്ചു. ചായ പകർന്നു.

"നന്നായി ചായയുണ്ടാക്കാനൊക്കെ പഠിച്ചല്ലോ. വീട്ടുകാര്യങ്ങൾ നോക്കി നടത്താനാവുമോ എന്നു ശങ്കിച്ച സഖാവ് ബേബിച്ചൻ ഇപ്പോൾ എന്തു പറയുന്നു?"

"പപ്പയെ കണ്ട കാലം മറന്നു. ഞങ്ങളെ തിരിച്ചറിയുമോ എന്നു സംശയം."

മാലിനിയുടെ സ്വരത്തിലെ വിഷാദത്തിന്റെ നനവ് ഫാദർ ആന്റണിയുടെ മനസ്സിൽ വിങ്ങലുണ്ടാക്കി. അദ്ദേഹം അവരെക്കൂട്ടി കടലോരത്തേക്കു യാത്രയായി. വിശാലമായ കടൽപ്പരപ്പുപോലെ മനുഷ്യജീവിതം. അനുഭവങ്ങൾ തിരകളാണ്. അവ പൊട്ടിച്ചിരിച്ചും തേങ്ങിക്കരഞ്ഞും കടന്നുവരും. ഒടുവിൽ എല്ലാ തിരയും അടങ്ങും. കടൽ വീണ്ടും ശാന്തമാകും.

ഫാദർ ആന്റണിയുടെ നിർബ്ബന്ധത്തിനു വഴങ്ങി സ്റ്റാർ ഹോട്ടലിൽ അത്താഴവിരുന്ന്. പ്രിയമോൾ ഐസ്ക്രീമിൽനിന്ന് ഐസ്ക്രീമിലേക്കു പുരോഗമിക്കുമ്പോൾ മാലിനി തടഞ്ഞു.

"മതി കഴിച്ചത്, പതിവില്ലാത്ത ഓരോന്നു തിന്നുകൂട്ടി വയറു വശക്കേടാക്കിയാൽ എനിക്കു ലീവില്ല."

രാജീവൻ ഓർമ്മിച്ചു. ഈ സായാഹ്നം എത്ര സുന്ദരമാണ്! ഇതുപോലൊന്നു സമ്മാനിക്കാൻ തനിക്കാവുന്നില്ലല്ലോ. മാലിനിയുടെ മോഹ

ങ്ങളെക്കുറിച്ചു തിരക്കാൻ ശ്രമിച്ചിട്ടില്ല. പ്രിയമോളുടെ സ്വപ്നങ്ങളിൽ വർണ്ണത്തൂവലുകൾ ചേർക്കാൻ സാധിച്ചിട്ടില്ല. എന്നെങ്കിലുമൊരിക്കൽ ഇതും ഒരു കുറ്റാരോപണമാകുമോ? താനൊരു വിഷാദജീവി. അപരിചിതഭാവത്തോടെ ജീവിതഭോഗങ്ങളിൽനിന്നു മുഖം തിരിക്കുന്നു. അക്ഷരങ്ങളുടെ ലോകത്തിൽ സ്വയം ബന്ധിതനാകുന്നു.

മോചനമുണ്ടാകുമോ?

ഫാദർ ആന്റണി സേവിയർ യാത്ര പറഞ്ഞപ്പോൾ ഏതോ നഷ്ടബോധത്തിൽ മനസ്സു നീറി. ജീവിതത്തിൽ വീണു കിട്ടിയ സന്തോഷത്തിന്റെ ഒരപൂർവ്വ നിമിഷത്തിൽ ഒപ്പമുണ്ടാകാൻ ശ്രദ്ധിച്ച നന്മയെ നമസ്കരിച്ചു.

"ഞാനിനി ഇതുവഴി വരുന്നതെന്നെന്നു രാജീവൻ സാർ ചോദിച്ചില്ല. മാലിനിയും." ഫാദർ ആന്റണി സേവിയർ വെറുതെയൊന്നു പരിഭവിച്ചു.

"ഭാഗ്യത്തിൽ എനിക്കേറെ വിശ്വാസം പോരാത്തതുകൊണ്ടാണ്." രാജീവൻ പറഞ്ഞു.

"എന്നാൽ ഞാൻ വരും. ഇതുപോലെ ഒരു ദിവസത്തിൽ. തികച്ചും അപ്രതീക്ഷിതമായി."

പ്രിയമോൾ കുഞ്ഞിക്കൈകൾ വീശി.

"നമുക്ക് ആരുമില്ലെന്ന തോന്നൽ വെറുതെയാണ്. ഇങ്ങനെ ചില നല്ല മനുഷ്യരുണ്ട്. എപ്പോഴും ഉണ്ടാകും." സ്വയം സമാധാനിക്കുംപോലെ മാലിനി പറഞ്ഞു.

രാജീവന്റെ ചുണ്ടിൽ മന്ദഹാസം വിടർന്നു.

പ്രതിഭയുടെ പൂക്കാലം പിറക്കുകയായിരുന്നു. ഇതിഹാസഭൂമിയിൽ രാജീവൻ യാത്ര ചെയ്തു. ഉഴവുചാലുകളിൽ ഭൂമികന്യകയുടെ മുഖമുയർന്നു. അവൾ കാത്തിരിക്കുന്ന വിധിയുടെ ചക്രം തിരിഞ്ഞു.

നടക്കാൻ കാലുകളും ജോലി ചെയ്യാൻ കൈകളും എല്ലാം നോക്കിക്കാണാൻ കണ്ണുകളും സ്നേഹിക്കാനൊരു മനസ്സുമൊക്കെ ജീവിതപൂർണ്ണിമയ്ക്ക് ആവശ്യം. അതു നഷ്ടപ്പെട്ടാൽ സൗന്ദര്യത്തെ വൈരൂപ്യം കീഴടക്കും. കാലത്തിന്റെ ക്രൂരമായ കണ്ണുകൾ മാനവികതയെ വേട്ടയാടും. ഈ മനുഷ്യപരിണാമത്തിന്റെ രൂക്ഷഭാവം ആവിഷ്കരിച്ച *കാമന* എന്ന കാവ്യത്തിന്റെ പേരിലും പുരസ്കാരങ്ങൾ തേടിയെത്തി.

സമതലങ്ങൾക്കപ്പുറത്തേക്കായി കവിയുടെ യാത്ര. കൊടുമുടികളിലേക്ക് ആ സഞ്ചാരപഥം നീണ്ടു.

ഗുഹാതലം ഒരുങ്ങുകയായിരുന്നു. തപഃസ്ഥലികളിൽ കവി ധ്യാനനിമഗ്നനായി. ഇരുണ്ട വഴികളിൽ പ്രകാശബിന്ദുക്കൾ നിറഞ്ഞു. അറിവിന്റെ വെളിച്ചം പരന്നു.

ആ ഏകാകിയുടെ നേർക്കു മുഖം തിരിച്ചു നില്ക്കാൻ സമൂഹത്തിനു കഴിയാതെ വന്നു. ഗ്രന്ഥകാരന്മാരുടെ പ്രതിനിധി എന്ന നിലയിൽ സർവ്വ

കലാശാലാ സെനറ്റിലേക്ക് സർക്കാർ രാജീവനെ നാമനിർദ്ദേശം ചെയ്തു. സാഹിത്യ അക്കാദമി അംഗത്വവും രാജീവനെ തേടിയെത്തി.

രാമഭദ്രൻ പറഞ്ഞു:

"താനൊരു വലിയ ആളായിരിക്കുന്നു. ഭൂമിയിൽ നിന്നുയർന്നുകളയരുതു കേട്ടോ. കാലുകൾ മണ്ണിൽ ഉറപ്പിച്ചു നില്ക്കണം."

രാജീവൻ ചിരിച്ചു. അതിൽ കണ്ണുനീരിന്റെ നനവു ബാക്കി.

"സാറിന്റെ ജാമ്യത്തിലാണ് ഇപ്പോഴും എന്റെ നിലനില്പ്." രാജീവൻ പഴയ കഥയോർത്തു.

ഇടയ്ക്കൊക്കെ വന്നെത്തുന്ന കത്തുകളിൽ, ആശംസാ സന്ദേശങ്ങളിൽ നിലനില്ക്കുന്ന സാഹോദര്യത്തിന്റെ ഊഷ്മളത. നാട്ടിൽ കഴിഞ്ഞിട്ടും അത്രപോലും നന്മ പുലർത്താത്ത പൈതൃകം എത്ര നിരർത്ഥകമാണ്!

അദ്ധ്യാപകസംഘടനയുടെ പ്രവർത്തകസമിതി അംഗമാകാൻ നിർബ്ബന്ധമേറിയപ്പോൾ രാജീവൻ പിൻവലിഞ്ഞു:

"ഞാനല്ല, മാത്യു ജോസഫ് സാറാണ് അതിനർഹൻ."

"എനിക്ക് ഈ കോളേജ് തലത്തിൽ ഒതുങ്ങിയാൽ മതി. സാറിന്റെ നേതൃത്വം നമ്മുടെ സംഘടനയിൽ കൂടുതൽ ഗുണകരമാകും. ഇതു സ്വീകരിക്കണം."

മാത്യു ജോസഫ് ഒഴിഞ്ഞുമാറി.

സർവ്വകലാശാല ധനസഹായ കമ്മീഷൻ വിഭാവനം ചെയ്യുന്ന ഉന്നതശമ്പളത്തിനും പദവിക്കും വേണ്ടിയുള്ള കോളേജ് അദ്ധ്യാപകരുടെ നിവേദനം സമരപഥത്തിൽ പ്രവേശിച്ച ഘട്ടമായിരുന്നു അത്.

സമരാഗ്നി കത്തിജ്ജ്വലിച്ചു. അത് ഊതിപ്പടർത്തുന്ന ദൗത്യവുമായി നിരന്തരയാത്രകൾ. സർഗ്ഗഭൂമിയിൽ നിന്നകന്ന് സമരത്തിന്റെ പൊള്ളുന്ന ചൂടിലേക്ക്. ഉള്ളിൽ കരുതി: വിചിത്രമായ ജന്മം. അഥവാ കർമ്മം ചെയ്യുക ജീവിതത്തിന്റെ വിധിയാണ്. അതിൽനിന്നു വേറിട്ടൊരു ധ്യാനമില്ല. ജീവിതത്തെ മറന്ന് ഒരു കവിതയില്ല.

ഏതു ഘട്ടത്തിലും കൊതിച്ചത് ശാന്തിയുടെ കുളിർമ്മയാണ്. എന്നിട്ടും അഗ്നിയുടെ നടുവിൽ നില്ക്കേണ്ടിവന്നു. സ്വച്ഛമായ മാർഗ്ഗം വെടിഞ്ഞ് സമരപഥം സ്വീകരിക്കേണ്ടി വന്ന തരളഭാവം മറച്ചുപിടിച്ച് കർക്കശപ്രകൃതിയായി അഭിനയിക്കുക. പിൻനിരയിലൊതുങ്ങാൻ ഇഷ്ടപ്പെട്ടിട്ടും മുൻനിരയിൽനിന്നു യുദ്ധം നയിക്കുക.

വിധിയുടെ വൈപരീത്യത്തിൽ പലപ്പോഴും തളർന്നു വീണു.

"നിങ്ങൾ എന്നിൽനിന്ന് അകന്നുപോകുന്നു." മാലിനി പരിഭവം ഭാവിച്ചു.

"എന്തേ അങ്ങനെ തോന്നാൻ?"

"ഒരു പ്രത്യേകതരം പക്ഷിയായിരുന്നു നിങ്ങൾ. ഇടയ്ക്കിടെ ചിറക് കുടയും. പിന്നെയും കൂട്ടിൽ ഒതുങ്ങും. ഒരിക്കലും പറന്നകന്നിരുന്നില്ല. ഇപ്പോൾ സ്വന്തം കൂടുപോലും അപരിചിതമായി തുടങ്ങി."

"തിരക്കുകളിൽ എനിക്ക് എന്നെ നഷ്ടപ്പെടുന്നുണ്ട്. ഞാൻ നിയന്ത്രിക്കാം."

"വീട്, കുടുംബം – അങ്ങനെ ഒരു വൃത്തത്തിൽ ഒതുങ്ങണമെന്നല്ല. ഭർത്താവിനെ ഞാൻ കുറച്ചൊക്കെ സ്വതന്ത്രനാക്കാം. പക്ഷേ, അച്ഛൻ–" മാലിനി ഓർമ്മപ്പെടുത്തി.

"പറഞ്ഞതു നന്നായി. നേട്ടങ്ങൾ നാം ഏറെയുണ്ടാക്കി. പക്ഷേ അതിനിടയിൽ നഷ്ടങ്ങൾ. അവ വളരെ വലുതാണ്. യാത്രയുടെ ഗതിവേഗത്തിൽ തളരുമ്പോൾ ഞാൻ അതോർക്കാറുണ്ട്. നമ്മുടെ സ്വകാര്യതയുടെ നഷ്ടം. മറ്റാരും കടന്നുവരാതെ, നമ്മുടേതു മാത്രമായ ഒരുദിവസം. അങ്ങനെയൊന്നുണ്ടായിട്ട് വർഷങ്ങൾ എത്ര കഴിഞ്ഞു."

രാജീവൻ ദുഃഖത്തോടെ ആ പരിണാമത്തെക്കുറിച്ചോർത്തു. ടോൾസ്റ്റോയിക്കഥയിലെ കർഷകനെപ്പോലെ മുന്നോട്ടു പായുകയായിരുന്നില്ലേ? സൂര്യാസ്തമയത്തിനു മുമ്പ് എല്ലാം വെട്ടിപ്പിടിക്കണമെന്ന വ്യഗ്രത. ആക്ഷേപങ്ങളും അവഗണനകളും സ്വത്വത്തെ വെല്ലുവിളിച്ച ഘട്ടത്തിൽ ആത്മഭാവമുണർന്നു. ഉപരോധം ശക്തമാക്കി. യാത്രയുടെ ഗതിവേഗത്തിലാക്കി. ചുറ്റുപാടുകൾ അവഗണിച്ചു. സ്വയം രക്ഷപ്പെടാനുള്ള വേപഥു. ക്രമേണ അതു ജീവിതത്തിന്റെ താളമായി. വ്യക്തിത്വത്തിന്റെ ഭാവമായി.

ഇതിനിടയിൽ സ്വന്തമായി ഒരു വീടുണ്ടായത് ആശ്ചര്യകരമാണ്. സാഹസികമായ ഒരു സംരംഭം. സുഹൃത്തുക്കൾ ഓരോരുത്തരായി താവളമുറപ്പിക്കുമ്പോൾ കാഴ്ചക്കാരനായി നോക്കി നില്ക്കുകയായിരുന്നു.

"കൊച്ചുസാറിനൊരു വീടു വേണ്ടേ?"

വറീതുചേട്ടൻ ഇടയ്ക്കിടെ ഓർമ്മപ്പെടുത്തി.

"വേണം. ഒരു കൊച്ചു വീട്. പക്ഷേ ഇപ്പോൾ അതൊരു വിദൂരസ്വപ്നമാണ്."

"ഓരോ ദിവസം കഴിയുംതോറും ചെലവ് ഒന്നിനൊന്നു കൂടുകയാ." വറീതുചേട്ടൻ.

"ഒരു വഴി തെളിയും നോക്കട്ടെ." രാജീവൻ പറഞ്ഞൊഴിഞ്ഞു.

"തെളിയുന്നത് ഏതു വഴിയാണ്?"

– വറീതുചേട്ടൻ പോയിക്കഴിഞ്ഞപ്പോൾ മാലിനി തിരക്കി.

"ലോണിന്റെ വഴി. ലൈഫ് ഇൻഷുറൻസ് കോർപ്പറേഷനല്ലേ നമ്മുടെ നിത്യസഹായമാതാവ്." രാജീവൻ പറഞ്ഞു.

"നമ്മുടെ ഫാദേഴ്സ് എന്താ ഇങ്ങനെ ഒന്നിനൊന്നു മെച്ചമായത്?" മാലിനി ചോദിച്ചു.

രാജീവൻ പ്രതികരണം നേർത്ത ചിരിയിലൊതുക്കി.

കോളേജിനടുത്ത് പത്ത് സെന്റ് ഭൂമി വാങ്ങാൻ തയ്യാറെടുത്തു. ചിട്ടി പിടിച്ചാൽ അതിനു തികയും. രാജവീഥിയുടെ പാർശ്വത്തേക്ക് കണ്ണുതിരിക്കാതിരുന്നാൽ മതി. അതുകഴിഞ്ഞാൽ ലോണിനു ശ്രമിക്കാം.

വിവരം അറിയിച്ചപ്പോൾ അച്ഛൻ വിലക്കി:

"നിനക്കെന്തിനാ പട്ടണത്തിൽ വീട്? കാശുണ്ടെങ്കിൽ നാട്ടിൽ വീടു വയ്ക്ക്. ജോലിയിൽനിന്നു പിരിയുമ്പോൾ വന്നു താമസിക്കാം."

കേട്ടറിഞ്ഞ് മാലിനിയുടെ അച്ഛനും താത്ത്വികവിചാരത്തിൽ ഏർപ്പെട്ടു.

"വീടുവെച്ചു കാശുകളയുന്നതെന്തിനാ? അല്ലെങ്കിൽത്തന്നെ ഈ ശമ്പളക്കാരൊക്കെ വിചാരിച്ചാൽ നല്ലൊരു വീടുവയ്ക്കാനാവുമോ? ആ പണം ബാങ്കിലിട്ടാൽ അഞ്ചുകൊല്ലം കഴിയുമ്പോൾ ഇരട്ടിയാകുമല്ലോ."

ആരുടെയും മുന്നിൽ സഹായാപേക്ഷയുമായി നിന്നില്ല. തങ്ങൾ രണ്ടുപേർ ജോലി ചെയ്യുന്നു. പുസ്തകങ്ങളും വിറ്റഴിയുന്നു. തരക്കേടില്ലാത്ത റോയൽറ്റി. ലൈഫ് ഇൻഷുറൻസ് കോർപ്പറേഷന്റെ വായ്പാ സഹായം. സഹകരണബാങ്കും സ്നേഹിതരും സഹായഹസ്തം നീട്ടി.

ലോക്കറിൽനിന്ന് ആഭരണങ്ങൾ എടുത്തു തന്ന് നളിനി നിർബ്ബന്ധിച്ചു.

"ഇക്കുറിയെങ്കിലും ഇതു പ്രയോജനപ്പെടുത്തണം."

ശമ്പളക്കുടിശ്ശിക കിട്ടിയപ്പോൾ ജൂനിയർ അദ്ധ്യാപകനായ കോശി ജോൺ ആ തുക കൈയിൽ കൊണ്ടുവന്നു തന്നത് മറക്കാൻ കഴിയാത്ത അനുഭവമാണ്.

"എനിക്കിപ്പോൾ പണത്തിന് ആവശ്യമില്ല. സാറിന്റെ വീടുപണി നടക്കട്ടെ."

–ആ ചെറുപ്പക്കാരന്റെ ശബ്ദം അതേ മാധുര്യത്തോടെ ഇപ്പോഴും മനസ്സിൽ.

"മാലിനിയുടെ വീട് മനോഹരമായിരിക്കണം. ആ കോളനിയിൽ അതിനെക്കാൾ ഭംഗിയുള്ള മറ്റൊരു വീടുണ്ടാകരുത്."

വീടിന്റെ പ്ലാൻ വരച്ച എൻജിനീയറെ അയാളുടെ ഭാര്യ ഡെയ്സി ഓർമ്മിപ്പിച്ചു. അദ്ധ്യാപികയായിരുന്ന കാലത്ത് അവൾ മാലിനിയോടൊപ്പം ഉണ്ടായിരുന്നു.

ഓർമ്മകളിൽ സുഖം പകരുന്ന അനുഭവങ്ങൾ.

പട്ടണത്തിന്റെ തിരക്കുകളിൽനിന്നൊഴിഞ്ഞ് ഗ്രാമീണതയുടെ പ്രശാന്തതയിൽ ഭംഗിയുള്ള വീട്. അരികിൽ ചെറിയ ഒരു ആമ്പൽക്കുളം. ചുറ്റും പുൽത്തകിടി.

വീടു മാറിയ ദിവസം അച്ഛൻ ഗൗരവം വിടാതെ തിരക്കി:

"തല്ക്കാലത്തേക്കൊന്നു കേറിക്കിടക്കാൻ ഇത്ര വലിയ വീടോ? എത്ര കാലംകൊണ്ടു തീരും ഇതിന്റെ കടം?"

"ഏറിയാൽ അഞ്ച് വർഷം." രാജീവൻ പറഞ്ഞു.

"നിങ്ങൾ എന്തു ധൈര്യത്തിലാ അപ്പറഞ്ഞത്?" മാലിനി ചോദിച്ചു.

"ആലോചിച്ചാൽ അങ്ങനെയൊക്കെ പറയാനാകുമോ?"

"പപ്പാ അതുപോലും ചോദിച്ചില്ല."

മാലിനിയുടെ ശബ്ദം ദുഃഖാകുലമായി.

“വാക്കിനു വിലയുണ്ടെന്ന് അദ്ദേഹത്തിനറിയാം.”

പ്രിയമോൾ വീടുനിറയെ ഓടി നടന്നു.

സ്വന്തമെന്നു പറയാൻ ഒരു വീട്. അവിടെ ആദ്യരാത്രി.

ഉറങ്ങാൻ കഴിഞ്ഞില്ല.

“വീടായി. ഇനി ഒരു പ്രസവത്തിനുകൂടി ഞാനൊരുക്കം.” മാലിനി ചെവിയിൽ പറഞ്ഞു.

“ഒന്നോ? നമുക്ക് ഒരു ഡസൻ കുട്ടികൾ വേണം.”

അങ്കം നാല്

ഒന്ന്

"അടുത്ത ഒരുവർഷത്തിനിടയിൽ നിങ്ങളോടൊന്നു സംസാരിക്കാൻ എനിക്കൊരു ദിവസം പൂർണ്ണമായി വേണം. ഡയറിയിൽ ഒന്നു കുറിക്കാമോ?"

മാലിനിയുടെ ചോദ്യം കേട്ടു ചിരിച്ചെങ്കിലും രാജീവൻ ആത്മവിചാരണ ഒഴിവാക്കിയില്ല. അവൾ പറയുന്നത് ശരി. താൻ ജീവിതം പങ്കുവച്ചുകൊടുക്കുകയാണ്. അപരിചിതർപോലും തിരക്കിട്ട് കയറിവരുന്നു. മമതാബന്ധം സ്ഥാപിക്കുന്നു. മടങ്ങിപ്പോകുന്നു. തിരക്കിനിടയിൽ ആരെന്നുപോലും തിരിച്ചറിയുന്നില്ല.

ഈ പരിണാമം അസുഖകരമാണ്.

ഓഫീസും വീടും ഭാരമേറിയ ചുമടുകളായി മാലിനിയുടെ ചുമലിൽ. കുട്ടികളുടെ ഓരോ ചലനത്തിലും അവളുടെ കണ്ണെത്തണം. ഒരു സഹായിയായിട്ടെങ്കിലും കൂടെ നില്ക്കാൻ കഴിയുന്നില്ല. പരിഗണനയുടെ മുൻഗണനാക്രമങ്ങൾ തെറ്റുന്നു.

"പ്രിയമോൾക്ക് നിങ്ങൾ കൊടുത്ത സ്നേഹവും വാത്സല്യവും ഇളയവർക്കുകൂടി അവകാശപ്പെട്ടതാണ്." മാലിനി ഓർമ്മപ്പെടുത്തി.

"മോൾ പിറന്നത് നമ്മുടെ ദാരിദ്ര്യത്തിലാണ്. നല്ലൊരു ഫ്രോക്കു വാങ്ങാൻ വിഷമിച്ചിട്ടുണ്ട് നമ്മൾ. അതിനു പകരം നാം അവളെ ഓമനിച്ചു. മോനും കൊച്ചുമോളും നമ്മുടെ സ്വന്തം വീട്ടിൽ ജനിച്ചു. സുഖത്തിൽ വളർന്നു. ഒരു കുറവും വരുത്താതെ നാം അവരെ നോക്കുന്നില്ലേ?" രാജീവൻ ചോദിച്ചു.

"പക്ഷേ, നിങ്ങളുടെ സ്നേഹവും ലാളനയും അവർക്കേറെ വേണം." മാലിനി സ്വരം താഴ്ത്തി: "എനിക്കും."

രാജീവൻ മാലിനിയെത്തന്നെ നോക്കിയിരുന്നു. എത്ര ചെറിയകുട്ടി എന്ന് വിവാഹവേളയിൽ മനസ്സിലുദിച്ച ചിത്രം മാറിപ്പോയിരിക്കുന്നു.

അവൾ അമ്മയായി, വീട്ടമ്മയായി, ഉദ്യോഗസ്ഥയായി മുന്നിൽ. കാലം ജീവിതത്തിന് കുറെയൊക്കെ യാന്ത്രികത്വം നല്കിയിട്ടുണ്ട്.

മക്കളെ വളർത്തുന്ന ഭാരം അവൾക്ക് ഏറ്റെടുക്കേണ്ടിവന്നു. ഒരു രക്ഷകന്റെ വേഷം അഭിനയിക്കാനേ തനിക്കു കഴിഞ്ഞുള്ളൂ.

ജീവിതത്തിന്റെ ഒഴുക്കിൽ ഒറ്റപ്പെടുന്നു എന്ന തോന്നൽ പൂർണ്ണമായി ഒഴിവാക്കാനായില്ല. വന്യമായ ചിന്തകൾ ചിലപ്പോഴൊക്കെ രാജീവനെ വേട്ടയാടി. കാറ്റിന്റെ സംഗീതം നഷ്ടപ്പെടുന്നതുപോലെ, വിവിധ വർണ്ണങ്ങൾ വരച്ചുചേർത്ത ജീവിതമെന്ന പമ്പരം അതിവേഗം കറങ്ങുമ്പോൾ നിറഭേദങ്ങൾ നഷ്ടപ്പെടുന്നു. വിളറിപ്പോകുന്നു. പരാതിപ്പെടാതിരിക്കാൻ ശ്രമിച്ചു. തനിക്ക് കഴിയാത്തതാണ് മാലിനി നിർവ്വഹിക്കുന്നത്. ഒരുദിവസം അവൾ വീട്ടിൽ ഇല്ലെന്നു വന്നാൽ? അങ്ങനെ ചിന്തിക്കാൻപോലും കഴിയാത്ത വിധത്തിൽ വീടും മാലിനിയും സമന്വയിച്ചിരിക്കുന്നു.

“ഈ ബദ്ധപ്പാട് കുറച്ചൊന്നു മതിയാക്ക്. നിങ്ങൾ വീട്ടിലുണ്ടെങ്കിൽ എനിക്കൊരു സമാധാനമാണ്; കുട്ടികൾക്കും.”

യാത്രകളിൽനിന്ന് യാത്രകളിലേക്ക്. ഓരോരോ സാംസ്കാരിക പരിപാടികൾ. പൂർവ്വവിദ്യാർത്ഥികളും സുഹൃത്തുക്കളുമാണ് ക്ഷണിക്കുന്നത്. പൂർണ്ണമായി ഒഴിഞ്ഞുനില്ക്കാനായില്ല. ആ നഷ്ടപ്പെടലുകൾക്കിടയിൽ മാലിനി ഇടയ്ക്കൊക്കെ രാജീവനെ ഉണർത്താൻ ശ്രമിച്ചു.

“എല്ലാം മതിയാക്കണം. എന്റെ സമയം പ്രധാനമായി എന്റെ കുടുംബത്തിനുള്ളതാണ്.” രാജീവൻ പറഞ്ഞു.

“എന്നിപ്പോൾ പറയും. നാളെ വീണ്ടും വാലിനു തീപിടിച്ചപോലെ ഓട്ടം തുടങ്ങും. മരുത്വാമല പറിച്ചുകൊണ്ടുവന്നാലും നിങ്ങൾക്കു മതിയാവില്ല. അതിനിടയിൽ കോളേജിലെ ബഹളങ്ങൾ. ഓരോരുത്തര് അവധിയെടുത്ത് ആഘോഷിക്കുകയാ. ആ ജോലികൂടി ചെയ്യാൻ നിങ്ങളുണ്ടല്ലോ.”

ശരിയാണ്. ഏതു തിരക്കിലും അധ്യാപകന്റെ കടമകൾ വിസ്മരിച്ചിട്ടില്ല. നന്നായി പഠിപ്പിച്ചു. കുട്ടികളുടെ മനസ്സിൽ സ്നേഹത്തിന്റെ മുദ്ര തനിക്കുള്ളത്.

“സാറിന്റെ ക്ലാസിനു വേണ്ടിയാ കോളേജിൽ വരുന്നത്.”

അജ്ഞാതമായ സ്വരം.

അതിന്റെ ആവർത്തനങ്ങൾ എവിടെനിന്നാണ്?

മുൻബഞ്ചിലെ പഴയ വർത്തമാനക്കാരി?

മനസ്സ് വഴിതെറ്റി. ലക്ഷ്യം കണ്ണിൽനിന്നകന്നു. ആകാശത്തിൽ നീലമേഘങ്ങൾ അപ്രത്യക്ഷമായി. ദിങ്മുഖങ്ങളിൽ ഇരുട്ടു വ്യാപിച്ചു.

“സാറ് ഈ കോളേജിന്റെ അഭിമാനമാ. ഞങ്ങളൊക്കെ പരീക്ഷയ്ക്കും മറ്റും ഓരോ കോളേജിൽ ചെല്ലുമ്പോൾ രാജീവൻസാറിനെക്കുറിച്ചാണന്വേഷണം.”

ഫിസിക്സ് പഠിപ്പിക്കുന്ന സമർത്ഥനായ യുവഅദ്ധ്യാപകൻ തോമസ് ബാബു പറഞ്ഞു.

നന്മമാത്രം പറയുന്ന നാവുകൾ. നല്ലതു ചിന്തിക്കുന്ന മനസ്സുകൾ.

ഫാദർ പറയരുകുഴിയെപ്പോലുള്ളവർ ഇപ്പോൾ എവിടെയാണ്?

ഫാദർ പറയരുകുഴിയുടെ ഫോട്ടോ ഏതാനും വർഷങ്ങൾക്കു മുമ്പ് പത്രത്തിൽ പ്രത്യക്ഷപ്പെട്ടിരുന്നു; ചരമക്കോളത്തിൽ. ആ നാലുവരി വാർത്ത ശ്രദ്ധിച്ചത് പിന്നീടാരോ പറഞ്ഞപ്പോഴാണ്. കോളേജിൽ ആരും അതേക്കുറിച്ച് സംസാരിച്ചു കേട്ടതേയില്ല.

ജീവിതം എന്ന പ്രഹേളികയെക്കുറിച്ച് അല്പം സാവകാശത്തിൽ ആലോചിക്കാൻ അതു കാരണമായി. നേട്ടങ്ങൾക്കു പുറകേയുള്ള പാച്ചിൽ തികച്ചും നിരർത്ഥകമല്ലേ? ഒന്നു തളർന്നു വീണാൽ എന്താവും ബാക്കിയുണ്ടാവുക? പിന്നിട്ട ദൂരങ്ങൾ ആരെങ്കിലും ഓർക്കുമോ? അഥവാ, ഓർത്താൽ നിലനില്ക്കുന്നതായി എന്തുണ്ടാകും?

നല്ല ഒരദ്ധ്യാപകൻ കുട്ടികളുടെ മനസ്സിൽ കുറേക്കാലം ജീവിക്കാതിരിക്കില്ല. ഒരു തലമുറ അനന്തര തലമുറയോടു പറയും:

"ഞങ്ങൾക്ക് ഒരു പ്രൊഫസറുണ്ടായിരുന്നു. ഒരൊറ്റ ക്ലാസ്സ് ഞങ്ങൾ മിസ്സ് ചെയ്യില്ല. മറ്റു ക്ലാസുകളിൽനിന്നുപോലും കുട്ടികൾ വന്നിരിക്കുമായിരുന്നു, സാറിന്റെ ക്ലാസുകേൾക്കാൻ."

തലമുറകൾ കഴിയുമ്പോൾ അതും പഴംപുരാണമാകും. അന്ന് കുട്ടികൾ പറയും:

"ഓ മമ്മി തുടങ്ങി."

കവിയുടെ ജന്മം കൂടുതൽ ധന്യമാണ്. വാക്കുകൾ അത്രവേഗം മരിക്കുകയില്ല. അവ സൃഷ്ടിക്കുന്ന ഭാവലോകം നിലനില്ക്കും. ഭാഷയ്ക്കു മാറ്റം വരാം. പക്ഷേ, ആശയങ്ങൾ നിർജ്ജീവമാകുകയില്ല. അവ എന്നും മനുഷ്യമനസ്സുകളെ ഭരിച്ചുകൊണ്ടിരിക്കും.

കടങ്ങൾ വീട്ടി; കടമകൾ നിറവേറി; ധന്യജീവിതം എന്ന് കാലത്തിന്റെ മനഃസാക്ഷി മന്ത്രിച്ചാൽ മതി. അത്രയൊക്കെയേ വേണ്ടൂ.

വായനയും പഠനവും ഗവേഷണവും ആയി ഒതുങ്ങുന്ന ജീവിതശയ്യ രാജീവന്റെ സങ്കല്പമായി. മനസ്സിനിണങ്ങുന്ന ജോലി മാത്രം ചെയ്യുക; ആഴങ്ങളിൽ വേരോടുന്ന കർമ്മകാണ്ഡം. തിരക്കുകളിൽ വീണടിയുക നിരർത്ഥകമാണ്.

കാലങ്ങൾ മനസ്സിൽ കാത്തുവച്ച അദ്ധ്യാപനത്തിന്റെ ആഹ്ലാദം നഷ്ടപ്പെടുകയായിരുന്നു. സർവ്വകലാശാലാ ധനസഹായക്കമ്മീഷന്റെ ഉന്നതമായ ശമ്പളസ്കെയിൽ വീണുകിട്ടിയപ്പോൾ അതിനപ്പുറമൊരു സ്വർഗ്ഗമില്ല എന്ന തോന്നലായി അദ്ധ്യാപകർക്ക്. ഉന്നതവിദ്യാഭ്യാസകേന്ദ്രങ്ങൾ ഉദാസീനതയുടെ ആസ്ഥാനമായി അധഃപതിച്ചു. പരീക്ഷാവിജയത്തിൽ മാത്രം താല്പര്യമെടുക്കുന്ന വിദ്യാർത്ഥികൾ. ക്ലാസ്മുറികൾ സ്വതന്ത്രചിന്തയുടെ മൃതഭൂമികളായിത്തീർന്നപ്പോൾ രാജീവൻ ഉറപ്പിച്ചു:

വഴിതിരിഞ്ഞൊരു യാത്രയ്ക്കു സമയമായി.

"നിനക്ക് എന്തു തോന്നുന്നു?" പതിവുമട്ടിൽ മാലിനി ഒഴിഞ്ഞുനിന്നു.

"അദ്ധ്യാപനം എനിക്ക് ആഹ്ലാദകരമാണ്."

"പിന്നെന്താ?"

"കോളേജിന്റെ അന്തരീക്ഷം പലപ്പോഴും മടുപ്പുണ്ടാക്കുന്നു. എല്ലാം ഒരു നിരർത്ഥക വ്യായാമംപോലെ."

"കുട്ടികൾക്ക് നിങ്ങളുടെ ക്ലാസുകൾ പ്രിയപ്പെട്ടതാണ്."

"അതുകൊണ്ടായില്ല. അധികാരികൾക്ക് കോളേജിന്റെ വികസനത്തിൽ ശ്രദ്ധയില്ല. അവർക്ക് പണമുണ്ടാക്കാനും പ്രതാപം നടിക്കാനും ഒരു വേദി; അത്രയേയുള്ളൂ."

"നിങ്ങളുടെ വിദ്യാർത്ഥിയല്ലേ പുതിയ പ്രിൻസിപ്പാൾ. പറഞ്ഞുകൊടുക്കാത്തതെന്ത്?"

"അതു മറ്റൊരു ദുരന്തം. സമർത്ഥനായ വിദ്യാർത്ഥി. നല്ല സഹപ്രവർത്തകൻ. പക്ഷേ, പണ്ടാരോ പറഞ്ഞതുപോലെ തിരുവസ്ത്രം അയാൾക്ക് സിംഹാസനം സമ്മാനിച്ചപ്പോൾ സ്വരം മാറി. പ്രവർത്തനശൈലി വ്യത്യസ്തമായി. സർവ്വപ്രതാപത്തിന്റെ കിരീടമണിഞ്ഞാണ് അയാളുടെ വിഹാരം. അതു കാണുമ്പോൾ മനംപുരട്ടലുണ്ടാകുന്നു."

മാലിനി ചിരിച്ചു.

എപ്പോഴുമെന്നപോലെ സ്വയം തീരുമാനമെടുത്തേ മതിയാകൂ. അതിന്റെ സങ്കീർണ്ണത രാജീവനെ അസ്വസ്ഥനാക്കി.

ഇതിനിടയിൽ കോളേജ് പ്രിൻസിപ്പാളിന്റെ അന്വേഷണം രാജീവനെ തേടിവന്നു.

"സാർ കോളേജിൽനിന്നും പിരിയുകയാണെന്നു കേട്ടല്ലോ. എന്നത്തേക്കാണ് അതുണ്ടാകുക?"

ആ ചോദ്യത്തിന്റെ സ്വരവും അതുൾക്കൊണ്ട വികാരവും രാജീവനെ തെല്ലൊന്നു പ്രകോപിതനാക്കി. പഴയ പ്രിൻസിപ്പാൾ സർവ്വീസിൽനിന്നു വിരമിച്ചപ്പോൾ കുപ്പായത്തിന്റെ ബലത്തിൽ ഇയാൾ പ്രഥമാദ്ധ്യാപകനായി. അതു ക്ഷമിക്കുന്നു. പക്ഷേ, പൂർവ്വഗാമി എത്ര കർക്കശപ്രകൃതിയും ക്ഷിപ്രകോപിയും ആയിരുന്നെങ്കിലും ആന്തരികനന്മ പ്രകാശം ചൊരിഞ്ഞിരുന്നു. ഇയാൾ പുറമെ ഭവ്യത നടിക്കുന്നു. ഉള്ളുനിറയെ തൻപ്രമാണിത്തവും പരപുച്ഛവും.

താൻ കോളേജിലെ ഏറ്റവും സീനിയറായ പ്രൊഫസർമാരിൽ ഒരാൾ. സേവനത്തിന്റെ അനേകവർഷങ്ങൾ ബാക്കി. എന്നിട്ടും കോളേജിൽനിന്ന് ഒഴിവായിക്കിട്ടുമോ എന്നാണറിയേണ്ടത്. ഒരു വന്മരത്തിന്റെ പതനം കൊതിക്കുകയാണ്. ചെറിയ ചെടികൾക്ക് തലയുയർത്താനും കേമത്തം ഭാവിക്കാനും വടവൃക്ഷം കടപുഴകിയേ പറ്റൂ. ജീവിതം സമ്മാനിക്കുന്ന വിചിത്രഗതികളെക്കുറിച്ചോർത്തു രാജീവൻ അത്ഭുതപ്പെട്ടു. സ്വന്തം കൂട്ടിൽ ഒതുങ്ങിപ്പാർക്കാൻ കൊതിച്ച പക്ഷി. ഏതു നേരത്തും അതിനു നേർക്കു തൊടുത്ത നിഷാദശരങ്ങൾ കൂടുവെടിഞ്ഞുപറക്കാൻ, അനന്തതയിൽ സൂക്ഷ്മബിന്ദുവായി അലയാൻ പ്രേരണയായി. കുട്ടികളുടെ മനസ്സിൽ ഇടം തേടിയ രാജീവന് അധികാരത്തിന്റെ ഭീഷണി സ്വസ്ഥത നല്കിയില്ല. ഭൗതികസുഖങ്ങൾ വെടിഞ്ഞ് ദൈവരാജ്യത്തിനു സ്വയാർപ്പിതരായ വരേണ്യവർഗ്ഗത്തിൽനിന്നാണ് ആക്രമണം. വല്ലാത്ത ആത്മനിന്ദ തോന്നി.

ഇവർക്കിടയിൽ ഫാദർ ആന്റണി സേവിയർ എങ്ങനെ വഴിതെറ്റിയെത്തി? സ്നേഹവാത്സല്യങ്ങളുടെ പൂർണ്ണകുംഭംപോലെ ആ വലിയ മനുഷ്യൻ. പ്രതിസന്ധികളിൽ ആശ്വാസദായകൻ. കാലപ്പകർച്ചയിൽ നേർവഴി കാട്ടുന്ന സ്വർഗ്ഗദൂതൻ.

ഒരിക്കൽ വീണ്ടുംവരുമെന്ന വാഗ്ദാനത്തോടെ പിരിഞ്ഞ ഫാദർ ആന്റണി പലവട്ടം രാജീവനെ വന്നകണ്ടു. സ്നേഹത്തിന്റെ നിലയ്ക്കാത്ത നീരൊഴുക്കായി ആ സന്ദർശനങ്ങൾ. പുതിയ വീടു വച്ചു താമസമാക്കിയ മുഹൂർത്തത്തിൽ ആ സാന്നിദ്ധ്യം അവിസ്മരണീയമായ ആഹ്ലാദം സൃഷ്ടിച്ചു. രക്തബന്ധങ്ങളുടെ യാന്ത്രികഭാവത്തിൽ പിതൃധർമ്മം നിറവേറ്റിയത് ഫാദർ ആന്റണിയാണ്.

"രാജീവൻ സാറിന് ഞാനൊരു കടംവീട്ടാനുണ്ട്." അതിഥികൾ പിരിഞ്ഞുകഴിഞ്ഞപ്പോൾ ഫാദർ ആന്റണി പറഞ്ഞു.

"കടപ്പാട് എനിക്കാണ്."

"അതിരിക്കട്ടെ. ഔദ്യോഗികബന്ധങ്ങൾക്കപ്പുറം നമ്മുടെ ചില കെട്ടുപാടുകൾ. ജന്മാന്തര സൗഹൃദങ്ങൾ. ഓർമ്മിച്ചു നോക്കുമ്പോൾ എനിക്കുതന്നെ വിസ്മയകരം. എന്റെ വാക്കുകൾക്കു വിലയുണ്ടെന്നു തെളിയിച്ചത് രാജീവൻ സാറാണ്. ഞാൻ ആശിച്ചതുപോലെ എല്ലാം നടന്നില്ല. എന്നിട്ടും സാർ എന്നെ സന്തോഷത്തോടെ സ്വീകരിക്കുന്നു."

"അതെന്റെ മിടുക്കുകൊണ്ടാണ്." മാലിനി ഇടയിൽ വീണു.

"മാലിനി സാറിനെ തിരിച്ചറിഞ്ഞു. ആ വിവേകം എന്റെ പഴയ കൂട്ടുകാരന് ഉണ്ടായില്ല."

എന്നെപ്പോലെ ഒരവശസാഹിത്യകാരനെ അച്ചനെന്തിന് അവരുടെ തലയിൽ കെട്ടിവച്ചു?" രാജീവൻ ചോദിച്ചു.

"മക്കളുടെ മഹത്ത്വം തിരിച്ചറിയാത്ത പൈതൃകം ശപിക്കപ്പെട്ടതാണ്. സാരമില്ല. പക്ഷേ പിതാവിന്റെ കടമ നിറവേറ്റപ്പെടണം. അത് ജീവിതത്തിന്റെ നിയമമാണ്. സാർ എന്നെ തടയരുത്. ആ അഭിമാനബോധത്തെ ഞാൻ മുറിപ്പെടുത്തുന്നു എന്നു കരുതരുത്. ഇത് ഒരച്ഛൻ മകൾക്കു നല്കുന്നതാണ്."

രാജീവന് അരുതെന്നു വിലക്കാനായില്ല. അതിനു മുൻപ് മാലിനിയുടെ കൈയിൽ ഒരു കവർ പിടിപ്പിച്ചേല്പിച്ച് ഫാദർ ആന്റണി സേവിയർ കടന്നുപോയി.

വീടിന്റെ ചട്ടക്കൂടു നിർമ്മിച്ച് തറയിൽ പുൽപ്പായ വിരിച്ചുറങ്ങാമെന്ന പൂർവ്വനിശ്ചയം മാറ്റേണ്ടിവന്നു. ഫ്രിഡ്ജും ഫർണിച്ചറുമൊക്കെ വീടിനു അലങ്കാരമായത് ആ 'പിതൃസ്വത്തു'കൊണ്ടാണ്.

മുൾമുടി ചൂടിക്കുകയും മുഖത്തു തുപ്പുകയും ചെയ്ത കലാലയാന്തരീക്ഷത്തിൽ നഷ്ടപ്പെടാതെ, വേർപിരിയലിനു സമയം നോക്കുമ്പോഴും ഫാദർ ആന്റണി സേവിയറിന്റെ ആഗമനമുണ്ടായി.

"കോളേജിൽനിന്നു പിരിയുന്നതിൽ വിഷമിക്കാനൊന്നുമില്ല. ഒരർത്ഥത്തിൽ അതു നല്ലതുമാണ്. സാറിന് അവിടം ഇനി ഇണങ്ങുകയില്ല. മിനിമം യോഗ്യതയും മാക്സിമം വേതനവും വേണ്ടവർ സാറിനെ എങ്ങനെയാണ്

സഹിക്കുക? കുരിശു കണ്ട പിശാചിന്റെ അവസ്ഥയാകും അവർക്ക്. ഇത്രയധികം പബ്ലിക്കേഷനും ഡോക്ടറേറ്റുമൊക്കെയില്ലേ? ഏതു പദവിയാണ് സാറിനെ തേടി വരാത്തത്?" ഫാദർ ആന്റണി പറഞ്ഞു.

"പദവികളിൽ എനിക്കു താല്പര്യമില്ല. ശ്മശാനത്തിൽനിന്നു രക്ഷപ്പെടണം. ജീവിക്കുന്ന മനുഷ്യനാകണം. അർത്ഥപൂർണ്ണമായ എന്തെങ്കിലും ചെയ്തുകൊണ്ടിരിക്കണം. അത്രയേ വേണ്ടൂ."

"ഞാനും അതോർക്കുകയായിരുന്നു. നമ്മുടെ പൂർവ്വ വിദ്യാർത്ഥിയല്ലേ പുതിയ വിദ്യാഭ്യാസമന്ത്രി? സാറിന്റെ സേവനം അയാൾക്ക് അനുഗ്രഹമാകും. ഞാൻ സംസാരിക്കാം."

രാജീവനും അതു സമ്മതമായി. കുട്ടികളുടെ സാംസ്കാരിക വികസനത്തിന് സർക്കാർ രൂപംകൊടുത്ത സ്ഥാപനം. അതിന്റെ മേധാവിയായി രാജീവനെ നിയമിച്ച് ഉത്തരവുണ്ടാകാൻ ഒട്ടും വൈകിയില്ല.

മനസ്സുനിറയെ സ്വപ്നങ്ങൾ. കുട്ടികൾ സമൂഹത്തിന്റെ സമ്പത്താണ്. നാളെയുടെ വിധിയെഴുത്ത് അവരെ ആശ്രയിച്ചിരിക്കുന്നു. സംസ്കാരത്തിന്റെ ധാര ഇടമുറിയാതിരിക്കണമെങ്കിൽ അവർക്ക് കരുത്തു നല്കണം; പരിശീലനം വേണം. ആരും അതു തിരിച്ചറിയുന്നില്ലെന്നുള്ളതു വർത്തമാനകാലദുരന്തം. ആത്മശക്തി നഷ്ടപ്പെട്ട സമൂഹം പുതിയ തലമുറയെ ശ്രദ്ധിക്കണമെന്നില്ല. അവരുടെ വ്യക്തിത്വം അംഗീകരിക്കുന്നില്ല. അനാഥത്വം അടിച്ചേല്പിക്കുകയാണ്.

ഇതിനു മാറ്റമുണ്ടാകണം. പുതിയ കർമ്മപദ്ധതികൾക്കു രൂപം നല്കണം. പ്രായോഗികമാക്കാൻ കഴിയുന്ന കുറേ പരിപാടികൾ. സാവകാശമായി, സ്വയാർപ്പിതനായി.

രാജീവൻ വിശ്വസിച്ചു:

താൻ സ്വതന്ത്രനായിരിക്കുന്നു. ജീവിതത്തിൽ എന്നും പരമപ്രധാനമായിക്കരുതിയ സ്വാതന്ത്ര്യത്തിന്റെ ശക്തി പൂർണ്ണമായി ഉൾക്കൊണ്ടിരിക്കുന്നു. ഇതു മനോഹരമായ സാമ്രാജ്യമാണ്; കുട്ടികളുടെ സാമ്രാജ്യം. അതു നിറയെ പൂക്കളും വർണ്ണത്തുമ്പികളുമാണ്. സുഗന്ധം നിറഞ്ഞ അന്തരീക്ഷം.

വിധി തിരുത്തിക്കുറിക്കുക അസാദ്ധ്യം. സമതലങ്ങളിൽ തനിക്ക് യാത്രാപഥങ്ങൾ ഇല്ല. പർവ്വതങ്ങളിലേക്കു കയറിപ്പോകണം. കടൽത്തിരകൾ മുറിച്ചു നീന്തണം.

അത് അലംഘനീയമായ വിധി.

പ്രശാന്തമെന്നു കരുതിയ അന്തരീക്ഷത്തിൽ കാർമേഘങ്ങൾ ഉരുണ്ടുകൂടാൻ കാത്തുനില്ക്കുകയായിരുന്നു.

രണ്ട്

ജീവിതം സമ്മാനിക്കുന്നത് ഭിന്നമായ അനുഭവങ്ങൾ. അവ പരസ്പരം പൊരുത്തപ്പെടുകയില്ല. ആ സംഘർഷങ്ങളുടെ നീർച്ചുഴിയിൽ കൈകാലിട്ടടിക്കുമ്പോൾ കരയിൽ നില്ക്കുന്നവർ എത്ര സുരക്ഷിത

രെന്നു ചിന്തിച്ചുപോകും. അവരിലും ആ അഹങ്കാരം വളരും. കാല്ച്ചുവട്ടിലെ മണ്ണ് ഇളകുകയാണ്; അറിയുന്നില്ലെന്നേയുള്ളൂ.

കോളജിലെ തിരക്കുകളും കർമ്മോത്സാഹത്തിന്റെ നിഷ്ഫലതയും മനസ്സ് മടുപ്പിച്ചപ്പോൾ രാജീവൻ പുതിയ ജീവിതപഥം സ്വീകരിച്ചു. പ്രശാന്തമായ ഭാവിയിലേക്ക് യാത്ര. ആരവങ്ങളില്ലാതെ, പുതിയൊരു നിയോഗത്തിന്റെ ഉൾത്തുടിപ്പുകളുമായി.

കാറ്റിന്റെ ഗതി പ്രതികൂലമെന്നു യാത്രാരംഭത്തിൽത്തന്നെ തിരിച്ചറിഞ്ഞു. പാത മുറിഞ്ഞ് അവിടവിടെ കിടങ്ങുകൾ. ഓരോ ചുവടും കരുതലോടെ. നേരിയ അശ്രദ്ധമതി; ചതിക്കുഴിയിൽ ഇടറിവീഴും.

കർമ്മരംഗം വിശ്രമമേഖലയായി ദർശിച്ചവർക്ക് രാജീവന്റെ കടന്നുവരവ് അസുഖകരമായി. ജീവനക്കാർ ഗ്രൂപ്പുകളായി തിരിഞ്ഞ് സംവാദങ്ങളിൽ ഏർപ്പെട്ട് സമയം പോക്കി. രാഷ്ട്രീയ ചേരിതിരിവുകളായിരുന്നു അവർക്ക് തേനൂറുന്ന സംഭാഷണവിഷയം. പാർട്ടികളും പാർട്ടിക്കുള്ളിലെ ഗ്രൂപ്പുകളും ഓഫീസ് അന്തരീക്ഷത്തിലും പ്രതിധ്വനിച്ചു. അത്തരം ആശയവിനിമയങ്ങൾക്കുവേണ്ടി ഉപയോഗിക്കാനുള്ളതാണ് ഓഫീസിലെ ടെലഫോൺ എന്നുപോലും ചിലർ ദൃഢവിശ്വാസം പുലർത്തുന്നുണ്ടായിരുന്നു.

ആത്മാർത്ഥതയുള്ളവരുടെ മനസ്സ് മടുപ്പിക്കുന്ന സാഹചര്യങ്ങളും ശ്രദ്ധയിൽപ്പെട്ടു. വികസനപ്രവർത്തനങ്ങൾക്കുള്ള ധനസഹായം ഉദ്യോഗസ്ഥന്മാരുടെ ശമ്പളവിതരണത്തിന് വിനിയോഗിക്കുകയായിരുന്നു. എന്നിട്ടും കൃത്യമായി അതു നല്കുന്നതിനു കഴിഞ്ഞിരുന്നില്ല.

ഇൻഷ്വറൻസ് തവണകൾ യഥാസമയം അടയ്ക്കുന്നില്ല. പിരിഞ്ഞുപോയവരുടെ ഗ്രാറ്റുവിറ്റിയും പ്രോവിഡന്റ് ഫണ്ടും കൊടുത്തു തീർത്തിട്ടില്ല. ചെറിയ പുസ്തകങ്ങൾ മുദ്രണം ചെയ്തതിന്റെ കടങ്ങൾ ബാക്കി.

ഭരണപരമായ കുരുക്കുകൾ സാംസ്കാരികസ്ഥാപനങ്ങളുടെ ലക്ഷ്യനിർവ്വഹണത്തിനു വിലങ്ങുതടികളാണ്. അത്തരം സങ്കുചിതവൃത്തങ്ങളിൽ നഷ്ടപ്പെടാനാണ് അവയുടെ സാരഥികളുടെ വിധി. തന്റെ കവിജന്മം പാഴായിപ്പോകുമോ എന്ന് രാജീവൻ ഭയന്നു. മുൻവിധികളില്ലാതെ പ്രശ്നപരിഹാരത്തിന് അടിയന്തരശ്രമം. പരാജയപ്പെട്ടാൽ പിൻവാങ്ങുക. വാല്മീകത്തിൽ ഒളിക്കുക. രാജീവൻ തീരുമാനിച്ചു.

മാർച്ചുമാസത്തിന്റെ ആരംഭമായിരുന്നു. പല വകുപ്പുകളിലും ചെലവഴിക്കാതെ കിടക്കുന്ന ഫണ്ടുകൾ ഗവൺമെന്റു സെക്രട്ടറിമാരുടെ സഹായംകൊണ്ട് കണ്ടെത്തി. ചെറുപ്പക്കാരനായ വകുപ്പുമന്ത്രിയുടെ കർമ്മശേഷിയും സ്ഥിരോത്സാഹവും ഒത്തുചേർന്നു. അങ്ങനെ ലഭ്യമായ ഗ്രാന്റിന്റെ ബലത്തിൽ മാർച്ച് അവസാനിക്കുന്നതിന് മുമ്പ് കടബാദ്ധ്യതകൾ തീർത്തെടുത്തു. കുടിശ്ശികകൾ വിതരണം ചെയ്തു.

അതോടെ ജീവനക്കാരുടെ പരാതി ശമിച്ചു. അവരുടെ കടമകൾ ഓർമ്മപ്പെടുത്താൻ പശ്ചാത്തലമായി. അഞ്ചു വർഷത്തെ പ്രവർത്തന പരിപാടി മുന്നിൽ കണ്ട് കർമ്മപദ്ധതി തയ്യാറാക്കി; ഭരണസമിതിയുടെ അംഗീകാരം നേടി; ആകർഷകമായ വിധത്തിൽ സംവിധാനംചെയ്ത്

ആസൂത്രണബോർഡിന് സമർപ്പിച്ചു. ചിതറിക്കിടന്ന മുത്തുകൾ കോർത്തിണക്കി കഴുത്തിലണിയാവുന്ന മാല്യമായി രൂപാന്തരപ്പെടുത്തിയ സംതൃപ്തി.

ആ സംതൃപ്തിയുടെ ഉള്ളിലും നഷ്ടപ്പെടലുകളുടെ നെടുവീർപ്പുകളുണ്ട്. അമ്മയുടെ മടിയിൽനിന്നു പിടിച്ചകറ്റിയ കുട്ടിയുടെ കരച്ചിലുണ്ട്. വലിയ ഭാരം മനസ്സിൽ വഹിച്ചുകൊണ്ട് യാത്ര ചെയ്യാനുള്ള വിധി. അതിൽനിന്നു മോചനമില്ല.

ആരാണീ ചുമടുകൾ വച്ചുതന്നത്? മുളംതണ്ടിലെ ഗാനം കവർന്നെടുത്തത് എപ്പോഴാകും? നിറങ്ങൾ മാഞ്ഞുപോയ ആകാശത്തിന്റെ വിവർണ്ണതയാകുമോ ഒടുവിൽ ബാക്കിയാവുക?

സ്കൂൾ കുട്ടികളുടെ കോമ്പോസിഷൻ തിരുത്തുന്ന അദ്ധ്യാപകന്റെ വ്യഗ്രതയോടെ അക്ഷരങ്ങളിൽ പരതുന്നു. ഓരോരുത്തർ കുറിച്ചിട്ട പ്രമാദങ്ങളിൽ കണ്ണുകൾ തടയുന്നു. മനസ്സ് മരവിച്ചുപോകുന്നു.

ഫലശൂന്യമായ പൊതുപരിപാടികളിൽ പ്രധാനസ്ഥാനത്തിരുത്തി ഒദ്യോഗികപദവിയുടെ അപദാനങ്ങൾ പ്രകീർത്തിക്കുന്നതു കേട്ട് രാജീവൻ ലജ്ജിച്ചു. കവിയുടെ പൂർവ്വജന്മം വിസ്മരിക്കപ്പെട്ടപോലെ. ആർക്കും ചവിട്ടി നടക്കാവുന്ന പരവതാനിപോലെ ജീവിതം.

ഒഴിഞ്ഞുമാറാൻ അനുവാദമില്ല. അഭിനയിച്ചു തീർക്കാനൊരു വേഷം. അതിന്റെ വൈവിദ്ധ്യശൂന്യത. നിരന്തരയാത്രകൾ, പ്രസംഗവേദികൾ. തന്നെ തിരിച്ചറിയാത്തവരുടെ നിരർത്ഥകമായ പ്രശംസകളിൽ താൻ മറ്റാരോ ആണെന്നു രാജീവനു സംശയമായി.

"തിരക്കുകളിൽനിന്ന് ഒഴിഞ്ഞുനില്ക്കാനാണ് നിങ്ങൾ പുതിയ രംഗം കണ്ടെത്തിയത്. എന്നിട്ടിപ്പോൾ തിരക്കോടു തിരക്ക്." മാലിനി പരിഭവിച്ചു.

"ഇതെന്റെ വിധിയാണെന്നു തോന്നുന്നു. പിന്നൊരു ഭാഗ്യമുണ്ട്. എപ്പോഴും ഓരോന്നു ചെയ്തുകൊണ്ടിരുന്നാൽ ജീവിതം തുരുമ്പു പിടിക്കില്ല. പ്രായത്തെയും ഒരു പരിധിവരെ പിടിച്ചു നിർത്താം." രാജീവൻ പറഞ്ഞു.

"നിങ്ങൾക്ക് പ്രായം കുറഞ്ഞുകുറഞ്ഞ് ശൈശവത്തിൽ എത്തുമെന്നു തോന്നുന്നു."

"അതെന്താ, ഇപ്പോൾ അങ്ങനെ ഒരു സംശയം?"

"കുട്ടികളുടെ മേളകളിൽ പങ്കെടുക്കുമ്പോൾ നിങ്ങൾ അവരെപ്പോലെ സംസാരിക്കുന്നു; അവരിൽ ഒരാളാകുന്നു."

ശരിയാണ്; രാജീവൻ ഓർത്തു. നാട്യങ്ങളില്ലാത്ത ശൈശവം. അതിന്റെ ഭംഗി തന്നെ ലഹരിപിടിപ്പിക്കുന്നുണ്ട്. കുട്ടികൾക്കുവേണ്ടി പ്രവർത്തിക്കുന്നത് ഈശ്വരാരാധനയാണെന്നു തിരിച്ചറിയുന്നു. താൻ ചുമതലയേറ്റ ശേഷമാണ് വികസനകേന്ദ്രം അതിന്റെ യഥാർത്ഥ പ്രകൃതം കൈവരിച്ചതെന്ന് അഭിമാനിക്കാം. മിഠായിപോലെ മാധുര്യമൂറുന്ന പുസ്തകങ്ങൾ, ഒഴിവുകാലം ഉല്ലാസപൂർണ്ണമാക്കുന്ന പ്രതിഭാക്യാമ്പുകൾ, ഗ്രാമത്തിലെ കുട്ടികൾക്ക് പരിശീലനപരിപാടികൾ, കവിതാ കാസറ്റുകൾ.

എല്ലാറ്റിനുമുപരി കുട്ടികളുടെ സചിത്ര വിജ്ഞാനകോശങ്ങൾ.

അതിന്റെ ആസൂത്രണം, വിഷയനിർണ്ണയം, വാല്യവിഭജനം, സംവിധാനം, വിപണനം –

ഏഴുവാല്യങ്ങളായി ഭാവനചെയ്ത വിജ്ഞാനകോശത്തിന്റെ മൂന്നു വാല്യങ്ങൾ രണ്ടു വർഷത്തിനുള്ളിൽ. രണ്ടു വാല്യങ്ങളുടെകൂടി പൂർണ്ണമായ സംവിധാനം, ആർട്ട്പുൾ തയ്യാറാക്കൽ.

"ഒരു സർക്കാർ സ്ഥാപനത്തിന് ഇത്ര ചടുലമായി പ്രവർത്തിക്കാനാകുമോ?"

അധികാരത്തിന്റെ ഉന്നതശൃംഗങ്ങളിൽ അവിശ്വസനീയത.

"രാജ്യത്തിനാകെ മാതൃകയായിത്തീരുന്ന ഒരു കേന്ദ്രം."

മാധ്യമങ്ങളുടെ പ്രതികരണം.

മാലിനി അത്ഭുതംകൊണ്ട് വിടർന്ന കണ്ണുകളോടെ നോക്കി നില്ക്കുമ്പോൾ രാജീവൻ പറഞ്ഞു:

"എനിക്ക് വിശ്വാസം വരുന്നില്ല. ഇത് എന്നെക്കുറിച്ചുതന്നെയാണോ?"

'അതെന്താ അങ്ങനെയൊരു കോംപ്ലക്സ്?"

"നിനക്കറിയാമല്ലോ, എത്ര പീഡനങ്ങൾ ഏറ്റുവാങ്ങിയ ജീവിതമാണിത്. സ്നേഹിക്കപ്പെടാതെ, അംഗീകരിക്കപ്പെടാതെ, ഒറ്റപ്പെട്ട്–"

രാജീവന്റെ സ്വരം ദുഃഖാകുലമായി.

"ആ നഷ്ടങ്ങൾക്ക് പകരം കിട്ടുന്ന ലാഭവിഹിതമായി ഇതിനെ കരുതുക." മാലിനി ആശ്വാസം പകരാൻ ശ്രമിച്ചു.

"നഷ്ടങ്ങൾക്ക് ഒരു വീണ്ടെടുപ്പില്ല, വേണ്ടകാലത്ത് കിട്ടാതെ പോയത് പിന്നൊരിക്കൽ കൈവന്നാൽ എന്തു പ്രയോജനം? അത് പോയതിനു പകരമല്ല. മറ്റൊന്നാണ്. ഒരു കൊച്ചുകുട്ടി കളിപ്പാട്ടം കൊതിക്കുന്നു. ജീവിതത്തിന്റെ മധ്യാഹ്നത്തിൽ അത് സ്വന്തമാക്കാൻ കഴിഞ്ഞാൽ തിരിഞ്ഞുനോക്കുമോ?"

"സ്നേഹം അങ്ങനെയല്ലല്ലോ. അതൊരു ഒഴുക്കല്ലേ? ഇടയ്ക്ക് തടയപ്പെട്ടാൽ പിന്നീട് ചിറമുറിഞ്ഞൊഴുകുമ്പോൾ കൂടുതൽ ശക്തമാവില്ലേ?

ഓർത്തുനോക്കിയപ്പോൾ ശരി എന്നു തോന്നി. ഒന്നും ഒരിക്കലും പൂർണ്ണമായി നഷ്ടപ്പെട്ടിരുന്നില്ല. മറ്റൊന്നായി പരിണമിക്കുകയായിരുന്നു. രൂപാന്തരം പ്രാപിക്കുകയായിരുന്നു. ഗ്രീഷ്മവും വസന്തവും ശിശിരവും ഒക്കെ മാറിമാറി വന്നു. ഓരോരോ ഋതുക്കൾ, കാലത്തിന്റെ ഗതിയിൽ ആരോട് പരിഭവിക്കാൻ? ദുഃഖിക്കുന്നതെന്തിന്? ഒറ്റപ്പെടുത്തലുകൾ അർത്ഥശൂന്യമല്ലേ?

എന്നിട്ടും ജീവിതത്തിലേറ്റ ആഘാതങ്ങളെക്കുറിച്ചുള്ള വ്യാകുലചിന്തകൾ ഇടയ്ക്കിടെ ഉയർന്നു വന്നു. പാതയോരങ്ങളിൽ ഒതുങ്ങി യാത്ര ചെയ്തിട്ടും തടസ്സങ്ങൾ തുടർച്ചയായി അനുഭവപ്പെട്ടത് എന്തുകൊണ്ടാണ്? ആർക്കുമെതിരെ ദ്രോഹം ചിന്തിച്ചിട്ടില്ല. പ്രവർത്തിച്ചിട്ടില്ല. ആ അവസ്ഥയിലും വിട്ടൊഴിയാത്ത വിധിയുടെ പീഡനങ്ങൾ.

ജീവിതമോഹങ്ങൾ എത്ര ലളിതമായിരുന്നു. പണമോ പ്രതാപമോ

ഒന്നും ആശിച്ചിട്ടില്ല. സ്നേഹത്തിന്റെ നല്ല വാക്കുകൾമാത്രം കൊതിച്ചു അന്തരീക്ഷത്തിന്റെ ഭംഗി; അതുല്യത. ഏറെയൊന്നും വേണ്ടിയിരുന്നില്ല.

വിധി ഓരോന്ന് അടിച്ചേല്പിക്കുകയാണ്. ദൂരെനിന്നു നോക്കുന്നവർക്ക് എല്ലാം നന്നായിരിക്കുന്നു. ഓരോ കാൽവയ്പും ഉയരങ്ങളിലേക്ക്. ഒരു സ്വകാര്യകോളേജദ്ധ്യാപകന് സാധാരണഗതിയിൽ സങ്കല്പിക്കാവുന്നതിലേറെ ഉയരം. പോരെ? ഒദ്യോഗികമായ ഉയർച്ച. സാംസ്കാരികരംഗത്ത് ശ്രദ്ധേയമായ വളർച്ച കൂടുതൽ എന്തുവേണം?

"എനിക്ക് ഒന്നുംവേണ്ട. ഈ ബദ്ധപ്പാടുകളൊക്കെ മതിയാക്കണം. ശാന്തമായ ജീവിതം. എഴുതിയും വായിച്ചും കഴിയാൻ വേണ്ട സ്വസ്ഥത. അത്രയൊക്കെ ധാരാളം." രാജീവൻ മാലിനിയോടു പറഞ്ഞു.

"അതിപ്പോൾ നിങ്ങൾ തീരുമാനിച്ചാലും പറ്റില്ലല്ലോ. ഒന്നൊതുങ്ങിയിരിക്കാൻ ആരെങ്കിലും സമ്മതിക്കുമോ? നിങ്ങൾ പൊതു പ്രാധാന്യമർഹിക്കുന്ന ആൾ. സമൂഹത്തിന്റെ സ്വന്തം. എല്ലാവരുംചേർന്നു നിങ്ങളെ മൊത്തമായും ചില്ലറയായും വീതിച്ചെടുക്കുകയാണ്. നഷ്ടം എനിക്കു മാത്രം. പിന്നെ നമ്മുടെ കുട്ടികൾക്കും."

മാലിനിയുടെ സ്വരത്തിൽ ദുഃഖമുണ്ടോ?

"ഞാൻ എന്തു ചെയ്യണം?"

"ഒന്നും ചെയ്യാൻ നമുക്കാർക്കും കഴിയില്ല. വെറുതെ ഓരോന്ന് ആശിക്കാം. വിധി നിർണ്ണയിക്കപ്പെട്ടിരിക്കുകയാണ്. അതിൽനിന്നു വ്യതിചലിക്കുക സാദ്ധ്യമല്ല."

"നിന്റെ വിധിയെക്കുറിച്ച് ദുഃഖം തോന്നാറുണ്ടോ?" രാജീവൻ ചോദിച്ചു.

"പിന്നില്ലേ? ദുഃഖിച്ചു ദുഃഖിച്ച് കഴിഞ്ഞ ഒരുവർഷംകൊണ്ട് ഞാൻ പത്തുകിലോ കൂടി." മാലിനി ചിരിച്ചു.

പറഞ്ഞു ജയിക്കാൻ സാദ്ധ്യമല്ല. മനസ്സിലെ ദുഃഖങ്ങൾ പങ്കുവയ്ക്കാൻ കഴിയില്ല. ഏതു ദുഃഖവും ഒരു ചിരിയിൽ ഒതുക്കി അവൾ ആശ്വാസത്തിന്റെ വേറൊരു തീരംതേടും. പരാതിയില്ല. പരിഭവപ്രകടനങ്ങൾ വെറുതെ. കാര്യമായ ഇടർച്ചകൾ ഒരിക്കലും ഉണ്ടായിട്ടില്ല.

മാലിനിയുടെ സമീപനം ഉപരിപ്ലവമാണോ എന്ന് സന്ദേഹം തോന്നിയിട്ടുണ്ട്. ഒന്നിലും ഉൾച്ചേരാതെ ഒഴിഞ്ഞുമാറുമ്പോൾ അത്ഭുതപ്പെട്ടു. ഇവൾ എന്തൊരു വിചിത്രജീവി.

"അതെ. ഞാനൊരു വിചിത്രജീവിതന്നെ. അല്ലെങ്കിൽ നിങ്ങളുടെ ഭ്രാന്തുകൾക്ക് കൂട്ടുനില്ക്കുമോ? പപ്പായുടെ നാട്യങ്ങൾക്ക് വഴങ്ങാതെ ഇത്രകാലവും നിങ്ങളുടെ നിഴലുപോലെ ഞാനൊപ്പം നിന്നില്ലേ?" മാലിനി ചോദിച്ചു.

"തെറ്റായിപ്പോയി എന്നു തോന്നുന്നുണ്ടോ?"

"നിങ്ങൾ എപ്പോഴും ശരിയാണെന്നു മനസ്സിൽ ഉറപ്പിച്ചതുകൊണ്ട് ഒരിക്കലും എനിക്ക് സംശയിക്കേണ്ടി വന്നിട്ടില്ല. നിങ്ങൾ എന്നെക്കാൾ അറിവുള്ള ആളാണ്. മനഃപൂർവ്വം തെറ്റു ചെയ്യുകയില്ല. പിന്നെ ഞാനെ

ത്തിന് സംശയിക്കണം? ഒരു കുഴപ്പമുള്ളത് സ്നേഹക്കുറവ്. അതു ഞാൻ സഹിച്ചു." മാലിനിയുടെ ചുണ്ടിൽ മന്ദഹാസം വിടർന്നു.

"സ്നേഹക്കുറവോ? നിനക്കങ്ങനെ തോന്നിയിട്ടുണ്ടോ?"

"പിന്നല്ലാതെ. എല്ലാ പെണ്ണുങ്ങളേയുംപോലെ കെട്ടി ഒരുങ്ങി നടക്കാൻ എനിക്ക് കഴിയുന്നോ? നിങ്ങളെന്നെ അതിനു പ്രേരിപ്പിക്കുന്നുണ്ടോ? സിനിമയ്ക്കോ പാർട്ടികൾക്കോ കൊണ്ടുപോകാറുണ്ടോ? വിലകൂടിയ സാരികൾ, പുതിയ ആഭരണങ്ങൾ – ഇതൊക്കെയല്ലേ ഏതു സ്ത്രീക്കും വേണ്ടത്?"

"നിനക്കും."

"എനിക്കെന്താ പ്രത്യേകത?" മാലിനിയുടെ കണ്ണുകളിൽ കുസൃതിച്ചിരി.

"പിന്നെന്തുകൊണ്ട് നീ എന്നെ വിട്ട് ഓടിപ്പോകുന്നില്ല?"

"അതാണ് രഹസ്യം."

"എന്തു രഹസ്യം?"

"നിങ്ങൾക്ക് അതറിയില്ലേ?"

"ഇല്ല."

"എന്നാൽ വേണ്ട."

മാലിനി ചുമലുകൾ ഇളക്കി എഴുന്നേറ്റുപോയി.

രാജീവൻ ഓർത്തു. ഇവൾ എപ്പോഴും ഇങ്ങനെയാണ്. പൂർണ്ണമായി പിടിതരില്ല. ഒരിക്കലും മനസ്സിലാക്കാൻ കഴിയാത്ത എന്തോ ഒന്ന് ഒളിപ്പിച്ചുവച്ചിട്ടുണ്ട്.

എങ്ങും നീതി ലഭിച്ചില്ല എന്നു ദുഃഖിക്കുന്ന തനിക്ക് ആരോടാണ് നീതി പുലർത്താൻ കഴിഞ്ഞിട്ടുള്ളത്? നിരന്തരമായ യാത്രകൾ. ഇടയ്ക്കു തളരുമ്പോൾ അല്പം വിശ്രമം. ഒരു മയക്കം. വീണ്ടും ഉണരുകയായി: യാത്ര തുടരുകയായി. ഇടത്താവളങ്ങളിൽ ഒരുമിച്ചു കഴിഞ്ഞവരെക്കുറിച്ച് ഓർമ്മിക്കാതെ ഒറ്റയ്ക്ക് യാത്ര.

എങ്ങോട്ട്? ഏതു ലക്ഷ്യത്തിലാണ് എത്തിച്ചേർന്നത്? പലതും വിട്ടുപേക്ഷിക്കേണ്ടിവന്നു. പുത്തനായി എവിടെയെങ്കിലും എത്തിച്ചേർന്നുവോ? നഷ്ടങ്ങളോട് താരതമ്യപ്പെടുത്തുമ്പോൾ നേട്ടങ്ങൾ തീരെയില്ല. കോളേജ് അന്തരീക്ഷത്തിന്റെ ജഡതയിൽനിന്ന് രക്ഷപ്പെടാനാണ് മറ്റൊരു കർമ്മരംഗം തേടിയത്. സർഗ്ഗാത്മകതയുടെ പ്രഫുല്ലനിമിഷങ്ങൾ പ്രതീക്ഷയായി.

യാന്ത്രികമായിത്തീർന്ന ഓഫീസ് ജീവിതം അദ്ധ്യാപകജീവിതത്തിന്റെ ചാരുതയെക്കുറിച്ച് ഗൃഹാതുരത്വം വളർത്തി. കൈവിട്ടുപോയതിനെ ഓർത്തു വ്യാകുലത വർദ്ധിച്ചു. കോളിങ്ബെൽ അമർത്തുമ്പോൾ ഓടിയെത്തുന്ന ശിപായി. കുറിപ്പുകളെഴുതാൻ സന്നദ്ധയായി നില്ക്കുന്ന പേഴ്സണൽ അസിസ്റ്റന്റ്. പോക്കുവരവുകൾ സുഖകരം. ഇന്ധനക്ഷാമത്തെക്കുറിച്ചോ വിലവർദ്ധനവിനെക്കുറിച്ചോ ഖേദിക്കേണ്ടതില്ല. സ്റ്റാഫ്കാർ സദാ സജ്ജം.

മുന്നിൽ അടുക്കിവച്ച പുസ്തകങ്ങളുടെ കൂമ്പാരം അഭിമാനം വളർത്തുന്നുണ്ട്. എന്നിട്ടും എവിടെയോ പോരായ്മകൾ. മനസ്സിൽ ശൂന്യ

തകൾ. സൃഷ്ടിപരതയിൽനിന്ന് ഭരണപരമായ സങ്കീർണ്ണതകളിലേക്കു വലിച്ചിഴയ്ക്കപ്പെടുമ്പോൾ നഷ്ടബോധം.

വരണ്ട ഭൂമിയിൽ വീഴുന്ന മഴത്തുള്ളികൾ എവിടെയാണ് പോയി മറയുന്നത്? ആരോ അതിന്റെ നനവ് കവർന്നെടുക്കാൻ കാത്തിരിക്കുകയാണ്. അനാഥമായി വലിച്ചെറിയപ്പെട്ട കുട്ടി. വാരിയെടുത്തു ശുശ്രൂഷിച്ച് മനുഷ്യക്കോലമാക്കിയതിന്റെ ക്ലേശങ്ങൾ ആരറിയുന്നു! പുതിയ പരിണതിയിൽ അവകാശങ്ങളുന്നയിക്കാൻ ദുരിശപ്പെടുന്നവർ അതോർക്കുന്നില്ല.

രാജീവൻ ആ വേഷപ്പകർച്ച തടഞ്ഞു:

"വേണ്ട, ഇത് എന്റെ കുട്ടിയാണ്."

"നിങ്ങളുടെ കുട്ടിയോ? എങ്ങനെ?"

"അത് അങ്ങനെയാണ്."

ചോദ്യങ്ങൾക്കു മുന്നിൽ എപ്പോഴും ഉത്തരമായി നിന്നുകൊടുക്കുക സാദ്ധ്യമല്ല.

നിയോഗങ്ങളെ സുഖതാവളമാക്കിയവർക്കിടയിൽ രാജീവൻ ഒറ്റപ്പെട്ടു.

"ഈ ഒറ്റയ്ക്കുള്ള കുതിപ്പ് നന്നല്ല. ഇടയ്ക്ക്, കാൽ വഴുതും."

'ഗുണകാംക്ഷികളുടെ' താക്കീതുകൾ രാജീവൻ അവഗണിച്ചു.

"കാര്യമൊക്കെ കൊള്ളാം. പക്ഷേ എല്ലാവരെയും യോജിപ്പിച്ചു കൊണ്ടുപോകാൻ ശ്രമിക്കുന്നതിനു പകരം–"

"കവിതയെഴുതുന്നതു പോലെയല്ല ഇത്. അത് തനിയെ ആകാം. ഓഫീസ് ഭരണത്തിനു ചില ചിട്ടകളുണ്ട്. സാമ്പത്തിക കാര്യങ്ങളിൽ അച്ചടക്കം വേണം." മുറുമുറുപ്പുകൾ.

ഫിനാൻസ് വകുപ്പും അതിന്റെ ആഫീസർമാരും വികസനപ്രവർത്തനങ്ങളെ സഹായിക്കുകയല്ല; കുറ്റാന്വേഷകരുടെ കണ്ണട വച്ച് സംശയത്തിന്റെ കുന്തമുനകളുമായി പതുങ്ങി നടക്കുകയാണ്.

"സർഗ്ഗാത്മകപ്രവർത്തനങ്ങളെ തളർത്തുന്നതാണ് ഈ നെഗറ്റീവ് അപ്രോച്ച്. നിബന്ധനകൾ ഒന്നും അവഗണിച്ചിട്ടില്ല. എന്നിട്ടും പുസ്തകമടിക്കാനും വിതരണമേർപ്പെടുത്താനും പദ്ധതികൾ രൂപപ്പെടുത്തുമ്പോൾ വഴി വിലക്കുന്നു. ഏറ്റവും കുറഞ്ഞ ക്വട്ടേഷൻ നല്കിയ പ്രസിൽ പുസ്തകം പ്രിന്റ് ചെയ്യണം. അവർക്കു വിജ്ഞാനകോശത്തിന്റെ ഭാരിച്ച ജോലികൾ ഏറ്റെടുക്കാൻ പ്രാപ്തിയുണ്ടോ ക്വാളിറ്റിയെക്കുറിച്ചു ബോധ്യമുണ്ടോ എന്നൊക്കെ ആരു നോക്കുന്നു? ആ മഹത്തായ ഗ്രന്ഥങ്ങൾ ന്യൂസ് പ്രിന്റിൽ അച്ചടിച്ചാലെന്തെന്നു ചിന്തിക്കുന്ന ബോറന്മാരുടെ ക്വറികൾക്ക് മറുപടി എഴുതാൻ എനിക്കാവില്ല. അതിനു വേറെ ആളെ നോക്കണം."

രാജീവന്റെ മനസ്സ് ഈർഷ്യാകുലമായി.

തിരിച്ചു നടന്നാലോ എന്ന തോന്നൽ ബലപ്പെട്ടു. കവിതയുടെ നാമ്പുകൾ വിടരാൻ മടിക്കുന്നു. വ്യക്തിത്വം നഷ്ടപ്പെട്ട് കസേരയുടെ ഉള്ളിൽ ഒതുങ്ങുന്ന നിസ്സഹായത. ഒടുവിൽ സ്വയം കസേരയായിത്തീരുമോ എന്ന ഭയം.

മനസ്സ് ഊയലാടുന്നു. ഒന്നു പിടിച്ചുനിർത്താൻ ഏതു കൈകൾ?

മനസ്സിന് കുളിർമ്മ നല്കുന്ന ഒരു വാക്ക്?

മണൽക്കാട്ടിൽ ഒറ്റപ്പെട്ടുപോയ സഞ്ചാരിയായി രാജീവൻ. വെയിലേറ്റു തിളങ്ങുന്ന മരുപ്പരപ്പിൽ ദിശാബോധം നഷ്ടപ്പെട്ടു. കാറ്റിൽ കലർന്ന മണൽത്തരികൾ കാഴ്ച മരവിപ്പിച്ചു.

മാത്യുജോസഫ് സാറിന്റെ റിട്ടയർമെന്റിന് കോളേജിൽ സംഘടിപ്പിച്ച ചടങ്ങിൽ രാജീവൻ മുഖ്യാതിഥിയായി. കുട്ടികളുടെ സ്നേഹവായ്പുകൾ തേടിയെത്തിയപ്പോൾ ഹൃദയത്തിൽ കാറ്റു വീശി. സഹപ്രവർത്തകർ ഒത്തുകൂടി. അന്തരീക്ഷത്തിന്റെ കനം കുറഞ്ഞു. നീലമേഘങ്ങൾ പ്രശാന്തിയുടെ സൗന്ദര്യം പകർന്നു.

"ഇപ്പോഴുള്ള സൗകര്യങ്ങൾ നഷ്ടപ്പെടുത്തി തന്നോട് മടങ്ങിവരാൻ പറയുന്നതു തെറ്റാവുമോ എന്തോ. എന്നാലും താൻ വരണം. ഇവിടെ തന്റെ സാന്നിദ്ധ്യമുണ്ടാവണം. ഇന്നിത് ആത്മാവ് നഷ്ടപ്പെട്ട സ്ഥാപനമാണ്. ഇതിനു പുതിയ ചൈതന്യം വീണ്ടുകിട്ടണം. തനിക്കത് കഴിയും. ഞങ്ങൾക്ക് ഒരഭിമാനമാകും. കുട്ടികൾക്ക് വലിയ ആഹ്ലാദവും." രാമഭദ്രൻ പറഞ്ഞു.

"മഹാനായ പ്രിൻസിപ്പാളിന്റെ മുഖം കൂടുതൽ കറുക്കുമല്ലോ."

"അതു കണക്കാക്കണ്ട. പോരെങ്കിൽ അയാൾക്ക് ഒരുവർഷം കൂടിയല്ലേയുള്ളു. ആ കാലം കഴിഞ്ഞാൽ –"

"സൂര്യൻ പടിഞ്ഞാറുദിക്കുമോ?"

"ഈ കോളേജിന് ഭാഗ്യമുണ്ടെങ്കിൽ. പ്രശസ്തനായ ഒരു കവിയുടെ സാരഥ്യത്തിൽ പുതിയൊരു ഇമേജ് ഉണ്ടാകും." രാമഭദ്രൻ.

രാജീവൻ പൊട്ടിച്ചിരിച്ചു.

രാമഭദ്രൻ അത്ഭുതപ്പെട്ടു.

"തനിക്ക് ചിരിക്കാനറിയുമോ?"

അവിശ്വസനീയമായ അനുഭവം. ഇങ്ങനെ സ്വയം മറന്ന് ചിരിച്ചിട്ടുണ്ടോ എന്നെങ്കിലും? ഇതുപോലൊരു ഫലിതം എന്നാണ് ആസ്വദിക്കാൻ കഴിഞ്ഞിട്ടുള്ളത്?

ഫാദർ പറയരുകുഴി വർഷങ്ങൾക്കു മുമ്പ് പറഞ്ഞതോർത്തു:

കലാലയത്തിൽ വൈദികരുടെ വംശനാശം സംഭവിച്ചാലത്തെ കഥ. എവിടെനിന്നെങ്കിലും ഒരു ഡ്യൂപ്പിനെ കണ്ടുപിടിക്കും.

ഒരു ഡ്യൂപ്പായിത്തീരാൻ കഴിയുമോ?

"താനെത്രയൊക്കെ വളർന്നാലും കവിയെന്ന നില നഷ്ടപ്പെട്ടാൽ കാലം തന്നോടു പരിതപിക്കുകയേയുള്ളു. കഴിഞ്ഞ വർഷങ്ങൾക്കിടയിൽ ഒരു കവിത താൻ എഴുതിയിട്ടുണ്ടോ? തന്റെ ഉള്ളിൽ കവിത മരിക്കുകയാണ്. എന്താ കാരണം? ഒദ്യോഗികമായ വയ്യാവേലികൾ. സ്റ്റാഫിന്റെ സർവ്വീസും പ്രമോഷനും പ്രസവാവധിയുമൊക്കെ ശരിയാക്കാനും അംഗീകരിക്കാനും ഒരു കവിയുടെ സമയമാണ് ദുർവ്യയം ചെയ്യപ്പെടുന്നത്. അവിടെ കവിത കൂമ്പടയാതിരുന്നാലേ അത്ഭുതപ്പെടേണ്ടൂ. താൻ ഈ വൃന്ദാവനത്തിലേക്കു മടങ്ങി വരണം. നിഷ്കളങ്കയായ രാധയെപ്പോലെ ഈ കലാലയം തന്റെ മടങ്ങിവരവിന് കാത്തിരിക്കുന്നുണ്ട്." രാമഭദ്രൻ പറഞ്ഞു.

"പക്ഷേ ഓജസ്സു നഷ്ടപ്പെട്ട ഇവിടത്തെ അന്തരീക്ഷം. അവഗണനകൾ-" രാജീവൻ സംശയാലുവായി.

"എവിടെയാണ് അത്തരം അനുഭവങ്ങൾ ഉണ്ടാകാത്തത്? താനിത്ര കഷ്ടപ്പെട്ട് ഒരു സ്ഥാപനം ചുമന്നുകൊണ്ടു നടക്കുന്നു. ഇപ്പോൾ എല്ലാവർക്കും സന്തോഷം. താൻ അവിടെനിന്ന് ഒന്നു പുറത്തിറങ്ങിനോക്കൂ. തന്റെ തണലിൽ സൗകര്യങ്ങൾ അനുഭവിക്കുന്നവരിൽ ആരെങ്കിലും തിരിഞ്ഞുനോക്കുമോ? വഴിയിൽ വച്ചു കണ്ടാൽപ്പോലും തിരിച്ചറിഞ്ഞതായി ഭാവിക്കില്ല. സർക്കാർ സ്ഥാപനങ്ങളിൽ വ്യക്തിയുടെ വില അത്രയേയുള്ളൂ. പിന്നെ കുട്ടികൾക്കുവേണ്ടി കുറേ അധികം കാര്യങ്ങൾ താൻ ചെയ്തു. പ്രത്യേകിച്ചും ആ വിജ്ഞാനകോശങ്ങൾ. ഇന്ത്യയിലെ ഇതര ഭാഷകൾക്കുപോലും അത് മാതൃകയാണ്. കാലം അതിന്റെ വില തിരിച്ചറിയും. അതുമാത്രം ഓർമ്മയിൽ നില്ക്കും. പക്ഷേ, അതിലും പ്രധാനമാണ് സർഗ്ഗവൈഭവത്തിന്റെ ആവിഷ്കരണം; സ്വന്തം കവിത. അതിന്റെ ഉറവുകൾ അടയരുത്. അതോടൊപ്പം പുതിയ യുവത്വത്തിന്റെ മനസ്സിൽ തന്നെപ്പോലെ വലിയൊരദ്ധ്യാപകൻ എന്നും ജീവിക്കണം."

പല കോണുകളിൽനിന്ന് പ്രേരണകൾ ഏറിവന്നു. പിടിച്ചുനില്ക്കാൻ കഴിയാതെ കുഴങ്ങി.

-സ്വന്തം കൂട്ടിലേക്കു മടങ്ങുക. പഴയ ജന്മം വീണ്ടെടുക്കുക.

പരിണാമചക്രം തിരിയുന്നു. ഒരു വൃത്തം പൂർണ്ണമാകുന്നു.

ജീവിതത്തിൽ സംഭവിക്കുന്നതെന്തും പൂർവ്വനിശ്ചയമനുസരിച്ചാവാം. ചില വ്യക്തികൾ, സന്ദർഭങ്ങൾ ഒക്കെ നമ്മുടെ ജീവിതത്തിൽ സ്വന്തമാകുന്നു. എങ്ങനെ? എന്തുകൊണ്ട്?

യുഗങ്ങൾക്കപ്പുറത്തുനിന്ന് ഒരു സ്വരം രാജീവൻ കേട്ടു:

"നിനക്കുവേണ്ടതു നീ തിരിച്ചറിയുന്നു; സ്വന്തമാക്കുന്നു. ആർക്കും ആ അവകാശം നിഷേധിക്കാൻ കഴിയുന്നില്ല. തട്ടിയെടുക്കാൻ സാദ്ധ്യമല്ല. ഏത് ഇരുട്ടിലും മാർജ്ജാരപാദങ്ങളോടെ അനുഭവങ്ങൾ നിന്നെത്തേടിവരും. പ്രേമാർദ്രമായ സ്പർശം നിന്റെ ആത്മാവിൽ അനുഭവപ്പെടും."

രാജീവൻ ആ നിമിഷത്തിനു കാത്തിരുന്നു. എപ്പോഴെങ്കിലും ഒരു വെളിപാടുണ്ടാകും. നിന്റെ വഴികൾ നിനക്കുള്ളതാണെന്ന് ആരോ പറഞ്ഞു തരുമെന്ന പ്രതീക്ഷ.

"നിങ്ങൾ കോളേജിലേക്ക് മടങ്ങിവരുന്നെന്നു കേട്ട് മോൾക്ക് വലിയ സന്തോഷം." മാലിനി പറഞ്ഞു.

"അതെന്താ?"

"അവൾക്ക് ആ ക്ലാസിൽ ഇരിക്കാമല്ലോ. പോരെങ്കിൽ അല്പം ഗമയും അടിക്കാം."

"കാറും സൗകര്യങ്ങളും നഷ്ടമാകും."

"അതോ വലുത്? അതൊന്നും നമ്മുടേതല്ലല്ലോ."

"എന്നാലും ആളുകൾ പറയും, ഇത്രകാലവും ഗമയിൽ നടന്നു. ഇപ്പോഴിതാ എന്ന്."

“അത് നിങ്ങളെക്കുറിച്ച് പറയില്ല. കാറുണ്ടായിട്ടും ബസ്സിൽ തൂങ്ങി യാത്രചെയ്യാൻ മടിക്കാത്ത കുട്ടിത്തിലല്ലേ? ഇനി വേണമെങ്കിൽ അല്പമൊന്നും ക്ലേശിച്ചാൽ നമുക്കും ഒരു ചെറിയ കാർ വാങ്ങാം. ലോൺ കിട്ടുമല്ലോ.”

“ഓ, അതു വേണ്ട, നിന്നെ ഓഫീസിൽ കൊണ്ടുവിടേണ്ടത് എന്റെ ജോലിയാകും.”

“ഞാൻ ഡ്രൈവിങ് പഠിച്ചാൽ പ്രശ്നം തീർന്നല്ലോ.”

“ഒടുവിൽ അതാവും ഏറ്റവും വലിയ പ്രശ്നം.”

രാജീവന്റെ വാക്കുകളിൽ പരിഭവിച്ച് മാലിനി മുഖം തിരിച്ചു.

“നമുക്ക് നടപ്പുള്ള കാര്യം പറയാം. കോളേജിൽ മടങ്ങിവരുന്നോ ഇല്ലേ എന്ന കാര്യം ആദ്യം തീരുമാനിക്കൂ.”

“നീയെന്തു പറയുന്നു.”

“നിങ്ങളുടെ ഇഷ്ടം.”

പതിവുപോലെ മാലിനി ഒഴിഞ്ഞുമാറുന്നു. കാഴ്ചക്കാരിയാകുന്നു. കുരിശുകൾ തനിയേ ചുമന്നേ ഒക്കൂ. കാട്ടിനുള്ളിൽ ഒറ്റയ്ക്കു നടന്നു കയറണം. വഴിയൊരുക്കണം.

വിധിക്ക് സ്വയം വിട്ടുകൊടുക്കാൻ രാജീവൻ തീരുമാനിച്ചു. എന്തും സംഭവിക്കട്ടെ. സന്തോഷത്തോടെ സ്വീകരിക്കും. മുൻകൂട്ടിയുള്ള തയ്യാറെടുപ്പുകളില്ല. പിൻവാങ്ങലുകളുണ്ടാവില്ല.

“ഞാനും എന്റെ വിധിയും മാത്രം.”

രാജീവൻ വിചാരിച്ചു.

ഒടുവിൽ അതുതന്നെ സംഭവിച്ചു. തീരെ അപ്രതീക്ഷിതമായി. സ്വയം തീരുമാനമെടുക്കേണ്ട ഭാരം ഒഴിഞ്ഞുപോയി. എല്ലാം തികച്ചും സ്വാഭാവികമായിരുന്നു. വിധിയുടെ തീർപ്പുതന്നെയായിരിക്കണം. അതോ ശിലോലിഖിതമോ?

സംഭവത്തിൽ ആകെക്കൂടി ഉണ്ടായിരുന്നത് ഒരു നാടകീയത.

മൂന്ന്

കവിയുടെ രാഷ്ട്രീയം മനുഷ്യനന്മ; ദുഃഖിതരുടെ ചേരിയിൽ നിലനില്പ്. അധികാരത്തിന്റെ കൊടിയടയാളങ്ങളെക്കാൾ സേവനത്തിന്റെ കർമ്മവേദി പ്രിയങ്കരം. ഭരണമാറ്റങ്ങൾ രാജീവൻ ശ്രദ്ധിച്ചില്ല. ഒരു നിയോഗം ഏറ്റെടുത്തിരിക്കുന്നു. അതു ചെയ്തുതീർക്കുക. അതിലുപരി പദവികൾക്ക് വലിയ പ്രാധാന്യമൊന്നും രാജീവന്റെ നിയമപുസ്തകത്തിൽ ഇല്ലായിരുന്നു.

പുതിയ മന്ത്രിസഭ സത്യപ്രതിജ്ഞ ചെയ്യുന്ന ദിവസം. സഹപ്രവർത്തകരിൽ ചിലർ തിരക്കി:

“സാർ പോകുന്നില്ലേ?”

കറുത്ത ആകാശം. രാജീവൻ പറഞ്ഞു:

"പന്തലിൽ ഇടം കിട്ടാൻ വിഷമം. പുറത്തു മഴ പെയ്തേക്കും. നനയണോ?"

"നനയാതെ മീൻ പിടിക്കാനൊക്കുമോ?" ആരോ തമാശ പറഞ്ഞു.

"കൂടയിൽ ഉള്ളതിനെപ്പോലും തുറന്നു വിടാൻ തയ്യാർ."

രാജീവന്റെ വാക്കുകളിൽ ഒരു പക്ഷിത്തൂവലിന്റെ നനുത്ത സ്പർശം.

"ഓരോരുത്തൻ നെടുകെയും കുറുകെയും ഓടുന്നു. ഓരോ ബന്ധവും പരിചയവും പറഞ്ഞ് അടുത്തുകൂടുന്നു. സാറുമാത്രം ഇങ്ങനെ–"

"ഞാനൊരു കാട്ടുതാറാവ്. ഏതെങ്കിലും ഇരുണ്ട പൊയ്കയിൽ മുങ്ങിമറയുന്ന ജീവിതം. അത്രയേയുള്ളൂ."

കേട്ടുനിന്നവർ ആ ഫലിതം ആസ്വദിച്ചു.

രാജീവൻ ശങ്കിച്ചതുപോലെ അന്തരീക്ഷം ഇരുണ്ടു. ഇടിമുഴക്കം; മിന്നൽപ്പിണർ.

"സാറിന് മാറ്റമുണ്ടാകുമെന്നു കേൾക്കുന്നല്ലോ." എഡിറ്റോറിയൽ വിഭാഗത്തിലെ സീനിയറായ ആമിനാബീവി ചോദിച്ചു.

"ശരീരവും മനസ്സും പരിണാമവിധേയമാണ്. സത്യമായത് ആത്മാവ് മാത്രം." രാജീവൻ ചിരിക്കാൻ ശ്രമിച്ചു.

"തകർന്നുകിടന്ന ഈ സ്ഥാപനത്തിന് ചൈതന്യം പകർന്നതിന് ശിക്ഷയോ?" ദുഃഖാകുലമായ ശബ്ദം.

"അങ്ങനെയൊന്നും ചിന്തിക്കരുത്. ഇരിക്കുന്ന കസേരയെക്കാൾ വിലയില്ലേ നമുക്ക്? ആ ബോദ്ധ്യമുണ്ടെങ്കിൽ മറ്റൊക്കെ നിസ്സാരം."

ഓഫീസ് അന്തരീക്ഷത്തിൽ മൂകത വ്യാപിച്ചു.

ഒരു സത്യം രാജീവൻ തിരിച്ചറിഞ്ഞു. ആ അറിവ് വേദന വളർത്തി. കടന്നുപോന്ന വഴികൾ എളുപ്പം മറന്നു കളയുന്നവരാണ് സമൂഹത്തിന്റെ മുൻനിരയിൽ. കാലം അവരുടെ കാല്പാടുകൾ കാത്തു സൂക്ഷിക്കുമോ? കൊച്ചു ജീവിതത്തിൽ സംഭവിക്കുന്ന വ്യക്തിപരമായ നഷ്ടങ്ങൾ എത്ര ദുഃഖകരമാണ്.

മനസ്സ് സംഘർഷപൂർണ്ണമായി. സ്വയം നഷ്ടപ്പെട്ട് താൻ സൃഷ്ടിച്ച കർമ്മബന്ധങ്ങൾ. പഴകിയ പൂപോലെ വഴിയോരത്ത് വലിച്ചെറിയപ്പെടുന്നു. അതു ചവിട്ടിയരച്ച് തെരുവു പ്രകടക്കാർ കടന്നുപോകുന്നു. വീണ പൂവിന്റെ വേദന ആരറിയുന്നു?

കവിക്ക് അത് താങ്ങാവുന്നതിലേറെ. മനസ്സ് വികാരസാന്ദ്രമായി. തിരസ്കാരം പ്രതിഷേധാർഹമാണ്. നിന്ദിതനും പുറന്തള്ളപ്പെട്ടവനുമായി കഴിയാനാവില്ല. അന്യനെപ്പോലെ വഴിമാറിനില്ക്കാൻ സാദ്ധ്യമല്ല.

കോളേജിലെ പഴയ ലാവണത്തിലേക്ക് മടങ്ങാൻ രാജീവൻ തീർച്ചയാക്കി.

"നന്നായി, ഇനി വല്ലതും എഴുതിയും വായിച്ചും സ്വസ്ഥമായിക്കഴിയാൻ നോക്ക്. മനസ്സിലെ നീരുറവകളിൽനിന്ന് കവിതയുടെ ഒഴുക്കുകൾ ഉണ്ടാക്കണം. കാലം കാത്തിരിക്കുന്നതതാണ്." രാമഭദ്രൻ ഓർമ്മിപ്പിച്ചു.

"സാറിന്റെ തിരിച്ചുവരവ് കോളേജിൽ പുതിയ ചൈതന്യം സൃഷ്ടിക്കും."

തോമസ് ബാബുവിനും കൂട്ടുകാർക്കും ആഹ്ലാദം.

മാലിനി ഒന്നും പറഞ്ഞില്ല.

ക്ലാസ്മുറികളിൽ ചൈതന്യം പകരാൻ ശ്രമിച്ചു; കുട്ടികൾ ഉത്സാഹത്തോടെ ഒത്തുചേർന്നപ്പോൾ ജീവിതം കൂടുതൽ അർത്ഥപൂർണ്ണമായി. പ്രിയമോൾ മുൻബഞ്ചിലിരുന്നു ശ്രദ്ധിച്ചു. അവളുടെ അടുത്തിരുന്ന കണ്ണടക്കാരി ഫ്രെയിം അല്പം താഴ്ത്തിവച്ച് അതിനു മുകളിലൂടെ നിർന്നിമേഷയായി നോക്കിയിരുന്നു.

ആ മുഖം ഓർമ്മിച്ചെടുക്കാൻ ശ്രമിച്ചപ്പോൾ മനസ്സ് പതറി, നേരോ? ജീവിതത്തിൽ സംഭവിക്കുന്നതെല്ലാം ഒന്നുതന്നെയോ? ഒരേ സത്യത്തിന്റെ ആവർത്തനങ്ങൾ? ഒരേ രൂപത്തിന്റെ പ്രതിച്ഛായകൾ?

"അച്ഛന്റെ ക്ലാസ് തകർപ്പൻ. വെരി വിറ്റി. ഈ തമാശകളൊക്കെ നമ്മളോട് പറയാത്തതെന്താ? വീട്ടിൽ വരുമ്പോൾ വലിയ ഗൗരവം."

മോൾ മാലിനിയോട് വിവരിക്കുന്നു.

"പുറമെ ശാന്തനെങ്കിലും ഉള്ളിൽ ആളൊരു ഗൗരവക്കാരനാ." മാലിനി വിലയിരുത്തുന്നു.

"ആ ഗൗരവം ഇല്ലാതെയാക്കാൻ അമ്മയ്ക്കെന്താ കഴിയാത്തത്?"

ആർക്കും തന്നെ കണ്ടെത്താൻ കഴിഞ്ഞിട്ടില്ല. തന്റെ ഉള്ളിൽ ജീവിക്കുന്നത് ചിരിക്കാനറിയാത്ത ഒരു വിചിത്രജീവി എന്നാണ് മാലിനി ധരിച്ചിരിക്കുന്നത്. ദുഃഖങ്ങൾ വേട്ടയാടിയ മനുഷ്യൻ. രക്തം ചോർന്നൊലിച്ചിരിക്കുന്നു. ആകെ ഒരു മരവിപ്പ്. തന്നെ പിടികൂടിയ ഇരുണ്ട മൃഗം സുഖകരമായ ഓർമ്മകൾ മുഴുവൻ ചൂഴ്ന്നെടുത്തു. താൻ അനാഥനായി; ഒറ്റപ്പെട്ടവനായി. ഏകാന്തതയുടെ ഭാരം മനസ്സുനിറയെ.

എല്ലാം മറന്നു ചിരിക്കാനും സന്തോഷം പങ്കുവയ്ക്കാനും കഴിയാത്തതു കുറ്റമോ?

കോളേജിന്റെ ഇടനാഴികളിലൂടെ നടക്കുമ്പോൾ പുനർജ്ജനിതേടുകയായിരുന്നു. കടന്നുപോയ വർഷങ്ങളിൽ നഷ്ടപ്പെട്ട സ്വത്വം വീണ്ടെടുക്കാനുള്ള യത്നം. വിശ്രമവേളകൾ ബോധപൂർവ്വം ഒരുക്കിയെടുത്തു. കോളേജിൽനിന്ന് വിട്ടാൽ വീട്ടിൽ. മക്കളോടൊത്തു ചെലവിടാൻ കൂടുതൽ സമയം. മാലിനി ഓഫീസിൽനിന്നു വരാൻ വൈകുന്നത് മാത്രമായി ഒരപൂർണ്ണത.

ഭാവനയുടെ അടഞ്ഞുപോയ വാതിലുകൾ തുറന്നു. ആകാശത്തിന്റെ മുഖം പ്രത്യക്ഷമായി. മേഘങ്ങൾ ഒഴിഞ്ഞ ശരത്കാലസൗന്ദര്യം. ആ മനോഹാരിതയിൽ ലയിക്കെ അപൂർവ്വമായ വർണ്ണലോകം. പ്രത്യക്ഷമായി. ഒരു മഴവിൽത്തുമ്പിയെപ്പോലെ പറന്നു. ഉയരങ്ങളിലേക്ക്.

പുതിയ കവിത വായിച്ചവർ പറഞ്ഞു:

"ആ സ്വർണ്ണക്കൂട്ടിൽനിന്നു രക്ഷപ്പെട്ടത് ഭാഗ്യമായി. കവിക്ക് പുനർജ്ജന്മമായല്ലോ."

"സാറിന് എത്ര കാലത്തേക്കാണ് ഈ സ്വാതന്ത്ര്യം?" തോമസ് ബാബു ചോദിച്ചു.

"അതെന്താ?"

"പ്രിൻസിപ്പാളിന്റെ കസേരയിൽ ഇരുന്നാൽ പിന്നെ കാവ്യരചന-"

ഏത് അധികാരവും സ്വാതന്ത്ര്യത്തിന്റെ ലംഘനമാണ്. വ്യക്തിത്വത്തിന്റെ തനിമയിൽ കടന്നുകയറ്റമാണ്. അത് പ്രതിരോധിക്കണമെങ്കിൽ സ്വന്തം വഴിയിൽ ഏകനായി നടക്കാൻ നിശ്ചയിക്കണം.

അത് വെല്ലുവിളിയാണ്; വ്യക്തമായ തിരിച്ചറിവാണ്; താൻ ആരെന്ന അറിവ്; മറ്റാരും ആവുകയില്ലെന്ന ദൃഢനിശ്ചയം; അതിന് കഴിയുന്നവരാണ് ചരിത്രത്തിൽ സ്വന്തം കൈയൊപ്പ് ചാർത്തുന്നത്, കാലത്തിന്റെ കാലൊച്ചയായിത്തീരുന്നത്.

പ്രലോഭനങ്ങൾക്ക് വഴങ്ങരുത്. നിശ്ചലതടാകംപോലെ മനസ്സ്. അതിന്റെ അടിത്തട്ടുപോലും വ്യക്തമാണ്. സുതാര്യമാണ്.

"നിനക്കിനി എന്നെക്കുറിച്ച് എന്തു പരാതിയുണ്ട്?"

രാജീവൻ മാലിനിയോട് തിരക്കി.

"എല്ലാ പരാതികളും ഇല്ലാതെയായാൽ ജീവിതം നിർജ്ജീവമാകും. കുറേ ബാക്കി കിടക്കുന്നതാ നല്ലത്." മാലിനി പറഞ്ഞു.

പരാതികളും പരിഭവങ്ങളുമില്ലാതെ, ദുഃഖങ്ങളും ഉൽക്കണ്ഠകളും ഇല്ലാതെ പ്രശാന്തമായ ജീവിതം. കലാലയാന്തരീക്ഷത്തിലെ ബഹളത്തിൽനിന്നകന്ന് എഴുത്തും വായനയുമായൊതുങ്ങുക.

അദ്ധ്യാപകസംഘടനയുടെ ചുമതലകളിൽ വലിച്ചിടാൻ പുതിയ നേതാക്കൾ ബദ്ധപ്പെട്ടപ്പോൾ രാജീവൻ തടഞ്ഞു.

"മതി, ഇനി നിങ്ങളുടെ തലമുറ വരട്ടെ ഞാനെപ്പോഴും ഒപ്പമുണ്ട്."

"സാറ് നേതൃത്വത്തിൽ വന്നാൽ സംഘടനയ്ക്ക് മാന്യതയേറും." തോമസ് ബോബു പറഞ്ഞു.

"എന്നെ ബാബുവിനറിയാമല്ലോ, ഒരു ചെറുതിര വന്നാൽ ചലിക്കുന്ന പ്രകൃതം. കൊടുങ്കാറ്റുകളെ വിളിച്ചുവരുത്താതെ ഒതുങ്ങുന്നതല്ലേ നല്ലത്?"

തോമസ് ബാബു എതിരു പറഞ്ഞില്ല. രാജീവന്റെ ആത്മാർത്ഥത അയാൾ തിരിച്ചറിഞ്ഞു. എന്തെല്ലാം പീഡനങ്ങൾ ഏറ്റുവാങ്ങിയതാണ്. എന്നിട്ടും സ്വന്തം സഞ്ചാരപഥത്തിൽനിന്നു വ്യതിചലിച്ചിട്ടില്ല. ആർക്കും വഴങ്ങിക്കൊടുത്തിട്ടില്ല. ഈ സ്വാതന്ത്ര്യമല്ലേ ജീവിതത്തിൽ വിലപ്പെട്ടത്? അതോട് താരതമ്യം ചെയ്യുമ്പോൾ പദവികൾ എത്ര നിസ്സാരം.

രാജീവൻ ഉള്ളിൽ എല്ലാവർക്കും നന്ദി പറഞ്ഞു. സ്നേഹിച്ചവരും അവഗണിച്ചവരും പരാജയപ്പെടുത്താൻ ശ്രമിച്ചവരുമൊക്കെ തനിക്ക് നന്മ ചെയ്തിരിക്കുന്നു. എല്ലാം കൂടിച്ചേർന്നാണ് തന്നെ രൂപപ്പെടുത്തിയത്. ഈ വൈവിദ്ധ്യങ്ങൾ ഇല്ലാതിരുന്നെങ്കിൽ ജീവിതം അനാകർഷകമാകുമായിരുന്നു. അദ്ധ്യാപകരും പിടികൂടുന്ന യാന്ത്രികഗതിക്ക് വിധേയനാകുമായിരുന്നു. ഓരോ ആഘാതവും തന്നെ ഉണർത്തി. പതിയേ തലങ്ങളിലേക്ക് ഉയർത്തി. അനുഭവങ്ങൾക്കു മുന്നിൽ നന്ദിയോടെ നില്ക്കുന്നു.

"കോളേജിൽത്തന്നെ ഒതുങ്ങാൻ തീരുമാനിച്ചോ?"

പല തലങ്ങളിൽനിന്ന് ഇടയ്ക്കിടെ അന്വേഷണങ്ങൾ.

"ഈ ജീവിതം സുഖകരമാണ്."

സത്യസന്ധമായ മറുപടി പറഞ്ഞു.

ഇടയ്ക്ക് ഒരുനാൾ കോളേജ് ഭരണസമിതിയുടെ ഉപാദ്ധ്യക്ഷൻ മോൺസിഞ്ഞോർ രാജീവനോട് തിരക്കി:

"സാറിന്റെ സേവനം കോളേജിന് തുടർന്നു കിട്ടുമോ?"

"മോൺസിഞ്ഞോറെന്താ സംശയിച്ചത്?" രാജീവൻ ചോദിച്ചു.

"അതല്ല. സാറിന് വേറെ പല ഓഫറും വന്നെന്നിരിക്കും. അപ്പോൾ ഇവിടം വിട്ട് പോകുമോ എന്നാണ്."

"ഞാനത് ആഗ്രഹിക്കുന്നില്ല."

"എന്നാൽ ഒരു കാര്യം പറയാം. കോളേജിന്റെ സാരഥ്യം ഏറ്റെടുക്കാൻ തയ്യാറാകണം. സീനിയോറിറ്റിയിലും യോഗ്യതയിലും സാറാണല്ലോ മുന്നിൽ."

"കുട്ടികളെ പഠിപ്പിച്ച് ശാന്തമായിക്കഴിയാനാണെനിക്കിഷ്ടം. മനസ്സിനെ ഉലയ്ക്കാത്ത അനുഭവങ്ങളുടെ ഒഴുക്കിൽ യാത്ര തുടരാമല്ലോ?"

"അങ്ങനെ ചിന്തിക്കരുത്. സാറിന്റെ നേതൃത്വം കോളേജിന് ഗുണകരമാകും. അത് നിഷേധിക്കരുത്."

രാജീവൻ ഓർത്തു: താൻ വീണ്ടും വിധിയുടെ ഉപകരണമാവുകയാണ്. സ്വാതന്ത്ര്യത്തിന്റെ ലോകം അന്യമാവുകയാണ്. മൂവായിരത്തോളം കുട്ടികൾ പഠിക്കുന്ന കലാലയം. ഇരുന്നൂറിലധികം അദ്ധ്യാപകരും അനദ്ധ്യാപകരും. ഈ ഭിന്നലോകങ്ങൾ നിശ്ചിതഭ്രമണ പഥത്തിൽനിന്നും വ്യതിചലിക്കാതെ കാത്തുസൂക്ഷിക്കാനുള്ള ഭാരിച്ച ഉത്തരവാദിത്വം.

എന്തിന്? ഒടുവിൽ ശിരസ്സിലുണ്ടാവുക മുൾമുടി. കാത്തിരിക്കുക ക്രൂശുമരണം. സ്വന്തക്കാർ ഓടിപ്പോകും. സംസ്കരിക്കാൻപോലും പരദേശികൾ വേണ്ടിവരും.

"അവസാനം അവർക്ക് നിങ്ങളെ വേണമെന്നായി, അല്ലേ?" മാലിനി ചോദിച്ചു.

"എന്തോ, എനിക്ക് തീർച്ചയില്ല. ഈ പ്രലോഭനങ്ങൾ. എന്നിൽ ഒരു മാറ്റവും സൃഷ്ടിക്കുന്നില്ല." രാജീവൻ പറഞ്ഞു.

"നിങ്ങളെ പിന്തിരിപ്പിക്കുന്നതെന്താണ്?"

"സ്വസ്ഥതയുണ്ടാവില്ല. മാനേജ്മെന്റ് കടിഞ്ഞാൺ മുറുകെ പിടിച്ചാലും ഞാൻ നേർവഴി വിടുകയില്ല. അത് സംഘർഷങ്ങൾ സൃഷ്ടിക്കും."

"അവർക്ക് നിങ്ങളെ അറിയില്ലേ?"

"ആരാണതിന് ശ്രമിച്ചിട്ടുള്ളത്? ഒരപ്പക്കഷണം വച്ചു നീട്ടിയാൽ വാലാട്ടുന്നവരുടെ പേരുകളാണ് അവരുടെ നാൾവഴിപുസ്തകത്തിൽ. എന്നെ അതിനു കിട്ടില്ല. ഞാനും എന്റെ വഴിയും. അവിടേക്ക് കടന്നു കയറാൻ ഒരു ശക്തിയെയും അനുവദിക്കില്ല. തീർച്ച."

മാലിനി രാജീവനെ നോക്കി ഒരുനിമിഷം നിന്നു. വർഷങ്ങൾ ഒരുമിച്ചു കഴിഞ്ഞു. എന്നിട്ടും ഇണങ്ങാത്ത എന്തോ ഒന്ന് ബാക്കിയാണ്. തിരിച്ചറിയാത്ത ഏതോ ശക്തി. അതെന്താവും?

രാമഭദ്രൻ രാജീവനെ കാണാനെത്തി. സർവ്വീസിൽനിന്ന് പിരിഞ്ഞശേഷം ഒരു റസിഡൻഷ്യൽ സ്കൂളിന്റെ ചുമതലയേറ്റിരിക്കുകയാണ് രാമഭദ്രൻ.

"മാനേജ്മെന്റുമായി സഹകരിച്ചു പോകാൻ രാജീവനാകുമോ?" രാമഭദ്രൻ തിരക്കി.

"പ്രശ്നങ്ങളുടെ അടിസ്ഥാനത്തിലേ തീരുമാനിക്കാനാകൂ. അന്ധമായ വിധേയത്വം എന്നിൽനിന്നു പ്രതീക്ഷിക്കുമോ?" രാജീവൻ ചോദിച്ചു.

"അവർക്കു വേണ്ടത് അതാകും."

"നിരാശപ്പെടുകയേയുള്ളൂ."

"അറിഞ്ഞുകൊണ്ട് ഒരപകടം –"

"ഞാനൊന്നും തീരുമാനിച്ചിട്ടില്ല. വ്യക്തമായ നിർദ്ദേശവും ഉണ്ടായിട്ടില്ലല്ലോ."

"പക്ഷേ, തനിക്കെതിരായ പടയൊരുക്കം നടക്കുന്നുണ്ട്."

രാജീവൻ സംശയിച്ചു.

"നേരോ? എന്തിന്?"

"തന്നെപ്പോലെ ഇണങ്ങാത്ത ഒരാൾ കസേരയിലിരുന്നാൽ പിന്നിൽനിന്ന് ചരടുവലിക്കാനൊക്കുമോ? അവർക്കു വേണ്ടത് വ്യക്തിത്വമുള്ള ഒരാളല്ല. പണ്ട് ഫാദർ പറയരുകുഴി പറയാറുള്ളത് ഓർമ്മയില്ലേ, ഒരു ഡ്യൂപ്പിനെയാണ്."

"ഇത്തരം കാര്യങ്ങളിൽ ഒരു കാഴ്ചക്കാരന്റെ നിലയാ എനിക്ക്. സംഭവിക്കാനുള്ളത് സംഭവിക്കും. പ്രകൃതിനിയമം അതാണ്. വേണമെങ്കിൽ ഒഴിഞ്ഞു നില്ക്കാം. പക്ഷേ പൂർണ്ണമായ രക്ഷപ്പെടൽ അസാദ്ധ്യമാണ്. മുന്നോട്ടുള്ള വഴി അടച്ചുകഴിഞ്ഞാലും സ്ഥിതി അതുതന്നെ. ആത്മബലം നഷ്ടപ്പെടാതിരുന്നാൽ പുതിയ വഴികൾ തുറന്നു വരും." രാജീവൻ പറഞ്ഞു.

ഇപ്പറയുന്നത് താൻതന്നെയോ എന്ന് ഒരുനിമിഷം സംശയിച്ചു. മനസ്സിന്റെ വിഹ്വലതകൾ എവിടെയാണുപേക്ഷിക്കപ്പെട്ടത്? രാഗദ്വേഷങ്ങൾക്കപ്പുറിത്തേക്ക് യാത്രചെയ്യാൻ കരുത്തു കിട്ടിയതെങ്ങനെ?

അനുഭവങ്ങളുടെ ഭിന്നതലങ്ങൾ, രൂപങ്ങൾ, യാദൃച്ഛികമായി നേരിടേണ്ടിവന്ന പീഡനങ്ങൾ. അതിന്റെ ആവർത്തനങ്ങൾ തന്നെ പാകപ്പെടുത്തിയിരിക്കുന്നു. വിത്തിനുള്ളിൽനിന്നു ജീവന്റെ കുരുന്നുകൾ മുളപൊട്ടി വൻവൃക്ഷമായി വളർന്നിരിക്കുന്നു.

"കൊച്ചുസാറ് മെത്രാനച്ചനെ കാണണം. ഇവന്മാരുടെ വേലകൾ നടക്കരുത്. കോളേജിന്റെ ഗതിനോക്കാതെ തൻകാര്യം നേടാൻ ഒരുങ്ങുന്നവർ. അത് സമ്മതിച്ചുകൊടുക്കരുത്."

– വറീതു ചേട്ടനാണ്.

രാജീവൻ ചിരിക്കാൻ ശ്രമിച്ചു. വാത്സല്യം കിനിയുന്ന തുരുത്ത്. പ്രായഭേദമില്ലാതെ, സ്വാർത്ഥത സ്പർശിക്കാതെ അതിപ്പോഴും ചൈതന്യപൂർണ്ണമായി നിലകൊള്ളുന്നു.

അത്ഭുതം തോന്നി. ഇന്നോളം ഒരപേക്ഷകനായി താൻ എങ്ങും നിന്നുകൊടുത്തിട്ടില്ല. ക്ഷണിച്ചുവരുത്തുക; അതിനു പിന്നിൽ സ്വാർത്ഥത

സംരക്ഷിക്കാനുള്ള മോഹം. അതു സാദ്ധ്യമല്ലെന്ന് തീർച്ചയാകുമ്പോൾ സൗകര്യപൂർവ്വം ഒഴിവാക്കുക.

സമൂഹത്തിന്റെ നേതൃത്വം കൈയാളുന്നവർപോലും വ്യക്തിതാല്പര്യങ്ങളുടെ തടവുകാരാണ്. ദൈവത്തിന്റെ നീതിയെക്കുറിച്ച് പ്രഭാഷിക്കുന്നവർ മനുഷ്യരോട് പ്രതികാരം ചെയ്യുന്നു. ധനമോഹവും അധികാരദുരയും അവരുടെ വഴിത്താരകൾ ദുർഗന്ധപൂർണ്ണമാക്കുന്നു.

തന്റെ ഗതി നിർണ്ണയിക്കുന്നത് ഈ പുരോഹിതന്മാരോ ശാസ്ത്രികളോ പരീശന്മാരോ? അവരുടെ പീഡനങ്ങളുടെ ചരിത്രത്തിന് ഒരിക്കലും അവസാനമില്ലേ?

രാജീവൻ ഓർത്തു. കാലത്തിന്റെ ശബ്ദം തന്നെ തേടിവരും: വഴി നടത്തും.

യാത്രാപഥത്തിൽ നക്ഷത്രങ്ങൾ തെളിയുന്ന നിമിഷം രാജീവൻ കാത്തിരുന്നു.

ശുഭം

ഒരു പാവനാടകം കാണുന്ന ലാഘവത്തോടെ രാജീവൻ ഇരുന്നു. ചുറ്റും കൂടിയ സഹപ്രവർത്തകരിൽ ഒരാൾ പറഞ്ഞു:

"ഇത് അനുവദിക്കാൻ പാടില്ല. പരാതിപ്പെടണം."

"ന്യൂനപക്ഷാവകാശംപോലും, തൻകാര്യം നോക്കാനും സ്വന്തക്കാരെ അനർഹമായി തിരുകിക്കേറ്റാനും ഉള്ളതാണോ ന്യൂനപക്ഷാവകാശം?"

രോഷാകുലമായ ശബ്ദങ്ങൾ ഉയരുന്നു.

രാജീവൻ നിശ്ശബ്ദത പുലർത്താൻ ശ്രദ്ധിച്ചു.

– സംഭവിച്ചതെല്ലാം നല്ലതിന്.

സംഭവിക്കുന്നതെല്ലാം നല്ലതിന്.

ഇനി സംഭവിക്കുന്നതും നല്ലതിന്.

ഗീതോപദേശത്തിന്റെ മാധുര്യം മനസ്സിൽ കിനിയുന്നു.

"സാറെന്താ ഇങ്ങനെ ശിലപോലെ. ഒരു പ്രതികരണവുമില്ലാതെ?"

രാജീവന്റെ ഉള്ളിൽ ചിരി മുഴങ്ങി.

ധർമ്മത്തിന്റെ മാർഗ്ഗം വെടിഞ്ഞ് സ്വാർത്ഥതയുടെയും ധിക്കാരത്തിന്റെയും വഴി തേടുന്നവർ. അവരെ നിശിതമായി എതിർക്കണം. പരാജയപ്പെടുത്തണം. നീതിബോധം അതാവശ്യപ്പെടുന്നുണ്ട്. ഒറ്റയ്ക്കുനിന്നു പോരാടാൻ തനിക്ക് അധൈര്യമില്ല. ശത്രു എത്ര ബലവാനാണെങ്കിലും പിന്തിരിയുകയില്ല.

എന്തിന്? എന്തിനുവേണ്ടിയാണ്? അത്ര വലിയ പടയൊരുക്കങ്ങൾ? ഒരു കസേരയ്ക്കുവേണ്ടിയോ? അത് നല്കുന്ന അധികാരത്തിനുവേണ്ടിയോ? കുട്ടികളുടെയും സഹപ്രവർത്തകരുടെയും പരിഗണനയാണ് ആശിക്കുന്നതെങ്കിൽ അത് അർഹിക്കുന്നതിലേറെ ലഭ്യമാണ്. ഒരുപക്ഷേ, മറ്റാർക്കും സ്വന്തമാക്കാൻ കഴിയുന്നതിലേറെ, അധികാരം

ഒരിക്കലും സുഖം പകർന്നിട്ടില്ല. ആവശ്യമെങ്കിൽ ഉന്നതപദവികൾക്ക് ഒരു ക്ലേശവും വേണ്ടിവരില്ല. അധികാരത്തിന്റെ ലാളനയെക്കാൾ വലുത് ആത്മാവിന്റെ ആനന്ദമാണെന്ന തിരിച്ചറിവ് അത്തരം വഴിതെറ്റിയ യാത്രകൾ വിലക്കുന്നു.

പുതിയ പരിണാമത്തിൽ വിധിയുടെ നിയോഗമുണ്ടെന്ന് രാജീവന് തോന്നി. ഒരു മുൾക്കിരീടം ഒഴിവാക്കപ്പെട്ടിരിക്കുകയാണ്. പുറമേനിന്ന് നോക്കുന്നവർക്ക് അത് പുഷ്പകിരീടമാകും. ഉള്ളിൽ നിറയെ മുള്ളുകളാണെന്ന് തിരിച്ചറിയാനുള്ള നഷ്ടമാകാത്ത വിവേകം മനസ്സിൽ.

തനിക്കു പകരം വാളും പരിചയും നല്കി അവരോധിക്കുന്ന പുതിയ അധികാരിയെ രാജീവൻ സഹതാപത്തോടെ നോക്കി. പാവം, അയാൾ അറിയുന്നില്ല; അധികാരഗർവ്വിന്റെയും സ്വാർത്ഥതാല്പര്യങ്ങളുടെയും പിണിയാളായി അധഃപതിക്കുകയാണ് താനെന്ന്. ബധിരനും മൂകനുമായിരിക്കാൻ അയാൾ വിധിക്കപ്പെട്ടിരിക്കുന്നു. എന്നെങ്കിലുമൊരിക്കൽ ഒന്നുറക്കെ ശബ്ദിക്കാൻ ധൈര്യം ലഭിക്കില്ല. യജമാനന്മാരുടെ തീക്ഷ്ണനയനങ്ങൾ അയാളെ നിശ്ശബ്ദനാക്കും.

"നന്ദികെട്ട മൃഗമേ!"

ആ ആക്രോശങ്ങളിൽ സ്വന്തം നിസ്സഹായത തിരിച്ചറിയും. അയാളുടെ തലയ്ക്കുമുകളിലൂടെ പുരോഹിതപ്രമാണികൾ തേർവാഴ്ച നടത്തും. ഒരു ചവിട്ടുമെത്തപോലെ കിടന്നുകൊടുക്കുക എന്ന വിധി.

"എന്തുകൊണ്ടാണ് പ്രൊഫസർ രാജീവൻ ഒഴിവാക്കപ്പെട്ടത്?"

സൂനഹദോസുകളിൽ ആ ചോദ്യം ഉയർന്നു.

"രാജീവൻസാർതന്നെയാണ് അർഹൻ. പക്ഷേ, സ്വതന്ത്ര ബുദ്ധിയാണ്. ഞാൻ പറയുന്നിടത്ത് നില്ക്കില്ല."

കോളേജിന്റെ മാനേജരായ മഹാപുരോഹിതൻ സത്യം ഏറ്റു പറഞ്ഞു. സ്വർഗ്ഗത്തിന്റെ നീതിയെക്കുറിച്ചും രക്ഷകന്റെ കാരുണ്യത്തെക്കുറിച്ചും വായ്തോരാതെ പ്രസംഗിക്കുന്ന മഹാത്മാവിന്റെ തനിനിറം.

"അച്ഛൻ ഇനി കോളേജിൽ വരാതിരിക്കുമോ അമ്മേ?"

മോൾ മാലിനിയോട് തിരക്കുന്നതു കേട്ടു.

"നീ ചോദിച്ചുനോക്ക്."

മാലിനി ഒഴിഞ്ഞുമാറുന്നു.

"അമ്മയ്ക്കെന്താ ചോദിച്ചാൽ?"

മാലിനി മറുപടി പറയുന്നില്ല.

"കുട്ടികൾ എന്നോടാ അന്വേഷണം. അച്ഛൻ വരില്ലെന്നുവച്ചാൽ അവർക്കൊക്കെ വലിയ നിരാശയാകും. കാവ്യ പറയുന്നത്, അവൾ അച്ഛനെ കണ്ടിരിക്കാനാ ക്ലാസിൽ വരുന്നതെന്നാ. എന്നും ആദ്യം വന്ന് മുൻബഞ്ചിൽ ഇരിക്കും. ബാഗ് വച്ച് എനിക്കുകൂടി സ്ഥലം പിടിക്കും."

"ആരാ കാവ്യ?"

മാലിനി ചോദിക്കുന്നു.

"കഴിഞ്ഞയാഴ്ച ലൈബ്രറിയിൽ നിന്നിറങ്ങുമ്പോൾ ഞാൻ പരിച

യപ്പെടുത്തിയില്ലേ. ആ കണ്ണടവച്ച കുട്ടി."

കണ്ണടവച്ച കുട്ടി. ഫ്രെയിം അല്പം ഇറക്കിവച്ച് ഗ്ലാസിന് മുകളിലൂടെ അവൾ നോക്കിയിരിക്കുന്നു.

ആ മുഖം വിദൂരതയിൽനിന്ന് തന്നെത്തേടി വരുന്നു. കണ്ണടയെടുത്തു മാറ്റുമ്പോൾ–

നേരോ?

രാജീവന്റെ മനസ്സിൽ കടൽത്തിരകൾ അടിച്ചുകയറി. തീരം ഇളകുന്നു. കാൽ വഴുതിപ്പോകുന്നു. നിലയില്ലാത്ത വെള്ളത്തിൽ നീന്താൻ കഴിയാതെ വലയുന്നു. ആരാണ് കൈകൾ നിശ്ചലമാക്കിയത്? കാലുകളുടെ ചലനം നഷ്ടമായതെങ്ങനെ?

ഭൂതകാലത്തെ മറച്ചുപിടിക്കുന്ന മഞ്ഞിൻനിരകൾ വകഞ്ഞുമാറ്റി കണ്ണുകൾ ചൂഴ്ന്നിറങ്ങുമ്പോൾ എല്ലാം വ്യക്തമാകുന്നു.

മനസ്സ് പിന്നോട്ട് കുതിക്കുകയാണ്. അനിയന്ത്രിതവേഗത്തിൽ ജീവിതത്തിന്റെ താളുകൾ മറിയുന്നു. കോളേജിലെ ആദ്യദിവസം ആവർത്തിക്കപ്പെടുകയാണ്. മുൻബഞ്ചിൽ ഒരു വർത്തമാനക്കാരി. അവൾ കൂട്ടുകാരിയോട് എന്തോ പറഞ്ഞു ചിരിക്കുന്നു.

മണിച്ചിലമ്പിന്റെ നാദംപോലെ ഹൃദ്യമായ ചിരി. വർഷങ്ങളുടെ അവ്യക്തതയിൽ ശക്തിയും സൗന്ദര്യവുമായി ആ മണിയൊച്ച.

എല്ലാ ഓർമ്മകളും ഒന്നിച്ചുണരുന്നു. ശ്വാസഗതി തടയപ്പെടുമെന്നു തോന്നി. ചുഴലിക്കാറ്റിൽ അകപ്പെട്ടതുപോലെ.

ഉറക്കത്തിൽ പാതി കണ്ടുണർന്ന സ്വപ്നംപോലെ.

നീലിമ!

കൂട്ടിനുള്ളിൽ കിളി ചിറകടിക്കുന്നു. അഴികളിൽ തലതല്ലുന്നു. സ്വാതന്ത്ര്യത്തിന്റെ ദാഹം. സ്വതന്ത്രയായാലും പറക്കാൻ കഴിയുമോ? പ്രാപ്പിടിയൻ ആ ചലനങ്ങൾ നോക്കിയിരിക്കുന്നു. രക്ഷപ്പെടാൻ അനുവദിക്കുകയില്ല. അഥവാ, എവിടേക്കാണ് രക്ഷപ്പെടൽ? ഭൂമി ചുട്ടുപഴുത്തിരിക്കുന്നു. ആകാശത്തിൽ അഗ്നി എരിയുന്നു. പറന്നുയർന്നാൽ ചിറകുകൾ കരിഞ്ഞുപോകും.

സ്ത്രീജന്മത്തിന്റെ നിസ്സഹായത. ആത്മാവ് നഷ്ടപ്പെട്ട ശരീരം. അതാരോ പിച്ചിച്ചീന്തുന്നു. ഇണയുടെ അനുവാദമില്ല. അവളുടെ മനസ്സിന്റെ ആഴങ്ങൾ അന്വേഷിക്കുന്നില്ല, കണ്ടെത്തുന്നില്ല.

സ്ത്രീ സ്വന്തം ശരീരത്തിൽനിന്ന് ആത്മാവിനെ വേർപെടുത്തുന്നു. അവളുടെ ഇഷ്ടകാമുകനുവേണ്ടി അതിലെ പ്രേമം കാത്തുവയ്ക്കുന്നു.

ശരീരം ബലാത്സംഗം ചെയ്യപ്പെടുമ്പോഴും ആത്മാവിന്റെ വിശുദ്ധി നിലനില്ക്കുന്നു.

"സാറിനെ വേട്ടയാടിയ ദുരന്തങ്ങളെക്കുറിച്ച് അറിഞ്ഞ് ഞാൻ ജീവന്റെ സിരകൾ മുറിച്ചു. രക്തം വാർന്നൊഴുകി. മരണത്തിന്റെ പതിഞ്ഞ കാലൊച്ചകൾക്ക് കാതോർത്ത് ഞാൻ കിടന്നു. തണുത്ത സ്പർശം അനുഭവപ്പെട്ടു. എന്നിൽ ശാന്തി നിറഞ്ഞു.

ശ്മശാനത്തിൽ വിടരുന്ന പൂക്കളോട് ഞാൻ പറഞ്ഞു: നോക്കൂ, ഒരു പ്രഭാതത്തിൽ സൂര്യന്റെ തേജസ്സുള്ള ഒരാൾ ഇതുവഴി കടന്നുവരും. നിങ്ങൾ കാത്തുനില്ക്കണം. അവൻ നിങ്ങളെ തിരിച്ചറിയും. കവിളിൽ തലോടും. ആ സ്പർശം ഞാനനുഭവിക്കും. അതിന്റെ സുഖത്തിൽ എന്റെ ആത്മാവ് വിശ്രാന്തി നേടും."

സ്ത്രീയുടെ തരളമായ തഴുകൽപോലെ കാറ്റിന്റെ കൈകൾ രാജീവനെ പൊതിയുന്നു. പ്രേമപൂർണ്ണമായ ചുംബനംകൊണ്ട് മനസ്സിനെ ഉണർത്തുന്നു.

രാജീവൻ കാലത്തിന്റെ അടരുന്ന തുരുത്തിൽ ഏകനായി നില്ക്കുമ്പോൾ അരികിൽ വന്നു. 'എന്നെ തിരിച്ചറിഞ്ഞുവോ' എന്ന ചോദ്യം ആ നീലക്കണ്ണുകളിൽ തിളങ്ങി.

രാജീവൻ കാവ്യയുടെ ശിരസ്സിൽ കൈവച്ചു.

"മകളേ, നിനക്കു നന്മവരട്ടെ. നിന്റെ മനസ്സിൽ ജ്വലിക്കുന്ന കനലുകളിലെ അഗ്നി അണയട്ടെ. ആത്മാവിൽ മഞ്ഞിന്റെ തണുപ്പും പനിനീർപ്പൂവിന്റെ സുഗന്ധവും നിറയട്ടെ."

തുളുമ്പുന്ന മനസ്സോടെ അവളെ അനുഗ്രഹിച്ചു.

ഈ കലാലയത്തിൽ കാൽവച്ച നാളിൽ ചുമലിലേറ്റിയ കുരിശ് ഇനി എത്രകാലം ചുമക്കണം?

രാജീവൻ ഒരുത്തരത്തിന് ചെവിയോർത്തു.

മംഗളശ്ലോകം ചൊല്ലി സദസ്സിനെ വന്ദിച്ച് പിൻവാങ്ങാൻ സമയമായിരിക്കുന്നു. സ്വാതന്ത്ര്യത്തിനു മുന്നിൽ ഒന്നും തടസ്സമായിക്കൂടാ. വിഷപ്പുക പരക്കുന്ന അന്തരീക്ഷത്തിൽനിന്ന് പുറത്തു കടക്കണം; സമതലങ്ങൾക്കപ്പുറത്ത് അവസാനിക്കാത്ത യാത്ര.

തന്റെ വഴി ഭിന്നമാണ്. ഉദരത്തിന്റെ സുഖം കൊതിക്കുന്നവർക്ക് അപ്രാപ്യമായ ആത്മാവിന്റെ വഴി. വിധേയത്വം ജീവിതശൈലിയാക്കിയവർക്ക് അചുംബിതമായ പുരുഷജന്മത്തിന്റെ ശക്തിസ്രോതസ്സ് –

ഈ യാത്രാപഥത്തിൽ താൻ ഏകനാണ്. കാലുഷ്യങ്ങളില്ല. കാമമോഹങ്ങളില്ല. ക്രോധമില്ല.

ശാന്തിയുടെ നീലിമ. ജീവിതത്തിന്റെ വ്യർത്ഥതയിൽ നഷ്ടപ്പെടുമ്പോൾ തന്നെ പാടിയുണർത്തിയ പക്ഷി. കാലപഥത്തിൽ കൊഴിഞ്ഞുവീണ അതിന്റെ തൂവലുകൾ പെറുക്കി മാറോടടുപ്പിക്കുന്നു. ഗാനത്തിന്റെ താളവും തൂവൽസ്പർശത്തിന്റെ സുഖവും ആത്മാവിൽ അർത്ഥപൂർണ്ണമാകുന്ന യാത്ര. ബന്ധങ്ങളിൽനിന്ന് വിടുതൽ തേടി, എല്ലാ ഭാരവും വഴിയിൽ ഉപേക്ഷിച്ച് നിത്യതയിലേക്ക് കവി യാത്ര ചെയ്യുന്നു.

"നീ ദൈവത്തിന്റെ പുത്രനാണ്."

കാറ്റ് കാതിൽ വന്നു പറഞ്ഞു:

"നീതിയുടെ രക്ഷയ്ക്കായി അവതരിച്ച ദൈവപുത്രൻ."

ദൈവം മനുഷ്യനായി അവതരിച്ചു. ഭൂമിയിൽ സഞ്ചരിച്ചു. രക്ഷയുടെ സുവിശേഷം പ്രചരിപ്പിച്ചു. പാപികൾക്ക് മോചനം നല്കി. രോഗികളെ

സുഖപ്പെടുത്തി. മരിച്ചവരുടെ ജീവൻ വീണ്ടെടുത്തു.

എന്നിട്ടും ശപിക്കപ്പെട്ടവരുടെ തലമുറ അവനെ വേട്ടയാടി. കള്ളനെപ്പോലെ ബന്ധിതനാക്കി. നീതിപാലകരുടെ മുന്നിൽ നഗ്നനായി നിർത്തി. തലയിൽ മുൾമുടിവച്ചു. മുഖത്ത് തുപ്പി. അവനെ ക്രൂശിക്കുക: ബറാബസിനെ വിമോചിപ്പിക്കുക എന്ന് നിലവിളിച്ചു.

മനുഷ്യപുത്രന്മാർക്ക് കാലം കുരിശുകൾ നല്കുന്നു. അവരെ കയ്പുനീർ കുടിപ്പിക്കുന്നു. കുന്തംകൊണ്ട് അവരുടെ വിലാപ്പുറങ്ങളിൽ കുത്തുന്നു.

എന്നിട്ടും അവർ മരിക്കുന്നില്ല. സമതലങ്ങളിൽനിന്ന് നടന്നകലുന്നു. പർവ്വതങ്ങളിലും കടൽത്തിരകൾക്കു മുകളിലും സഞ്ചരിക്കുന്നു.

അവരെ കുരിശിൽ തറയ്ക്കുന്നവർ ഈ ഉയർത്തെഴുന്നേല്പിൽ ലജ്ജിച്ച് തലതാഴ്ത്തുന്നു.

യാത്ര തുടരവേ രാജീവൻ താഴേക്കു നോക്കി. വ്യാജസ്തുതികൾ നിലച്ചിരിക്കുന്നു. കൊട്ടാരം സേവകരുടെ നപുംസകരൂപങ്ങൾ അപ്രത്യക്ഷമായിരിക്കുന്നു. ഉയരങ്ങളിൽനിന്ന് മാലാഖമാരുടെ കീർത്തനം ഒഴുകിവരുന്നു. സൂര്യചന്ദ്രന്മാർ ആകാശത്തിന്റെ പടവുകൾക്ക് കാവൽ നില്ക്കുന്നു.

നക്ഷത്രപഥങ്ങളിൽ രാജീവൻ യാത്ര തുടർന്നു.

www.ingramcontent.com/pod-product-compliance
Lightning Source LLC
LaVergne TN
LVHW100836051026
849519LV00006B/2325
9789385045332